પારિજાત પૅલેસ

પ્રકૃતિનાં પ્રાંગણમાં [illegible] પ્રેમાલાપ

રક્ષા શુક્લ

મુખ્ય પ્રાપ્તિસ્થાન

નવભારત સાહિત્ય મંદિર

જૈન દેરાસર પાસે, ગાંધી રોડ, અમદાવાદ - ૩૮૦ ૦૦૧

૨૦૨, પેલિકન હાઉસ, ગુજરાત ચેમ્બર ઓફ કોમર્સના કંપાઉન્ડમાં,
આશ્રમ રોડ, અમદાવાદ - ૩૮૦ ૦૦૯

☎ (૦૭૯) ૨૨૧૩૯૨૫૩, ૨૨૧૩૨૯૨૧
૯૮૨૫૦ ૩૨૩૪૦
e-mail : info@navbharatonline.com
www.navbharatonline.com
fb.com/NavbharatSahityaMandir

PARIJAT PALACE

(Essay)

by Raksha Shukla

Navbharat Sahitya Mandir

Ahmedabad

2023

ISBN No. : 978-93-95339-74-2

પ્રથમ આવૃત્તિ: માર્ચ, 2023

પ્રકાશક

મહેન્દ્ર પી. શાહ

નવભારત સાહિત્ય મંદિર

Phone : (079) 2213 9253, 2213 2921

E-mail : info@navbharatonline.com

Web : www.navbharatonline.com

fb.com/NavbharatSahityaMandir

મુખપૃષ્ઠ : વી રામાનુજ

www.vramanuj.com

ગુજરાત સાહિત્ય અકાદમી,

ગાંધીનગરની આર્થિક સહાયથી પ્રકાશિત

અર્પણ

પ્રિય સખા **હરદ્વાર** ગોસ્વામીને
મને ઝૂલવા નિતનવી ડાળી આપી...

સુપ્રસિદ્ધ લેખિકા રક્ષા શુક્લની 'ગુજરાત સમાચાર'ની કૉલમમાં જયારે પ્રકૃતિની લેખમાળા પ્રગટ થઈ હતી ત્યારે વાચકોએ ઉમળકાભેર આવકારી હતી. લેખિકા પ્રકૃતિવિદ હોવાનો લાભ નિબંધોને મળ્યો છે. પ્રકૃતિ એમની પ્રકૃતિમાં છે. તેઓ ચિત્રકાર હોવાથી આ પુસ્તકમાં અનેક ઉત્તમ શબ્દચિત્રો માણવા મળે છે. એમનો પતંગિયા વિશેનો લેખ વાંચો એટલે હોવાને હળવાશ ઘેરી વળશે. તમે પ્રકૃતિના પ્રવાસે નીકળ્યા હો એવો અનુભવ મોટા ભાગના નિબંધો કરાવે છે. AC રૂમમાં પણ પ્રકૃતિનો પરિવેશ ઊભો થાય છે. અહીં પ્રકૃતિના પ્રેમમાં પડવાના કારગત કીમિયા છે તો જંગલના ભોગે અને જંગલમાં બનતા બંગલા સામે અરણ્યરુદન પણ છે, જંગલમાં તો ઝૂંપડી જ શોભે. પ્રકૃતિ જેવા સરળ અને સહજ બનવાની કેડી 'પારિજાત પેલેસ'માંથી પસાર થાય છે. અહીં પ્રકૃતિપ્રેમીઓને ધામા નાખવાનું મન થશે. ગુજરાતી ભાષાનો નિ:શંક નોખી ભાત પડતો આ નિબંધ સંગ્રહ ભાવકો માટે ગ્રીન કાર્પેટ પાથરશે.

- ડૉ. જયેન્દ્રસિંહ જાદવ
(મહામાત્ર, ગુજરાત સાહિત્ય અકાદમી)

સુપ્રસિદ્ધ કવયિત્રી રક્ષા શુક્લ તળાજાનાં વતની અને હાલ અમદાવાદ. એમને 'કુમાર' ટ્રસ્ટનું શ્રીમતી કમલાબેન પરીખ પારિતોષિક (કુમાર ચંદ્રક,૨૦૧૫), રાજ્ય કક્ષાનો 'બ્રહ્મ ગૌરવ પુરસ્કાર(૨૦૧૭), CWDC તરફથી 'બેસ્ટ કૉલમ રાઈટર'(૨૦૧૮), તત્કાલીન રાજ્યપાલ શ્રી ઓ.પી. કોહલીના વરદ્ હસ્તે 'સંસ્કાર વિભૂષણ એવોર્ડ(૨૦૧૮), શિશુવિહાર તરફથી સ્વ. રીતા ભટ્ટ સ્મૃતિ કવયિત્રી સન્માન(૨૦૧૯), તત્કાલીન મુખ્યમંત્રીશ્રી ભુપેન્દ્રભાઈ પટેલના હસ્તે આઝાદીના અમૃત મહોત્સવ અંતર્ગત 'શ્રેષ્ઠ મહિલા' (૨૦૨૨) ઈત્યાદિ માન-અકરામ પ્રાપ્ત થયા છે. ગુજરાતી સાહિત્ય પરિષદ અને ગુજરાત સાહિત્ય અકાદમીનાં સન્માન પ્રાપ્ત થઇ ચુક્યા છે. ૨૦૨૧ના આકાશવાણીના રાષ્ટ્રીય કવિસંમેલનમાં ગુજરાતમાંથી એમની પસંદગી થઇ હતી. પસંદ થયેલી એ કવિતા ભારતની તમામ ભાષામાં અનુવાદિત થઈ હતી. ૩૨ વર્ષ અંગ્રેજી સાહિત્યનું અધ્યાપન કરાવ્યું છે. સમગ્ર ભારત ઉપરાંત અનેક દેશોની સફર કરી છે. સુગમ સંગીતના ગાયિકા તરીકે મંચ શોભાવ્યા છે. ડી. ડી. ગિરનાર પર સ્ક્રીપ્ટ રાઈટર તરીકે સેવા પણ આપી છે. અનેક નાટક-ફિલ્મ-સિરિયલમાં ગીતો લખ્યાં છે. નારીશક્તિનાં અનેક વક્તવ્ય જુદા જુદા મંચ પરથી પ્રસ્તુત કર્યા છે. વિવિધ વિષય પરનાં ૨૦થી વધુ પુસ્તકો પ્રગટ થઇ ચૂક્યાં છે. **'પ્રવૃતિના પાવરહાઉસ' તરીકે ઓળખાતા રક્ષા શુક્લ નિત્ય નૂતન સર્જનાત્મક કાર્ય કરતા રહે છે.** અનેક મોટા સાહિત્યિક આયોજનો કર્યા છે. 'તાંડવ' ચેનલમાં 'વનિતાવિશ્વ' કાર્યક્રમનું એન્કરિંગ સુપેરે સંભાળી રહ્યા છે. 'ગુજરાત સમાચાર'માં દર મંગળવારે પ્રગટ થતી એમની 'અંતર' કૉલમનો મોટો વાચકવર્ગ છે.

રાત હતી પાણીનો રેલો, દિવસ દોડતું ઝરણું રે.
અંધારું જૂઈની ઝળહળ ને ભીતર લીલું તરણું રે.

પરોઢનું પંખી ફફડાવે પાંખ, પંડ પારેવું રે,
લાવ, ઉતારી દઉં આજે આ અજવાળાંનું દેવું રે.
પૂનમના પડખામાં પેસી પ્રીત પરોવી વ્હેવું રે,
નહીં વાદળ, નહીં ચોમાસું, લથબથ ભીંજાવા જેવું રે.

બાંધી પહેલાં ગઠરી રે મન, ખભ્ભે નાખ ઉપરણું રે,
રાત હતી પાણીનો રેલો, દિવસ દોડતું ઝરણું રે.

સૂરજ ભૂલીને સોનમુખી તો અમને અપલક તાકે રે,
આભ આંબતાં સપનાંઓને આંખ ઢબૂરી ઢાંકે રે.
ધૂળભરી ધરતીમાં ન્હાતી ચકલી તડકા હાંકે રે,
ઉંબર કૂદી ઉજાસ ઘરમાં આવી અમને આંકે રે.

સુગંધનો સાફો બાંધીને હું મહુડાને પરણું રે.
રાત હતી પાણીનો રેલો, દિવસ દોડતું ઝરણું રે.

— રક્ષા શુક્લ

'પારિજાત પૅલેસ'નો પમરાટ

અર્થોનાં આકાશમાં શબ્દોના સૂરજ

રક્ષા શુક્લ ગુજરાતી સાહિત્યજગતનું એક એવું નામ છે જે ગદ્ય અને પદ્યમાં એકસરખી હથોટી ધરાવે છે. જેટલી સારી કવિતા અને ગઝલ એટલા જ સારા અને સંવેદનશીલ લેખો! સરસ્વતીની આવી કૃપા બહુ ઓછા લોકો પર હોય છે. તેમના શબ્દોમાં જેટલી સંવેદનાઓ હોય છે એટલી સાત્ત્વિકતા છલકાય છે. વાચકોને શબ્દોના સાગરમાં ભીંજવીને તરબોળ કરવાની તાકાત તેમના લેખનમાં છે. સરળ અને સહજ લખવું સહેલું નથી. એમાંયે જ્યારે સતત લખવાનું હોય ત્યારે ક્વૉલિટીને જરાકેય નબળી ન પડવા દેવી એ સૌથી મોટો પડકાર હોય છે. રક્ષા શુક્લના લેખો અખબારની પૂર્તિઓ અને સાહિત્ય સામયિકોમાં નિયમિતપણે પ્રગટ થતા રહે છે. તેઓ એટલા બધા વિષયો પર લખે છે જે તેનું ફલક કેટલું વિસ્તૃત છે એનો પરિચય આપે છે.

રક્ષાબહેનના લેખનની એક ખૂબી એ છે કે, એમના લેખનમાં તળપદી ગ્રામ્ય ભાષાથી માંડીને શહેરી શબ્દોનું સૌંદર્ય જોવા મળે છે. એનું કારણ કદાચ એ છે કે તેઓનું બચપણ અને યુવાની ગ્રામ્ય સંસ્કૃતિ વચ્ચે વીત્યાં છે અને અમદાવાદના વાતાવરણને પણ તેમણે સુપેરે જીવ્યું અને જીત્યું છે. તેમના શબ્દોમાં સલૂકાઈ છે. શબ્દો કોઈને જરાકેય ઘસરકો ન કરી જાય એની તેઓ કાળજી લે છે. શબ્દો શસ્ત્ર નથી, પણ મલમ છે. શબ્દો હૂંફ આપવા જોઈએ, તાપ નહીં. શબ્દો સાંત્વના આપવા જોઈએ, સંતાપ નહીં. શબ્દો સુખ આપવા જોઈએ, સનેપાત નહીં. શબ્દો માણસને ઋજુ બનાવવા જોઈએ, રૂક્ષ નહીં. શબ્દો લોકોને નજીક લાવવા જોઈએ એ વાત તેઓ સારી રીતે જાણે છે અને તેમનાં લખાણોમાં વાચકો આ વાત સારી રીતે માણે પણ છે.

રક્ષા શુક્લ હવે 'પારિજાત પૅલેસ' લઈને આવે છે. આ પૅલેસના દરેક

પ્રવેશદ્વાર, દરેક બારી, દરેક ઝરૂખો અને કણેકણ પારિજાતની સુગંધથી મહેકે છે. પારિજાત પ્રત્યે રક્ષાબહેનને પહેલેથી લગાવ છે. તળાજામાં રક્ષા શુક્લના ઘર 'નંદન'માં જઈએ તો પારિજાત તમારું સ્વાગત કરે. પારિજાત જેવી જ કોમળતા તેમના લેખોમાં છે. પતંગિયાથી માંડીને પાણી સુધીના વિષયને તેમણે આવરી લીધા છે. બત્રીસ કોઠે દીવા કરી દે એવા એકવીસ નિબંધ વાચકને વિચારોમાં વિહાર કરાવે છે. પારિજાતને 'A sad tree' અથવા તો 'A tree of Sorrow' કહે છે. મધરાતે ખીલીને સવારે ખરી પડતાં ફૂલોની વેદનામાં પણ કેવું સૌંદર્ય છે? વેદના જીવનનો એક હિસ્સો છે. પારિજાતનો કદાચ એ જ સંદેશ છે કે વેદનાને પણ પૂરેપૂરી જીવી જાણો. સફેદીની પણ એક ગરિમા હોય છે. ઉદાસીનો પણ એક આનંદ હોય છે. ગીતામાં ભગવાન શ્રીકૃષ્ણે જેમ કહ્યું છે એમ જિંદગીને ક્યારેક સાક્ષીભાવે પણ જોવી અને જીવવી જોઈએ.

રક્ષા શુક્લ વળી તેના લેખોમાં વાચકને પદ્યમાંથી પસાર કરીને ગદ્યમાં લઈ જાય છે. તેમના શબ્દોમાં તેમની પ્રામાણિકતા છલકે છે. હું તો દર વખતે કહું છું અને લખું છું કે લેખક હોય કે પછી કોઈ પણ કલાકાર હોય, એ સૌથી પહેલાં પોતાની જાત સાથે વફાદાર હોવો જોઈએ. જે પોતાની જાત સાથે પ્રામાણિક અને વફાદાર ન હોય એ વાચકો સાથે વફાદાર રહી ન શકે. રક્ષાબહેનના લેખનમાં પારદર્શક પ્રામાણિકતા અને વાચકો પ્રત્યેની વફાદારી ઝળકે છે. રક્ષાબહેન પોતાના લેખોમાં કેટલાક સવાલો ઉઠાવે છે અને જવાબો પણ આપે છે. નદિયાં ચલે ચલે રે ધારા... લેખમાં તેઓ લખે છે, પાળિયાદ પાસે અને બોટાદમાં આવેલી 'ઉતાવળી' નામની નદીને કોઈ વાર ગોકળગાય જરૂર પૂછી બેસશે કે, તને સાગરને મળવાની આટલી ઉતાવળ શાને છે? મારી જેમ ટાઢો કોઠો રાખતાં શીખ! કેટલાક તળપદા શબ્દો વાંચીને આપણો કોઠો ટાઢો થયા વગર ન જ રહે!

રક્ષા શુક્લએ જંગલોમાં રહીને, પ્રકૃતિને આકંઠ પીને આ નિબંધો લખ્યા છે. પ્રકૃતિ સાથે એમની લાગણી અને લગાવ એવાં છે કે કોઈ પણ વૃક્ષનું નામ બોલો એટલે એની કુંડળી ખોલી આપે. ગ્રંથસ્થ નિબંધો માહિતી સાથે રસાળ અને રોચક બન્યા છે. દરેક નિબંધોમાં પ્રગટ થતાં અર્થઘટન રક્ષાવિશેષ બને છે. ફૂલનો નિબંધ વાંચો તો સુગંધ અનુભવાય છે

અને નદીના નિબંધમાં ભરચક ભીનાશ... ચકલી વિશેનો નિબંધ પૂરો થતાં વિષાદનાં વાદળ ઘેરી વળે છે. પહાડ વિશેનો નિબંધ ભાષાને વધુ ઊંચાઈ આપે છે. 'સુગરીનો સ્વયંવર'ની પ્રવાહિતા શોર્ટ ફિલ્મ જોતાં હોઈએ એવું લાગે. રક્ષાબહેને લીંબડામાંથી કેટલી બધી મીઠાશ શોધી છે. આપત્તિમાંથી અવસર શોધી કાઢે એ સર્જક. 'પારિજાત પૅલેસ'નો પમરાટ મનભાવન છે. અહીં અર્થોના આકાશમાં શબ્દોના સૂરજ સતત ઝળહળે છે. રક્ષાબહેનને પશુ-પક્ષી માટે બહુ પ્રેમ છે અને ઝીણી જાણકારી પણ... ભવિષ્યમાં એ સંદર્ભનાં પુસ્તકો મળશે તો ભાવકોને બહુ ઉપયોગી સાબિત થશે.

લેખના અંતે તેઓ 'ઇતિ' મુખવાસની જેમ આપે છે. જિંદગીને વધુ જીવવા જેવી બનાવે એવાં સુંદર વાક્યો વાંચવાં જ નહીં, માણવાં અને મમળાવવાં પણ ગમે એવાં છે. પૂજ્ય મોરારિબાપુનું એક વાક્ય તેમણે ટાંક્યું છે, 'સામાન્ય માણસ દુઃખનો અંત શોધે છે અને બુદ્ધિશાળી માણસ દુઃખનું કારણ શોધે છે.' છેલ્લા લેખમાં મહાન રશિયન લેખક મેક્સિમ ગોર્કીનું એક વાક્ય છે, 'દરેક ઉત્તમ પુસ્તક એક ચમત્કાર છે અને દરેક ઉત્તમ લેખક એક જાદુગર છે.' રક્ષા શુક્લનો જાદુ દરેક લેખમાં અચંબિત કરે એવો જ છે. અનેક ઍવૉર્ડ્સ મેળવનાર રક્ષા શુક્લને તેમના આ સુંદર પુસ્તક બદલ ખૂબ ખૂબ અભિનંદન. મને વિશ્વાસ છે કે વાચકોને પારિજાતના આ પૅલેસમાં મુકામ કરવાની મજા આવશે જ!

શુભકામનાઓ.

— **કૃષ્ણકાંત ઉનડકટ**

પ્રકૃતિ મારી પ્રકૃતિમાં છે

ભાવનગરે મને ઘડી. નાનપણમાં શાળા-કૉલેજ દરમ્યાન ખૂબ ગીતો ગાયાં છે. સ્ટેજ પર ગાવાના પણ અનેક મોકા મળ્યા. કંઠના સૂર સાથે ઝહેનમાં તેના લય અને છંદો આપમેળે જ ભળી ગયાં, દૃઢ થયાં. પછી છે...ક ૪૫ વર્ષે કવિતા લખી અને મારાં સર્જનકાર્યનાં પગરણ મંડાયાં. ઉંમરના આ પડાવે પણ મેં આંખો મીંચી દોટ મૂકતા બેઉ બાંહમાં નવલા નિવેશ સમાતા ગયા. લગ્ન પછી તળાજા જેવા સુંદર નાનકડા ગામમાં નોકરી મળતાં ગ્રામચેતનાનો હળવો હિલ્લોળ પણ ભીતર ભળતો ગયો.

પ્રકૃતિ સાથે આમ તો પહેલેથી ઘરોબો. મારી પ્રકૃતિ મૂળે એકલસૂડી. એટલે ખાલીખમ્મ ભીતરમાં પ્રકૃતિ ઘૂસણખોરી કરતી ગઈ. પછી કાયમી અડ્ડો જમાવ્યો અને મારી હયાતીનું એ એક અવિભાજ્ય અંગ બની. સગપણ વધારવા મેં ક્યારેક એક મુઠ્ઠી આભ લીધું, એકાદ મુઠ્ઠી વાયરો લીધો, તો ક્યારેક વૃક્ષોનો વાન લીધો ને ટહુકામાં આંગળી બોળી. ત્યાં તો એમણે જ દાયરો વધાર્યો. પછી શું...? ટેરવાંએ ટપ્પ દઈને ચપટી વગાડી શબ્દોને છંછેડ્યા. કવિતાએ બાંહ ફેલાવી વિશાળ ફલક આપ્યું. પદ્યમાં શબ્દોનું સગપણ ફૂલીને ફાળકો થતાં મેં એને આકંઠ પીધાં. પછી થયું કે લાવને, નિબંધોમાં હાથ અજમાવું. હવે ખરી કસોટી તો ગદ્યમાં થઈ. જ્યાં લેખક પોતે ઊઘડે તો ખરો જ, પણ ઉઘાડો પણ પડે. આ સમયે સમજાયું કે એક લેખકે પોતે જ સરાણિયો બની પોતાના શબ્દોની ધાર કાઢવી રહી. પછી તો અભિવ્યક્તિના આ અપૂર્વ આકાશમાં ઊડવાની મજા આવવા લાગી. ઈશ્વરે આપેલા આ નવતર અજવાળાંનું દેવું ચૂકવવા મેં કમર કસી. ચરિત્રનિબંધો કે અન્ય લેખો તો હું લખું છું જ, જે પછીથી 'વનિતાવિશેષ' કે 'તેજસ્વિની' રૂપે પુસ્તકાકાર પામ્યા, પણ ભાન ભુલાવે તેવું પ્રલોભન તો પ્રકૃતિએ જ આપ્યું. મારા પદ્યમાં હું ઊઘડું છું તો ગદ્યમાં હું વિસ્તરું છું. બહુઆયામી લેખક બેન્જામિન ફ્રેન્કલીનનું આ વાક્ય સારું છે કે, 'કાં તો વાંચવા જેવું કંઈક લખો અથવા લખવા જેવું કંઈક કરો.' તો પ્રયાસ તો કરી જ શકાય.

લખવા માટે વાચન અત્યંત જરૂરી. પપ્પાએ પુસ્તકને પ્રેમ કરતાં શીખવ્યું એટલે જ મારી કલમને વેગ મળ્યો. મારા સાહિત્યવણાટમાં તળાજા અને અમદાવાદ બંનેના તાણાવાણા. નાનપણમાં પીપળા પર પોઢેલા કે કદમ્બમાં ગોપીઓનાં વસ્ત્રો સંતાડી છુપાયેલા કૃષ્ણને શોધવા સાચ્ચે, હું ખૂબ મથતી. પછી કૃષ્ણ ન દેખાતાં ૮-૧૦ વર્ષની એ નિર્દોષ રક્ષા અકળાતી-મૂંઝાતી પણ ખરી. સ્કૂલ જતી વખતે જે વૃક્ષો રસ્તે મળે એ સૌ મારામાં ભળે. બુચના શુભ્ર ફૂલોમાંથી દોરા વગર, એની દાંડીથી સીધી જ વેણી બનાવી હું મારા પર જ આફરીન થતી. સપ્તપર્ણીની ખુલ્લી હથેળીમાં હજુ તો તાળી દઉં ત્યાં વડલો ઝૂલવા બોલાવતો. ચંપાનો ચંપઈ રંગ, ગરમાળાનાં પીળચટ્ટાં ઝુમ્મરો અને ગુલમહોરની લાલ આભા મારાં સપનાંમાંયે રંગો પૂરે. જેમ માટીમાંથી, તેમ પીપળાની નાની પેપડી અને દાંડીમાંથી અવનવા રમકડાં બનાવવાની મજા ખૂબ માણી છે. અરે, પ્રકૃતિને અચરજથી જોવામાં મશગૂલ થઈને સ્કૂલના પ્રવાસમાં સહુથી છૂટા પડી, 'ભૂલા પડવાની મજા' પણ ભેંકડા તાણતાં માણી છે. ગુલમહોર નીચે અમારા લાલિયા ગલૂડિયાની કબર બનાવી એના પર રોજ ફૂલો ચડાવતી. આવી તો અનેક છમ્મલીલી સ્મૃતિઓ આજે દિલ પર દસ્તક દે છે. નાનપણમાં બધી બહેનો મળીને પોતાનાં કૂંડાઓમાં ફૂલો ઉછેરતી. તેમાં ફૂલ કે નવાં પાન ફૂટતાં હરખાતી. ત્યારે વળી ફોટાનું કલ્ચર જ ક્યાં હતું. એટલે જ આંખોમાં ઝિલાતી પ્રકૃતિની એ છબિયું અનંતકાળ સુધી ટકીને ભીતર ઊપસ્યા કરી અને હવે શાહીરૂપે કોરા કાગળમાં ઢોળાય છે.

હંમેશાં લાગ્યું કે માનવ સિવાયનાં પ્રકૃતિનાં તત્ત્વો માણસની ચાકરી કરવા સર્જાયાં નથી. કોરોના જેવા કપરા કાળમાં માણસને પ્રકૃતિનું મહત્ત્વ તો સમજાયું, પણ એ સ્મશાનવૈરાગ્ય જેટલું જ ટકાઉ નીવડ્યું. પ્રકૃતિ રૌદ્ર રૂપે ફરી ફરી પરચો બતાવશે, પાઠ ભણાવશે ત્યારે માણસ કોઠીમાં મોં નાખી રડી પણ નહીં શકે. ઝાડ-પાન, ફૂલો, પ્રાણી, પંખી, ઝરણું, દરિયો, વરસાદ કે પ્રકૃતિનું કોઈ પણ સ્વરૂપ આજે પણ મને વિસ્મયના વિયત સાથે એક અહોભાવ પણ આપે. ઋણી હોવાની કૃતજ્ઞતા આપે છે. રોબર્ટ ફ્રોસ્ટ તો કહે છે કે, 'No tears in the writer, no tears in the reader. No surprise in the writer, no surprise in the reader.' એના

દરેક સર્જનની ઊંચાઈ અને મતલબ મને ખૂબ સ્પર્શે. કશુંક લખવા પ્રેરે. ઉપરવાળી બૅન્ક જાણે મારા માટે જ હોય તેમ મુઠ્ઠીમાં સંતાડી રાખેલા અજવાળાંને, ઝળહળને ઈશ્વર ટપ્પ દઈ મારા ખોળામાં નાખે છે. મારી સંવેદનાના જળને વહેવા એ જગનિયંતાએ ગદ્ય અને પદ્ય રૂપે કૈંક નદી 'ને નાળાં આપ્યાં. મારી પંગુ સંવેદનાઓ પ્રકૃતિનિબંધો રૂપે પર્વત ચડવા લાગી. શબ્દોની પવનપાવડીએ બેસીને જ હું સ્વર્ગમાંથી પારિજાત લઈ આવેલી ત્યારે કૃષ્ણે મારી સામે જોઈ માર્મિક સ્મિત વેરેલું.

રસ્તે ચાલતાં દસ લીમડા જોઉં તો મને એ સૌ આકારમાં, સ્વભાવમાં, વ્યક્તિત્વમાં નોખા લાગે. એ દરેક લીમડા મારા સાથે નોખી ગોઠડી માંડે. ઘરે બગીચામાં થોડાં વૃક્ષો છે તો એના પર ઘણાં પંખીઓ ટહેલવા કે માળા કરવા આવે. કોઈ પંખીઓ તો નિયમિત રાતવાસો કરવા પણ આવે... જો ક્યારેક ન આવે તો મને થાય કે મેં ઘરની બહાર નીકળી એમની રાહ ન જોઈ એટલે રિસાયાં લાગે છે. આમ હું થોડી નાસ્તિક જેવી... ધાર્મિક વિધિ-વિધાનમાં ન માનું... પણ જો એ દરજીડા કે સક્કરખોરો સૂવા ન આવે તો દીવા માનું. નિબંધો લખતા સમયે પ્રકૃતિને શબ્દોથી સેવતા મને લાગ્યું કે મને અંધારામાંય જૂઈની ઝળહળ લાધી છે. પરોઢ ફૂટે, માંહ્યલાનું પંખી પાંખો ફફડાવે ત્યાં મારો દિવસ દોડતું ઝરણું અને રાત પાણીનો રેલો બની વહેવા લાગ્યા. વગર ચોમાસે હું લથબથ ભીંજાતી. તડકાને તાળી દઈ હું હળુકથી ચાંદને પીતી. મને લાગ્યું કે સૂરજ હવે સૂરજમુખીને નહીં, પણ મને જ અપલક તાકે છે. નદીના વળાંકો અનાયાસ જ મારા સૂરમાં પણ ભળવા લાગ્યા.

અહીં તળાજાથી દૂર અમદાવાદ આવ્યા પછી નરવું એકાંત જાણે કોસો દૂર છે. આંખ મીંચી શકાય છે પણ કાનની ભોગળ ક્યાં? આજુબાજુથી આવતા કંઈ કેટલાયે અણગમતા અવાજો કાનના ખુલ્લા કમાડમાંથી ધરાર અંદર ઘૂસી જાય છે. હૃદય પર આક્રમણ કરે છે. વર્તમાનપત્રોની વાસ્તવિકતા મનને છિન્ન કરતી રહે છે. જો કે શહેરની સડકો પર સરતા રહેતા સપાટ અવાજો વચ્ચે પણ વૃક્ષો મારી ઊલટ તપાસ લેતાં રહે છે. સ્નેહભીની નિસ્બત જતાવતાં રહે છે એટલે જ કદાચ મારામાં હજુય પ્રકૃતિ પાંગરતી રહે છે. વૃક્ષો વાતમેળો માંડે ત્યારે મન કોઈ અદ્દ્ભુત

રાગ પ્રલાપે છે. આસપાસ વૃક્ષો જોતાં જ ડાળીઓની ડોલનશૈલી મારી ચાલમાં પ્રવેશી જાય છે. પાનખરનાં પર્ણો સાથે મન પધનિસા ગાવા લાગે છે. ફ્રેંચ નિબંધકાર મોન્ટેઇનની જેમ મારા નિબંધો માટે હું પણ કહી શકું ને કે, 'It is myself that I portray'.

નોબેલ પારિતોષિક વિજેતા, તત્ત્વચિંતક, સંગીતકાર, લેખક અને તબીબ આલ્બર્ટ સ્વાઇત્ઝરે આફ્રિકાનાં જંગલોમાં વસતા આદિવાસીઓની ચિકિત્સાક્ષેત્રે ઉત્કૃષ્ટ સેવાકાર્ય કર્યું હતું. એમની આ વાત મને સ્પર્શી ગઈ. એકવાર એમને મળવા માટે ત્યાં ગયેલા બ્રિટિશ એનેસ્થેટિસ્ટ ડૉ. નોએલ ઍલેક્ઝાન્ડર ગિલેસ્પી સાથે તેઓ જંગલમાંથી પસાર થઈ રહ્યા હતા ત્યારે એક ભમરો ગાયલેસ્પીની છત્રીમાં ભરાઈ ગયો. તેમણે એક ઝાટકો મારીને એને ભોંય ભેગો કરી દીધો અને પોતાના બૂટથી કચડી એને મારી નાખવાની તૈયારીમાં હતા ત્યાં તો ડૉ. સ્વાઇત્ઝરે તેમનો હાથ ઝાલી તેમને અટકાવતાં કહ્યું, 'આ ભમરો અહીંનો રહેવાસી છે અને આપણો યજમાન. આપણે તો એનું સન્માન કરવું જોઈએ.'

પશ્ચિમી સાહિત્યમાં ઓગણીસમી સદીના ઉત્તરાર્ધથી આરંભાઈને વીસમી સદીના પૂર્વાર્ધ સુધી 'પ્રકૃતિવાદ'નું આંદોલન ચાલ્યું હતું. નિસર્ગવાદના પ્રવર્તક એમિલ ઝોલાનો નિબંધ 'ધી એક્સપેરિમેન્ટલ નૉવેલ' આ વાદનું ઘોષણાપત્ર બની ગયો. અંગ્રેજ કવિ એડલેડ એમ. પ્રોક્ટર કહે છે કે, 'વૃક્ષ જેવી સુંદર કવિતા તમે જોઈ છે ખરી?' મને તો વૃક્ષ અને કવિતા બંને ગમે. એટલે જ મારી કવિતામાં વૃક્ષ આવ્યા કરે અને દરેક વૃક્ષમાં મને કવિતા દેખાય છે. હું પ્રકૃતિવાદી નથી, પણ પ્રકૃતિપ્રેમી છું. મેં તો શાસ્ત્રો કે સિદ્ધાંતોને કોરાણે મૂકી મારી રીતે પ્રકૃતિને સીધી રીતે ચાહી છે. ક્યારેક મને થાય છે કે મારામાં વૃક્ષ ઊગ્યું છે, રુવાંડાં રૂપે ઘાસ ઊગ્યું છે અને બેય હાથ ડાળીઓ બની ગયા છે. દરેક વૃક્ષ મને ચમત્કાર લાગે છે. પ્રકૃતિ મારી પ્રકૃતિમાં છે.

અંતમાં, વાત એટલી જ કે શબ્દ સાથેનો આ સંબંધ મને મારી મા સાથેના નાળસંબંધ જેવો અહેસાસ આપે છે. સાહિત્યધર્મ બજાવું તો છું, પણ ત્યારે ક્યારેક હું જ મારું દર્પણ થઈ મને રંગે હાથ પકડું છું અને હું સર્જનના આનંદસાગરમાં મ્હાલતી મુગ્ધતાથી મને જ જોયા કરું છું.

મારી સમગ્ર શબ્દયાત્રાનું શ્રેય મારા પપ્પા હિંમતભાઈ શુક્લને કે જેમણે અમારામાં સ્નેહથી પુસ્તકપ્રેમને સીંચ્યો અને 'ભાલો માનુષ' હરદ્વાર ગોસ્વામીને જાય છે જેણે મને લખવા પ્રેરી, અડીખમ સાથ આપ્યો અને નવી દિશાઓ ચીંધી. પતિ દિલીપ પાઠકના અવિરત વહેતા સ્નેહમાંથી હું અથાગ બળ પામી છું. હરદ્વાર અને દિલીપના સાથ વગર હું કશું જ ન હોઉં. મા તો અડીખમ સદાય હતી જ પાસે.

'ગુજરાત સમાચાર' પરિવારના સર્વશ્રી શ્રેયાંસભાઈ શાહ, બાહુબલીભાઈ શાહ, નિર્મમભાઈ શાહ, ભવેન કચ્છી, લલિત ખંભાયતા, હર્ષ મેસવાણિયાએ મને લખતી રાખી છે. મારાં નિબંધોને હંમેશાં પોખવા બદલ પ્રફુલ્લ રાવલ (કુમાર), દીપક દોશી (નવનીત સમર્પણ) અને રમેશ પુરોહિત (કવિતા)ની આભારી છું. 'પારિજાત પૅલેસ'ના આ પ્રાગટ્ય વેળાએ તેના સુંદર પ્રકાશન માટે હું પ્રથમ હરોળના પ્રકાશક નવભારત સાહિત્ય મંદિરના શ્રી રોનક શાહની આભારી છું. સુપ્રસિદ્ધ લેખક-વક્તા શ્રી કૃષ્ણકાંત ઉનડકટની હૂંફાળી હથેળી પામીને ખૂબ પ્રસન્ન છું. એમની પ્રસ્તાવનાના પારિજાતે તુલસીદલ બની મારા આ સંગ્રહને વધુ સુગંધિત બનાવ્યો છે એ માટે હું તેમની દિલથી આભારી છું. આ પુસ્તક માટે આર્થિક સહાય આપવા બદલ ગુજરાત સાહિત્ય અકાદમીની અંતરથી આભારી છું. સુપ્રસિદ્ધ કવિ-વક્તા અધ્યક્ષશ્રી ભાગ્યેશ જહાસાહેબ તથા સુખ્યાત શિક્ષણવિદ-લેખક મહામાત્રશ્રી ડૉ. જયેન્દ્રસિંહ જાદવની ઓશિંગણ છું. ઉત્તમ સ્કેચ માટે જાણીતા ચિત્રકાર સિદ્ધાર્થ રામાનુજ અને ધૈવત રામાનુજ અને ભાવિન પરમારનો આભાર. લો, હવે પુસ્તકની ડાળી તમારા તરફ લંબાવું છું, તમેય મારી જેમ ઝૂલશોને?

— રક્ષા શુક્લ

૪૨૧, ડ્રીમ સ્ક્વેર, નિર્ણયનગર અંડરબ્રિજ,
અખબારનગર, અમદાવાદ-૩૮૦૦૧૩
મો. 99792 44884
E-mail : shukla.raksha@gmail.com

અનુક્રમ

4. ખોવાયું ચકલીનું ચીં ચીં રે

અમદાવાદના આસ્ટોડિયા વિસ્તારમાં 'ઢાળની પોળ'માં ચકલીનું એક સ્મારક આવેલું છે. તેના પરની તખ્તીમાં બીજી માર્ચ, ૧૯૭૪ના નવનિર્માણના આંદોલનમાં સાંજે પાંચ વાગ્યે પોલીસ ગોળીબારમાં એક ચકલી 'શહીદ' થઈ હોવાનું લખાયેલું છે. આજે પ્રદૂષણના પહાડ નીચે અનેક ચકલીઓ મરી રહી છે. ફળિયામાં જ્યારે ચીં ચીંનો વરસાદ થતો હોય, એ જીવનની સૌથી સુખદ ક્ષણો હોય છે.

5. સાંજ પહેલાની સાંજ ઢળી છે

કોઈ રુઝાઈ ગયેલા ઘાવને છંછેડતી આ સાંજ લાગણીઓનું લાવલશ્કર લઈને આવે છે. એનાથી બચવા મનના ઉંબરે સ્મરણનો દીવો મૂકી દેવાનો. અસ્તિત્વના આકાશમાં મનગમતા રંગો પૂરવાનો આ સમય છે. તમે સાંજની સવારી કરતાં કરતાં તમારી જાતને હેલ્લો કહી શકો છો.

6. ચંપાચાલીસા

દોહાની બે પંક્તિઓ વચ્ચેની ખાલી જગ્યાની વ્યંજના જેવું સૌંદર્ય ચંપાની માદક મહેકમાં છે. તુલસીદાસે ચંપાને બરાબર નિહાળ્યો નહીં હોય નહીંતર એ જરૂર ચંપાચાલીસા લખત...

7. શુભ્ર જાદુ ફૂલોનો

ફૂલોના રૂડા રુઆબદાર રંગો અને બહુવિધ છબીલી છટાઓ છે. એમાં પણ સફેદ ફૂલોની મોહિની તો કલ્પનાતીત. પાછલા પહોરના પ્રગાઢ અંધકારમાં પોતાના સુગંધી અસ્તિત્વની આલબેલ પોકારતો શ્વેત ફૂલોનો શુભ્ર જાદુ પળવારમાં બધે પથરાઈ જાય છે, જે વ્યક્તિને ફૂલો ન ગમતા હોય એની સંવેદનાનું બેસણું થઈ ગયું સમજો...

8. ગુલમહોર અને ગરમાળાની ગ્રીષ્મગીતા

દ્રાક્ષના દરબાર અને મેંગોની મહેફિલ જામે છે. સાકરટેટી અને સંતરાંની સૂરાવલીને તરબૂચ તાલ આપે છે. ગ્રીષ્મગીતાનાં પૃષ્ઠો ખોલતાં ફાલસાનું ફન અને જાંબુની જમાવટ જલસા કરાવે છે. રસ્તે જતા ચંપો, મોગરો કે શિરીષની સુગંધ અચાનક જ આવીને વળગી પડે ત્યારે ઉનાળો વધુ ને વધુ વ્હાલો લાગે.

91

9. વો આસમાં ઝૂક રહા હૈ જમીં પર

આકાશને રોજ નીરખવાથી આપણે સભર થઈએ છીએ. એનું નિત્ય નવલું રૂપ આંખોમાં પોઠ ભરીને અચરજ આંજે છે ને મોં આશ્ચર્યથી એટલું પહોળું થઈ જાય કે પેલો દૂરનો ચાંદો આખો એમાં સમાઈ જાય. આકાશ સામે પથ્થર ફેંકીએ તો પાછો આપણા જ હાથને વાગે છે. આકાશને આલેખવા વિશેષણો વામણાં પડે અને પર્યાય પાંખા લાગે.

99

10. લીમડાની બધી ડાળ મીઠી

લાય ઝરતી લૂમાં નેચરલ એ.સી.ની ફ્લેવર આપતો લીમડો શીળા પવનનો વીંઝણો ઢોળતો હોય ને એની છાંયામાં વડીલો ઝોકે ચડે એ દૃશ્ય દેવતાઓને પણ દુર્લભ હોય. આવા છાંયડાના મીઠામધ ઘૂંટ પીઓ એટલે સ્વર્ગ બે જ વેંત છેટું લાગે...

109

11. શિયાળે સોરઠ ભલો

શિયાળાની ટાઢીબોળ રાતે સ્નેહીજન સાથે 'ટાઢા પહોરનાં ગપ્પાં'નો ટેસડો તો આભને અડે. હૂંફાળા હૈયાનો સહવાસ વૂલનના બ્લેન્કેટ કરતાંય વધારે હૂંફ આપે છે. તાપણાં સાથે 'આપણા'નો પ્રાસ એટલે શિયાળો.

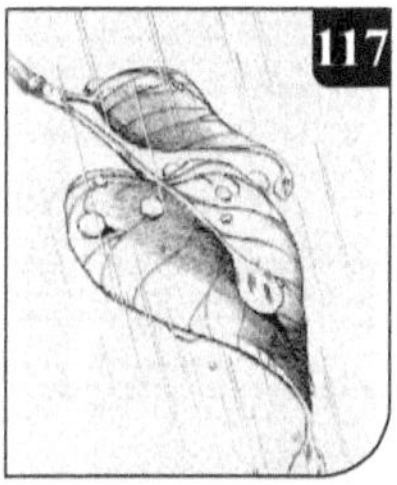

117

12. ચાલ વરસાદની મોસમ છે, વરસતા જઈએ...

પહેલાં વરસાદ પછી માટીમાંથી આવતી મબલક મહેક સામે પાંચ હજારના સ્પ્રેનું પાંચિયું પણ ન આવે. જો ભીંજાવાની વાતે મન ભાગેડુવૃત્તિ બતાવે તો કોઈની દેન નથી કે તમને ઘરડા થતા અટકાવી શકે.

125

13. વૃક્ષમંદિરની ઝાલરનો જયકાર

વૃક્ષો ભગવાન શિવ જેવા છે. બંને વિષપાન કરીને જગતનું કલ્યાણ કરે છે. વૃક્ષો ધરતીની ઝેરી પ્રદૂષણયુક્ત હવા પોતે પીવે છે અને સૃષ્ટિના જીવોને શુદ્ધ હવા પ્રદાન કરે છે.

14. મને ફાગણનું એક ફૂલ આપો હો રાજ મોરા...

પાનખરને પચાવે એને જ વસંત વધાવે છે. ઋતુચક્રનો નિયમ સંસારચક્ર સાથે જોડાયેલો છે. દિલના દરવાજે ટકોરા દેતી ફાગણની ફોરમનું વૉર્મ વેલકમ ન કરી શકીએ તો ગયે કામ સે... જિંદગીના બધા રંગોને માણી શકે એ જ સાચી જીવનઘુળેટી...

15. પાની રે પાની તેરા રંગ કૈસા...!

પાણી બોલતાં જ મોં અને મન તરસ્યાં થઈ જાય છે. પાણી પારદર્શક હોય છે... બોલે તો નિર્મળ... નિરાકાર. એટલે જ એનો જયજયકાર થાય છે. એટલે જ એના નામે દરિયો બોલે છે અને નદિયું ડોલે છે. તરતાં શીખવું હોય તો એનું પુસ્તક ન વાંચવાનું હોય, દિલ અને ડિલ સાથે પાણીમાં ધુબાકો જ મારવો પડે.

16. વહેતી નદીમાં કદી લીલ બાજતી નથી

નદીની સંનિધિ જ નખરાળી અને નિરનિરાળી. પરગજુ નદીને જોતાં જ ભીતર દરિયાદિલી ઊછળવા લાગે, નદીની રેત પર નામ લખીને અમર થવાના અભરખાઓ આસમાને પહોંચવા લાગે.

17. દરિયાએ કીધું'તું કાનમાં...

દરિયાખેડુ માછીમાર જ્યારે ખેપમાંથી પાછો નથી ફરતો ત્યારે મછવારણની આંખમાંથી વહેતાં આંસુઓથી જ કદાચ દરિયો ખારો બનતો હશે. દરિયાના કિનારે માત્ર બેસી રહેવાથી પણ મનના મહેલમાં દિવ્યતાના દરવાજા ખૂલે છે. મન મૌનના રવાડે ચડે છે. નદીઓ પોતાની ઓળખ ભૂંસી નાખી દરિયો બને છે. દરિયાદેવની દરિયાદિલી એવી કે એ બધું સ્વીકારે છે.

18. મને પાનખરની બીક ના બતાવો

પાંદડાં લીલામાંથી પીળાં, કેસરી, કથ્થઈ, લાલ કે સોનેરી રંગોમાં સજીધજીને કોઈ ભૂરકી છાંટે છે અને આપણે આશ્ચર્યથી અવાક! જો કે ઘણાં વૃક્ષો પાંદડાંની માયા મૂકી ન શકતાં કાબરચીતરા વેશે ઊભા હોય છે. આ એ જ દિવસો છે જ્યારે તમે સારા ફોટોગ્રાફર ન હો તો પણ પ્રકૃતિપ્રેમી તરીકે પાનખરના ભવ્ય રંગોને આંખોમાં ક્લિક કરી શકો...

19. તમે ઊંચક્યો'તો પહાડને...!

પહાડો પર હોઈએ ત્યારે વિચારો પણ ઉન્નત રહે છે. વહેતો પવન પહાડો પર એક લયબદ્ધ કવિતા રચે છે. અસીમ આકાશ નીચે પથરાયેલા પહાડો જગતનાં સર્વ દુ:ખોને પોતાની આગોશમાં સમાવી લે છે પછી તો હિલસ્ટેશન પર હેલ્લારો...

20. બાવળને મેં પાણી પાયું

કાંટા વાગવાના ડર કરતાં તમારો ગુલાબ પ્રત્યેનો પ્રેમ ચડિયાતો હશે, તો જ તમે સુંદર બગીચો ઉછેરી શકો. સમાજમાન્ય ન હોય એવા બળુકા પ્રેમસંબધને ઉછેરવા બાવળના કાંટા જેમ ઊઠતા વિરોધો વચ્ચે બોરસલ્લી ઉગાડવી પડે છે.

21. પારિજાત પૅલેસ

પારિજાતનાં વૃક્ષ પાસે આપોઆપ જ પગમાં બ્રેક લાગતી. પારિજાત વીણું ત્યારે જ હાથનું હોવાપણું સિદ્ધ થતું લાગતું. ફૂલો સાથે સુગંધને પણ વીણી શકાતી હોત તો? કદાચ પારિજાત સાથે ગયા જનમનું લેણું હશે અને આવતા જનમનું દેણું હશે. મારે પારિજાતના ઋણમાંથી મુક્ત નથી થવું. મારે આ સુગંધી સરનામે ધરાર ધામા નાખવા છે. સુગંધનો સાફો પહેરીને જુઓને, હું આજે પણ ઊભી છું પારિજાતપ્લાવિત!

સુગરીનો સ્વયંવર

ગીતામાં કૃષ્ણ કહેવાનું ભૂલી ગયા હશે
'બિલ્ડર્સમાં હું સુગરી છું'.

સ્કૂલના એ દિવસોમાં રિસેસના નાસ્તા માટે મળતા પચ્ચીસ પૈસાની ખારી શીંગ જ લેવાની. એ હુંય ખાઉં ને મારાં કબૂતર બોલે તો કબૂડાં પણ. સહેજ આછો ચકરાવો લેતાં લેતાં પગલીઓની છાપ ધૂળમાં છોડતાં એ આગળ વધી મારી હથેળીમાંથી શીંગ ખાય. એના એ ગુલાબી પગ... ગ્રેઇશ ઝાંયવાળી નમણી ડોક મને ખૂબ મોહે ને હું એના પર બધી શીંગ ઓવારી જાઉં. શીંગ ખાતા કબૂડાને હું કબૂસિંગ જ કહું. ક્યારેક તો મોર પણ શીંગ સાથે મારી હથેળીમાં ચાંચ મારી આત્મીયતા જતાવે. કાબરનું બક-બક, ચકલીનું ચીં-ચીં, ખિસકોલીની નિર્દોષ હડિયાપાટી, સુગરીનો હળદરિયો વેશપલટો મારા મનમાં આઠે પહોર અડિંગો જમાવે.

પશ્ચિમી સાહિત્યમાં ઓગણીસમી સદીના ઉત્તરાર્ધથી આરંભાઈને વીસમી સદીના પૂર્વાર્ધ સુધી 'પ્રકૃતિવાદ'નું અંદોલન ચાલ્યું હતું. નિસર્ગવાદના પ્રવર્તક એમિલ ઝોલાનો નિબંધ 'ધી એક્સપેરિમેન્ટલ નૉવેલ' આ વાદનું ઘોષણાપત્ર બની ગયો. અંગ્રેજ કવિ એડલેડ એમ. પ્રોક્ટર કહે છે કે, 'વૃક્ષ જેવી સુંદર કવિતા તમે ક્યાંય જોઈ છે ખરી?' મને તો વૃક્ષ અને કવિતા બંને ગમે. એટલે જ મારી કવિતામાં વૃક્ષ ડોકિયા કર્યાં કરે. દરેક વૃક્ષમાં મને કવિતા દેખાય છે. હું પ્રકૃતિવાદી નથી, પણ પ્રકૃતિપ્રેમી છું. મેં તો શાસ્ત્રો કે સિદ્ધાંતોને કોરાણે મૂકી પ્રકૃતિને સીધીસાદી રીતે ચાહી છે. ક્યારેક મને થાય છે કે મારામાં વૃક્ષ ઊગ્યું છે, રુવાંડે રુવાંડે ઘાસ ઊગ્યું છે અને બેય હાથ ડાળીઓ બની ગયા છે. મને દરેક વૃક્ષ ઈશ્વરનો એક ચમત્કાર લાગે છે. પ્રકૃતિ મારી પ્રકૃતિમાં છે. વૃક્ષ પાસેથી જ શીખી છું કે સૌને માટે છાંયડો બનવું. પીડા આપનારને પ્રેમ આપવો. સાગર આઝમી આપણી પ્રકાશિત પરંપરાની યાદ આપે છે...

दुश्मन को भी सीने से लगाना नहीं भूले,
हम अपने बुजुर्गों का ज़माना नहीं भूले।

જેવી ખબર પડે કે ફલાં ફલાં જગ્યાએ સુગરીએ માળો કર્યો છે હું હડપ કરતી હડી કાઢતી. જેમ શરાબીને એના બધા અડ્ડા ખબર હોય એમ સુગરીના માળા ગામમાં ક્યાં છે એની મને ખબર જ હોય... એકવાર સ્કૂલની પાછળ એક નાળિયેરીમાં સુગરીઓ માળો કરે એ જોવામાં એવી તલ્લીન થઈ ગઈ કે રિસેસ ક્યારે પૂરી થઈ એનું ભાન જ ન રહ્યું. 'તારે જમીં પર' ફિલ્મના ઈશાનની જેમ! ટીચરને મોડા પડવાનું સાચું કારણ કહ્યું તો એ ગુસ્સે થયા અને વર્ગમાં બધાં હસ્યાં. મને થયું કે મેં જાણે કોઈ મોટો ગુનો કરી નાખ્યો હોય, પણ દુનિયા કી ઐસી કી તૈસી... માળાના તાળા મેળવવા જેવા ગુના તો કરવા જ. એકવાર ક્લાસરૂમમાં સુગરીનો ઉલ્લેખ થયો અને મારી આંખો બારી બહાર કૂદી સુગરીને શોધવા લાગી. મારી આ હરકત પર શિક્ષકે હાથમાં સોટી મારી, પણ સોટી વાગે સમસમ... સુગરી આવે રમઝમ... ટીચર સો સોટી ભલે મારે, પણ બદલામાં સુગરીસંહિતા ચાલુ રહેવી જોઈએ. ક્લાસમાં બારી પાસે બેસવાની મારી જગ્યા ફિક્સ. ત્યાં કોઈ બેસી જાય તો એમ લાગે કે રાજ્યસભાની સીટ કોઈ આંચકી ગયું છે. એનું એક અને માત્ર એક કારણ બારીની બરાબર સામે એક વૃક્ષમાં સુગરીએ કરેલો માળો. એ જોવાની મજા. જો કે થોડા સમય બાદ દિવાળીમાં સ્કૂલની સફાઈ થઈ એમાં સુગરીનું ઘર ઊજડી ગયું, તો થયું કે મારી નજર નંદવાઈ ગઈ. સફાઈનો અર્થ કેવો કરીએ છીએ!

પછી તો મારા ઘેલા મનજીએ નક્કી કર્યું કે મારું ઘર તો સુગરીના માળા જેવું બનાવવું છે, પણ તરુણ અવસ્થાના તરંગ અને યુવા અવસ્થાની વાસ્તવિકતા બે કાંઠા જેવી છે. બંનેનું મળવું અશક્ય... પણ નવું ઘર ખરીદ્યું ત્યારે જ નક્કી કરી લીધું હતું કે એમાં સુગરીનો માળો તો હશે જ. સુગરીના માળા જોઈ મને નર્યું આશ્ચર્ય થાય છે અને તેમાં જગતનું ઘેરું રહસ્ય દેખાય છે. જે ઉકેલવાની ભાંજગડ હજુ ચાલુ છે, પણ કોઈએ અર્જુન જેમ પ્રશ્નો પૂછવા નહીં. ગીતામાં કૃષ્ણ કહેવાનું ભૂલી

ગયા હશે 'બિલ્ડર્સમાં હું સુગરી છું'. સૉક્રેટિસે કહ્યું છે કે, Wonder is the beginning of wisdom. ને એ તો આ રહ્યું સુગરીના શણગારમાં. એટલે 'વાહ્હ... અદ્ભુત... અરે જુઓ તો... કે ઓહોહો...' જેવા ઉદ્ગારો કંઈ કેટલીયે વાર મોંએથી સરી પડે. સુગરી માટે વહાલ અને વિસ્મય જોઈને બધા કહેતા, 'આ તો બાળક જ રહી' એમ કહી કોઈ અપરિપક્વ હોવાનું ટાઇટલ આપી દે તો મને મંજૂર છે. સંવેદનશૂન્યને તો એવું જ થવાનું કે 'આ ઝાડવાં ને ચકલામાં શું જોવાનું હોય!? બધાય સરખા.' ત્યારે હું એ જડ સંવેદનવાળા શરીરથી દૂર સરકી જાઉં છું. મને તો દસ સુગરીના માળા જોઉં તો એ પણ બધા નોખી ભાતના લાગે. દરેકની અલગ પેટર્ન... અલગ માભો... અલગ ઠસ્સો અને ઠાઠ... અલગ છતાં લગોલગ...! સુગરીને જોઈ નથી ને કૅમેરાને ઝૂમ કર્યો નથી. અરે, એકને એક માળો ગમે તેટલીવાર જુઓ તો કોઈ નવી જ વાત ઊઘડે. સરવા કાને સંગીત સાંભળનારને સૂર બદલાય તો તરત ખબર પડે એમ આ સુગરીને નીરખવા નરવી નજર જોઈએ.

સુગરીને સુઘરી કે સુગ્રહી પણ કહે છે. આપણને એના ઉચ્ચારણ કરતા આચરણ સાથે વધુ નિસ્બત છે. સુગરીની પહોંચ લાં...બી એટલે કોઈ પહોંચી ન શકે એવી એવી જગ્યાએ એ માળો કરે. કાશ મને પાંખો હોત તો હું 'પંખ હોતી તો ઊડ આતી રે...' ગાતી ગાતી એના માળામાં પ્રવેશી જાત. પછી તો એની સાથે રાતવરતનાં ગપ્પાં અને દિવસભરની ગોઠડી... ટીવી ચૅનલવાળા સવાલ પૂછે એમ સુગરીને પૂછી નાખત, 'માળામાં તમને કેવો અનુભવ થાય છે?' એનો જવાબ દુહો લલકારીને સુગરી આપત કે, 'તું થા ને મારો મે'માન, તને સ્વર્ગ ભુલાવું શામળા.' આ સાંભળીને કાચા કાનનો પત્રકાર તો બ્રેકિંગ ન્યૂઝ બનાવત કે 'સુગરી કાઠિયાવાડી છે'.

પ્રકૃતિનો પ્રવાસ કરીને આવો એટલે તમે વેરવિખેર ભલે હો, પણ તમારી આંખોમાં આશ્ચર્યોનું આકાશ ભરાયું હશે. ક્લાસરૂમમાં પ્રકૃતિની કવિતાઓ ભણાવતાં મને વિચાર આવ્યો કે આ કવિતાનો આસ્વાદ તો પ્રકૃતિની વચ્ચે જ થવો જોઈએ. બીજે અઠવાડિયે વિદ્યાર્થીઓને લઈ પ્રકૃતિની

પાઠશાળામાં પહોંચી ગઈ. આખો દિવસ પોપટભાઈની વાડીમાં પસાર કર્યો. સુગરી વિશેનો નિબંધ સુગરીના માળા પાસે જઈને વાંચ્યો. પછી વિદ્યાર્થીઓને છૂટા મૂકી દીધા કે જાવ પ્રકૃતિની ગોદમાં કરો ધડબડાટી અને ધીંગામસ્તી. અચાનક ખબર પડી કે એક વિદ્યાર્થીએ પથ્થર મારી સુગરીના માળાને તોડી નાખ્યો હતો. હું એ વિદ્યાર્થી પર ખૂબ ગુસ્સે થઈ ગયેલી. કેટલાય દિવસો સુધી હું મને કોસ્યા કરતી હતી. સપનાંમાં આવીને મને સુગરી કહેતી કે, 'મારો માળો પાછો હતો એમ કરી આપ. કેટલી મહેનતથી બનાવેલો'. બીજે દિવસે મને પાછું સપનું આવ્યું કે મારું ઘર ધરતીકંપમાં કડડડડડડભૂસ થઈ ગયું. આંખ ખોલીને જોયું તો મારા ઘરની દીવાલ પર સુગરી ચાંચ મારતી હતી. લાભશંકર ઠાકરના 'મનસુખલાલ મજિઠિયા' નાટકના નાયક જેમ વિદ્યાર્થીએ કરેલો ગુનો જાણે મેં કર્યો હોય લાગતું હતું. હું પસ્તાવાની પીડાથી બેવડ વળી ગઈ હતી. પછી જે દિ' સુગરીએ ઘરમાં માળો બાંધ્યો એ દિવસે શાંતિ થઈ.

ફ્રાન્સની પ્રખ્યાત લેખિકાને એની મા પાસેથી બહુ ઓછા શબ્દોનો અમૂલ્ય જીવનમંત્ર વારસામાં મળ્યો હતો. એ હતો, 'જો...જો...' વહેલી સવારે ખીલેલાં ફૂલો, વહેલી સવારના પવનની મર્મર, પાંદડાંઓનું ધીમું ગાન, પંખીઓની રૂપ-છટા કે કલરવ તરફ એ દીકરીનું ધ્યાન દોર્યા જ કરતી. ખુલ્લી આંખો અને ખુલ્લા કાને જીવતાં શીખવતી. જે માણસની આંખમાં વિસ્મયે તંબૂ તાણેલા હોય તેની જિંદગીને બાથમાં લેવાની ત્રેવડ તેટલી વધુ.

સાંજ એટલે મારો ગમતીલો ખૂણો... એક સાંજે સુરેશ દલાલના શબ્દો 'સાંજ પહેલાની સાંજ ઢળી છે શ્યામ, હવે તો જાગો.' ગણગણતી હતી અને મારી અંદરના શ્યામને જગાડવા કોઈએ ટકોરા દીધા. જાણે રોમ રોમ વાંસળીના સૂર વાગ્યા. સાંજે મારા ગામના રામપરા રોડ પર ચાલતા ચાલતા અચાનક જ ટોળાબંધ સુગરીઓનો અવાજ કાનમાં ઘૂસ્યો, 'અરે... આ તો મારી વહાલુડીઓ!' કહેતી હું ઊછળી પડી. ઘરે ચબૂતરામાં રોજ આવે. ઘડીક વંડી પર એક હારમાં ગોઠવાઈ જાય, ઘડીક દાણા ખાતી ખાતી ચીંચીંયારી કરી મૂકે. મેં પૂછેલુંય ખરું, 'એલી,

આ આટલો દેકીરો કાં કરો? ક્યાંય ધાડ પડી? કોઈ ગરાસ લૂંટાઈ ગયો કે શું?' ત્યારે ખી-ખી કરતાં બધી કહેવા લાગી કે, 'અમે અહીં તને મળવા આવીએ... ને બેનજી પોતે ઘરમાં ગુમ! એવું થોડું ચાલે? તને બહાર કાઢવા જ અમારે આ સમૂહગાન થોડું ઊંચા સૂરે છેડવું પડ્યું.' ત્યારે મેં કહેલું કે, 'તે કોઈ વાર તમારા ઘરેય પાછી મને બોલાવજો, હો.' મને થયું કે પગે ઘૂંઘરું બાંધી લઉં. હવે પગ થોડા બાંધ્યા રહે! તરત જ સુગરીના અવાજનો પીછો કરવા વળ્યા. પછી તો જે દૃશ્ય સામે આવ્યું એનાથી ચક્ષુ ચકિત થઈ ગયાં. હોળીની પિચકારીમાંથી છૂટતા પીળા રંગથી જાણે વાતાવરણ ભરાઈ ગયું હોય તેમ સુગરીઓનું વિશાળ ટોળું નજરે પડ્યું. પેલો કૌતુકનો કીડો ઘણા સમયથી મગજમાં ખીચ ખીચ કરતો હતો કે આ પીળી પચરક ટિંગુડી સુગરી આટલો સુંદર માળો ગૂંથે છે કઈ રીતે? ને અચાનક રહસ્ય ખૂલ્યું. પછી તો થોડા દિવસ દૂરબીન લઈને શેરલોક હોમ્સની અદાથી અમે ખેતરના કૂવામાં નમેલા મોટા વૃક્ષની ડાળીઓમાં ઘટતી ઘટનાઓનું અવલોકન આદર્યું. આમ કરતા સુગરીરાણીની કેટલીયે ખાસિયતો સામે આવી. એક કૂવામાં નમેલા મોટા વૃક્ષમાં માળા કરવામાં ૫૦-૬૦ સુગરીબાઈ બીઝી હોય ત્યારે એનો ઘેરો કેસરિયો પીળો રંગ આંખમાં ફાગણ વાવી જાય. કાનમાં હોળીનાં ગીતો વાગવા લાગ્યા અને હોઠ પર રમેશ પારેખ આવી ગયા...

'ના રે ના, પંખી ક્યાં ગાય છે?
પંખી તો ઊડતા ભગવાન છે જે પોતાના ટહુકાથી સાક્ષાત્ થાય છે.

આ બાજુ પથ્થરના મંદિરમાં થાય રોજ કાળમીંઢ ધર્મોના કાંડ,
આ બાજુ પંખીઓ બેસતાં એ ઝાડવાની એક-એક ડાળી બ્રહ્માંડ.
ના રે, પરભાતિયું ક્યાં થાય છે!
આવડે તો પીઓ, આ પંખીના કલરવથી રસબસતો તડકો ઢોળાય છે.'

મનોરમ્ય માળા બનાવતો સુગરો કઈ એલ.ડી. એન્જિનિયરિંગમાં ભણ્યો હશે? પણ એક વાત નક્કી કે જો આ સુગરાઓને કૉલેજ

કરવાની આવે તો એન્જિનિયરિંગ કૉલેજની બધી સીટ એ રોકે. પછી તો જગતને બોદા, બટકણા બાંધકામને બદલે મજબૂત મકાનો મળે. આર્ટ્સ કે કૉમર્સ કોયલ કે કાગડાને હવાલે. વૈશ્વિક સ્તરે 'આર્કિટેક્ટ એન્જિનિયર'ની ઓળખ પામેલ આ વહાલુડા સુગરા કોઈ બાહોશ બિલ્ડરની જેમ પ્રથમ નજીકમાં પાણી ધરાવતી કે ભેજવાળી મોકાની જગ્યાની શોધ આદરે છે. મોટાભાગે કાંટાળા ઝાડની ડાળીઓના પાતળા છેડાને પસંદ કરે છે. ટાઇટલ ક્લિયર છે કે નહીં તે જોયા પછી એન.ઓ.સી. ગજવે કરી માળો બાંધવાની શરૂઆત કરે છે. જેથી કોઈ સાપ જેવા ઘાતક જીવનો ભાર એ ઝીલી જ ના શકે અને ત્યાં સુધી ન પહોંચે. જો પહોંચવા કરે તો પણ એનું ભોંયભેગા થવું નક્કી. બાંધકામ માટેની જગ્યા પસંદ કર્યા પછી બાજરો, ખજૂરીના રેસા કે લાંબા ઘાસનાં લીલા તાતણા, સળીઓ કે પત્તીઓ તોડી લાવે છે. ઘાસની પત્તી પહોળી હોય તો તેને નીચેથી અધું પકડી કૂદક કૂદક કરતો ઉપરની બાજુ ખસે છે ને સાથે એની ડોકનેય ઉપરની બાજુ ઝટકો આપી તેને ચીરે છે. પછી એ ચીરેલું પાતળું તરણું માળામાં તાણાવાણાથી કે અર્ધગોળાકાર લુપ્સ લેતા જઈને એવો માળો ગૂંથે છે કે પાણીનું એક ટીપુંય તેમાં પ્રવેશી શકતું નથી. વિચાર આવે કે છે કોણ એ પામર મનુષ્ય હશે જે ફૂવડ સ્ત્રીઓની સરખામણી આટલી સુઘડ સુગરી સાથે કરી તેને બદનામ કરે છે! સુગરી એટલે તો ખરા અર્થમાં સુગ્રહી, પણ આપણે એના અર્થને ઉલટાવી દીધો, સુગરીના ઊંધા લટકતા માળાની જેમ.

મહત્ત્વનો તબક્કો તો હવે આવે છે. નર સુગરી માળો બાંધવાની શરૂઆત કરે છે ત્યારે જ એનું નામ મૅરેજ બ્યૂરોના કેન્ડિડેટ્સ લિસ્ટમાં ઉમેરાઈ જાય છે. પૈણું પૈણું કરતો હરખઘેલો સુગરો ઘર બનાવતો હોય ત્યારે જ માદા એ ઘરને ફોજદારની અદાથી સુપેરે ચકાસીને પસંદગીનો કળશ એના પર ઢોળે છે. અને જોડી બની જાય છે. પછી તો 'કંકુ છાંટી કંકોતરી મોકલો'થી 'પરથમ ગણેશ બેસાડો રે...' સુધીનાં મંગળગીતો ગવાતાં જાય. ઈયરપ્લગ કાનમાં ચડાવી એ ગીતોની ચર્વણા કરતાં મનમેળ થયેલા ઇજનેર સાથે સુગરીબાઈ લગ્નગ્રંથિથી જોડાઈ જાય છે.

નરમાદા બંને પોતાના ઘરને પૂર્ણ કરવામાં ખંતથી કામે લાગી જાય છે. જેમ મેગાસિટીમાં હવે ઘર જોઈને વર પસંદ થાય છે તેમ સુગરી પણ સુગરાનું ઘર જોઈ વરરૂપે પસંદ કરે છે. સુગરા માળો બનાવતા હોય ત્યારે સુગરીનો સ્વયંવર યોજાતો હોય છે. એમનામાં પહેલી અને છેલ્લી લાયકાત ઘર. સુગરી હોમલોન લેતી નથી એટલે એને ઇન્સ્ટોલેશનની ચિંતા હોતી નથી. કોઈ કોચિંગ ક્લાસ ભર્યા વગર બાળપણથી ઘર બનાવવાની રીતિ-નીતિઓ શીખી લે છે.

ન્યૂ ગીની અને નોધર્ન ઑસ્ટ્રેલિયામાં વધુ જોવા મળતા બોવર બર્ડ તેની યુનિક કોર્ટશિપ બિહેવિયર માટે ખૂબ પ્રખ્યાત છે. માદાને રીઝવવા નર સળીઓથી અત્યંત સુંદર કુંજ (માંડવા જેવું) તૈયાર કરે છે અને તેની આસપાસ ઘેરા રંગનાં રંગબેરંગી ફૂલો, ફળો, પથ્થરો, પાંદડાંઓ... અરે, ક્યારેક કપડાની ક્લિપ્સ સુધ્ધાં ક્યાંકથી ઢાંગી લાવે છે અને માળા સામે નાનીમોટી ઢગલીઓ કરીને અદ્‌ભુત દૃશ્ય ખડું કરે છે. એની કલર સેન્સ અને ચીવટ એવી દાદુ હોય છે કે તમે વારી જાવ. ઘરનું મૂલ્ય જાણવું હોય તો સૃષ્ટિના આ ગાંડિયા ઇજનેરોની અથાગ મહેનતને આંખમાં ભરવા જેવી ખરી. 'વેસ્ટમાંથી બેસ્ટ' બનાવવામાં સુગરા માહિર હોય છે. સુગરા ઘરમાં રહે છે કે ઘર સુગરામાં રહે એ કહેવું મુશ્કેલ છે. એવું એમનું ઘર સાથેનું તાદાત્મ્ય હોય છે. આફ્રિકાની મિલનસાર સુગરીઓ એક કૉલોની રૂપે એપાર્ટમેન્ટ-હાઉસ જેવા માળાઓ બનાવે છે, જેમાં ૧૦૦થી ૫૦૦ સુગરી દંપતી દ્વારા બનાવાયેલ અલગ અલગ ચેમ્બર હોય છે જેના તળિયે સાંકડા મોંવાળી બૉટલ જેવો નળાકાર હોય છે. તેમના માળા દૂરથી ઓળખાઈ જાય છે જે ઘાસની મોટી ગંજી જેવા લાગે છે. આ માળાઓ એ ખુલ્લા મેદાનમાં કોઈ વૃક્ષ કે ટેલિફોનના થાંભલા આસપાસ બાંધે છે.

સુગરીને માળો કરતાં ૮થી ૧૮ દિવસ લાગે છે. સૌ ભલે કહે કે, 'સાંજ પડે પંખીઓ પણ માળામાં પાછાં ફરે છે' પણ એવું નથી. પંખીઓ ઋતુગામી હોય છે. પ્રજનન ઋતુમાં માત્ર ઈંડાંને સેવવા પૂરતો જ તેઓ માળો બાંધે છે. તે સમયે નર વરણાગિયો બની જાય છે.

નરના ગળા અને છાતી પર ઘેરો પીળો અને કાન પાસે ઘેરો કથ્થઈ રંગ શોભી ઊઠે છે. સુગરી પ્રજનનકાળ માટે વર્ષાઋતુ બાદનો સમય ઉત્તમ ગણે છે. જૂન-જુલાઈની ગરમીની સિઝનમાં તેનાં બચ્ચાં એ.સી.ની ઠંડકમાં ઊછરે છે. હા જી, પવનથી ઊડે નહીં અને ગરમીમાં રાહત રહે તેથી માળામાં ભીની માટી પણ પંખીઓ રાખે છે. માદા ૩થી ૪ સફેદ ઈંડાં મૂકે છે. એટલે જ કવિ જતીન બારોટ એક કાવ્યમાં લખે છે કે, ‘દીકરી આવી છે મને દીકરી. મોટી થઈને મને રાખશે રે એમ જેમ માળામાં બચ્ચાને સુગરી’.

સુગરીઓ સમૂહમાં કૉલોની બાંધીને રહે છે. બદલાતા સમયમાં છૂટાછવાયાં થઈ છિન્નભિન્ન જીવતા આજના માણસે સમુદાયનું મૂલ્ય આ પંખીઓ પાસેથી શીખવા જેવું છે. સુખદુઃખની વાતો વહેંચી ન શકતો, એકાકી જીવતો માણસ ગુનાઓ આચરે છે કે આત્મહત્યા તરફ દોરાય છે. સુગરી જાણે વાસ્તુશાસ્ત્રની પણ જાણકાર લાગે છે. તેના માળાનું મુખ કદાપી નૈઋત્ય દિશા તરફ હોતું નથી, કારણ કે ચોમાસામાં મોટાભાગે આ દિશામાંથી પવન ફૂંકાતા હોય છે. ચોમાસામાં માળાના દરવાજા પર છાજલી જેવું બનાવે છે જેથી પાણી અંદર ન જાય. જ્યારે શિયાળામાં એક અંદરનો પણ રૂમ બનાવે જે ખૂબ જ ગરમ હોય પછી ઠંડી પૂરી થતાં જ આ ઓરડામાં બારી પાડી દેવામાં આવે છે જેથી ગરમી ઓછી થઈ જાય. ઊંધા ચંબુ જેવા આ ઘરમાં ઉપર-નીચે એમ બે કે ત્રણ રૂમની વ્યવસ્થા હોય છે. મોટાભાગે માળાનો નળાકાર દરવાજો નીચેના ભાગે હોય છે. દરેક ઋતુ પ્રમાણે માળામાં ફેરફાર થતા રહે છે. માળામાં બચ્ચાને કોઈ અગવડ ન પડે એનું ધ્યાન રાખવામાં આવે છે.

પક્ષીઓની વિશિષ્ટતાઓ તો જુઓ. તેઓ દર વર્ષે પોતાનું નવું જ ઘર બનાવે છે. એકવાર બચ્ચાં ઊછરી ગયાં કે માળા અને બચ્ચાંઓ માટે સાક્ષીભાવ. માળો તરત છોડી દે છે. બચ્ચાની પણ એક સ્વતંત્ર હસ્તી! આવા છોડી દીધેલા માળાઓને પછીથી ટપૂશિયા (મુનિયા) જેવા પંખીઓ પચાવી પાડે છે. ટપૂશિયા ભાગ્યે જ માળા બાંધે છે. મોટા ભાગે સુગરીના ત્યજી દીધેલા માળામાં રહેઠાણ બનાવી લે છે. ટપૂશિયા વિશે

બહુ ઓછા જાણે છે. આમ પણ બીજાના આશ્રિત હોય એ ઇતિહાસ તો ન જ બનાવી શકે કે ઇતિહાસ એની નોંધ ન લે... ડ્રોઇંગરૂમની શોભા માટે આવા માળાઓનો ઉપયોગ આપણે ટાળવો જોઈએ. આપણી પાસે સજાવટની ચીજોની ક્યાં કમી છે!

આ રમણીય ઘટનાઓમાંથી પસાર થતાં એક બહુ અનોખી વાત ધ્યાન પર આવી. ને હું આફરીન પોકારી ઊઠી, સુગરાના સ્ત્રીદાક્ષિણ્ય પર. માળાનું બાંધકામ ચાલુ હોય ત્યારે અંદર-બહારથી તેનું ચેકિંગ કરવા માદા વારંવાર માળાના એન્ટ્રન્સમાં જઈને બેસે. હવે નરને તેના કામમાં ખલેલ પહોંચાડતી આ વાત બહુ ખૂંચે એટલે ચાંચો મારીને, મીઠો ઝઘડો કરીનેય એ માદાને ઉડાડી મૂકે, પણ દરવાજે બેઠેલી પ્રેગનન્ટ માદાનું મોં આગળ હોય તો જ હો! જો એનું મોં માળાની અંદરની બાજુ હોય તો સુગરો પાછળ ક્યાંય સ્પર્શે પણ નહીં. કકળાટ કરતો માત્ર તેની આસપાસ ઊડે. ન કોઈ ઘરેલું હિંસા કે ન કોઈ ઉગ્રતા. સલામ તેની આ ઊંડી સમજણને. માળો કેમ બનાવવો એ બાબતે બંને વચ્ચે મીઠી રકઝક પણ ચાલે. ક્યારેક એમાં તારસપ્તક એ ભળતાં ઉગ્ર સ્વરૂપ પણ ધારણ કરે. આ દૃશ્યોને હું ગટગટ પી જતી...

વળી, એ પણ જોયું કે જેમ માણસોમાં કોઈ આળસુ હોય ને ઘર અસ્તવ્યસ્ત રાખે તેમ આ સુગરાઓમાં પણ હોય. ઘર આપણી મર્યાદાઓને ઢાંકે છે. અમુક સુગરા કોઈ ચીવટ વિના આડેધડ મોટાં મોટાં તરણાંઓ ગોઠવી ઢંગધડા વિનાનો માળો પણ બનાવતા હોય છે જે જોવો પણ ન ગમે. ઘણા સુગરા તો એવા આળસુ હોય છે કે બીજાના બંધાતા માળામાંથી તરણાં ખેંચીને પોતાના માળામાં ગોઠવી નાખે છે. સીધી દાદાગીરી જ, પણ અમેરિકન લેખક મેસન કૂલી કહે છે કે, 'Art begins in imitation and ends in innovation.' જો કે ક્યારેક કોઈ સુગરી પોતાનો માળો બની ગયા પછી બીજાને માળો બનાવવામાં મદદ પણ કરતી હોય છે. આ બધી વેતરણ વચ્ચે સુગરીની કૉલોનીમાં ધીંગામસ્તી ને ધડબડાટી બોલતી હોય તે જોવાની એક ઓર મજા છે. ગુણવંત શાહના શબ્દોમાં કહું તો 'વિસ્મયચક્ષુ એ જ દિવ્યચક્ષુ'. આવા ઉદાત્ત વિચારોના આનંદ

દ્વારા માણસને મીઠી ખલેલ પહોંચાડતી પ્રકૃતિની આવી અખૂટ હસ્તી રહસ્યમાં વીંટળાયેલી છે એવું કવિ વર્ડ્ઝવર્થ પણ અનુભવે છે. આવી ઊર્ધ્વમૂલ ખલેલ આપણા વિસ્મયને દર્શન ભણી તાણી જાય છે અને અલૌકિક આનંદ દ્વારા તેને ખોલી આપે છે. સુગરીના સરનામે વસતાં સ્મરણો મારી મહામૂલી મિરાત છે. ‘એના આલીશાન બંગલામાં લાખોના ઝુમ્મર ટાંક્યા છે અને કરોડોનું ઇન્ટિરિયર છે’ આવી વાતો કરે ત્યારે હું એટલું જ કહું કે, ‘મેરે ઘર મેં સુગરી હૈ.’

ઉક્તિ

“કામ કરવાવાળો માણસ મરવાના થોડા કલાક પૂર્વે જ વૃદ્ધ થાય છે.”

– ટેનિસન

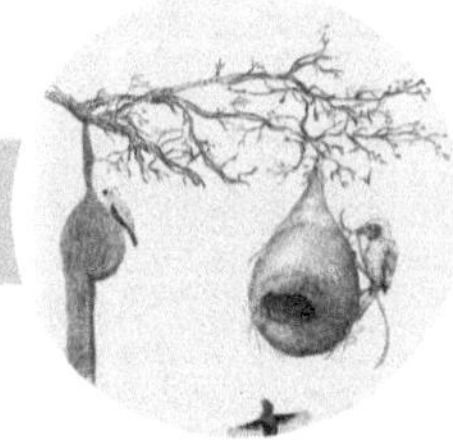

'થોડો બાવળને આવ્યો કંટાળો.
ઑફિસમાં બોલાવી સુઘરીને પૂછ્યું કે,
કેટલોક બાકી છે માળો?
થોડો બાવળને આવ્યો કંટાળો.

સુઘરી કહે કે સાહેબ પોતાનું ઘર છે
કાંઈ બિલ્ડરની જેમ થોડું બાંધીએ?
એક-એક તરણાંની રાખીએ ડિટેલ,
એને જાતમાં પરોવીએ ને સાંધીએ.
વહાલસોયાં બચ્ચાંનો હોય છે સવાલ,
એમાં સહેજે ના ચાલે ગોટાળો...
થોડો બાવળને આવ્યો કંટાળો...

ધોધમાર ધોધમાર વરસે વરસાદ તોય છાંટાની લાગે ના બીક,
ફ્લૅટની દીવાલ અને ધાબાં જોયાં છે! એક ઝાપટામાં થઈ જતાં લીક,
રેતી સિમેન્ટમાં હેત જો ભળે ને, તો જ બનતો આ માળો હૂંફાળો...
થોડો બાવળને આવ્યો કંટાળો...

ક્વૉલિટી માટે તો ધીરજ પણ જોઈએ ને!
બાવળ કહે કે ભાઈ ઓ.કે.,
ચોમાસું માથે છે એટલે કહ્યું જરાક જાવ હવે કોઈ નહીં ટોકે.
ખોટું ના લાગે તો એક વાત કહી દઉં કે –
આ ઊંધા લટકીને જે પ્લાસ્ટર કરો છો,
એમાં થોડીક શરમાય છે આ ડાળો...
થોડો બાવળને આવ્યો કંટાળો...

– કૃષ્ણ દવે

પતંગિયાપર્વમાં રંગોની રમઝટ

જેમ સામાન ઓછો હોય તેમ પ્રવાસ સુલભ બને તેમ જીવનમાં પણ ભાર ઓછો હોય તો હળવાશ આપે છે એવું પતંગિયાપુરાણ કહે છે.

એક માણસ બગીચામાં બેઠો હતો. અચાનક તેણે ઝાડ પર એક કોશેટો જોયો. જેમાંથી પતંગિયું બહાર આવવાની કોશિશ કરતું હતું. પતંગિયું કલાકો સુધી પ્રયત્ન કરતું રહ્યું. માણસને થયું કે તેને બહાર નીકળવામાં મદદ કરવી જોઈએ. આથી તેણે કોશેટાનો થોડો ભાગ તોડી નાખ્યો. જેથી પતંગિયું સરળતાથી બહાર આવી શકે. પતંગિયું બહાર પણ આવ્યું, પરંતુ તે અવિકસિત હતું. પતંગિયાનું શરીર મોટું અને પાંખો નાની અને નાજુક હતી જે એના શરીરને ચોંટેલી હતી. તે પછી ઊડી જ ન શક્યું. બિચારા આ બેડોળ પતંગિયાને એની બાકીની જિંદગી એક ઇયળની માફક મોટા શરીર પર ચોંટેલી નાજુક પાંખો સાથે માત્ર આજુબાજુ મંદ ગતિએ ચાલવામાં પૂરી કરવી પડી. પેલો અજ્ઞાની માણસ જાણતો જ ન હતો કે એક ઇયળમાંથી પતંગિયાનું સર્જન થવાની કુદરતની અજબ પ્રક્રિયામાં એણે બિનજરૂરી હસ્તક્ષેપ કર્યો હતો. એ સમજી જ ન શક્યો કે કોશેટાની એ ઇયળનો સંઘર્ષ પતંગિયાના જીવનનો અનિવાર્ય તબક્કો હતો. પૂર્ણ વિકસિત શરીર પામવા માટેની એ એક અગત્યની પ્રક્રિયા હતી. દયા કરવાના વ્હેમમાં પેલા માણસે પતંગિયાની અતિ અગત્યની સંઘર્ષપ્રક્રિયા જ ખતમ કરી નાખી.

આ વાત માણસને પણ એટલી જ લાગુ પડે છે. સંઘર્ષથી તેનામાં રહેલી નિહિત તાકાત બહાર આવે છે. એની અંદર રહેલું સત્ત્વ પ્રગટ થાય છે. ચંદ્રકાન્ત બક્ષી કહે છે કે, 'ઘણીવાર બહુ સુખી પરિવારો એમનાં સંતાનનું બાળપણ ચોરી લે છે. મહાનગરમાં રહેતા પૈસાદારના આઠમે માળે જીવતાં બાળકોનું બાળપણ ગરીબ હોય છે.' બાળકો આ પતંગિયા જેવાં જ છે. તેમના જીવનમાં આવેલા સંઘર્ષને જુઓ, નોંધ લ્યો,

પણ એના સંઘર્ષને ખતમ ન કરો. નહીં તો તમારા બાળકોની પરિસ્થિતિ સામે લડવાની કે સંઘર્ષ કરી સફળ થવાની કે જીતવાની ક્ષમતા જ ખતમ થઈ જશે. એવો પાંગળો વિકાસ બાળકને મનથી પંગુ જ બનાવશે. મુશ્કેલીઓનો સામનો કર્યા વિના શોર્ટકટથી આગળ વધવાની ઇચ્છાથી જિંદગી એની પાકટતા ગુમાવે છે.

હરીન્દ્ર દવેએ તો પતંગિયાને ખોળે જ લીધું લાગે છે. એટલે જ તેઓ કહે છે કે, 'મારા પડછાયામાં પતંગિયું સૂતું છે: હવે બળતા સૂરજથી કેમ કરીને ભાગું?' કોઈ રોમાંચક ઘટના બને ત્યારે પેટમાં પતંગિયાં ઊડતાં હોય તેવો અનુભવ ઘણાએ કર્યો હશે. પ્રાચીન ગ્રીક લોકો અનુસાર, બટરફ્લાય એ એક આત્મા છે જે અંતિમસંસ્કાર વખતે દેહમાંથી બહાર નીકળી જાય છે. હરઘડી આપણી રખેવાળી કરતા ઈશ્વરની પ્રતીક્ષા કરતાં આપણે થાકીને અથરા ન થઈએ એ માટે કવિ ઉદયન ઠક્કર અદ્ભુત આશ્વાસન આપે છે!

'હા, એ કહેતા તો હતા કે
વાડીનું રખવાળું કરવા ટાંકણે આવી જઈશ,
એક-એક પતંગિયાની પાંખમાં રંગોળી
પૂરતાં વાર તો લાગે જ ને!'

સામાન્ય રીતે પતંગિયું એટલે એક રંગબેરંગી, ઉડાઉડ કરતો નાનકડો જીવ, પણ એક અંદાજ પ્રમાણે પતંગિયાંના ૨૮,૦૦૦ જેટલા પ્રકાર છે. ફૂલોની આજુબાજુ જ તેમનું જીવન પસાર થાય છે. હા, એ ફૂલો આગળ ફૂલેફાલે છે. ફૂલોના રસને ચૂસીને તેઓ પોષણ મેળવતા હોય છે. તે ઘન પદાર્થ ખાઈ શકતા નથી. એન્ટાર્ટિકા સિવાય દરેક ખંડ પર પતંગિયા જોવા મળે છે. પતંગિયું ઈંડાં તરીકે જન્મે છે, ઈંડાંમાંથી લાર્વા, લાર્વામાંથી ઇયળ અને ઇયળ ઉપર કોશેટો બને છે. જેને તોડીને પતંગિયું બહાર આવે છે. આમ, ચાર તબક્કાનું તેનું જીવન છે એ પછીનું જીવન એ ઘણું કરીને ચાર દિશામાં ઊડવામાં પસાર કરે છે. જો કે પતંગિયાની દિશા અને દશા ફૂલો પર આધારિત છે. અમેરિકન એક્ટર અને લેખક જ્યોર્જ કાર્લીન કહે છે કે, 'સખત મહેનત ઇયળ કરે છે અને પબ્લિસિટી

પતંગિયાને મળે છે!' યાદ એ રાખવાનું છે કે આપણે જે પળને જીવનનો અંત માનીએ છીએ એ ખરેખર આરંભ પણ હોઈ શકે. માણસ જો સંઘર્ષ અને બદલાવને હોંશેથી સ્વીકારે તો ચોક્કસપણે જીવનના સૌંદર્યને પામે. પતંગિયા અનેક વિષમતાઓની વચ્ચે પણ જીવનનો આવિષ્કાર કરે છે. દરેક જાતના પતંગિયાની માદા ચોક્કસ જાતના ફૂલ કે પાન ઉપર જ ઈંડાં મૂકે છે. નર પતંગિયાની સંખ્યા માદા પતંગિયા કરતાં વધારે છે. તે છતાં પતંગિયાનો પ્રદેશ પુરુષપ્રધાન નથી. તેઓ વિવિધતાના વેશમાં સમાનતાનો સંદેશ આપે છે. માદા આશરે ૪૦૦ ઈંડાં મૂકે છે. તેનાં ઈંડાંનો રંગ પીળો, નારંગી અને લીલો હોય છે. તેઓ જન્મજાત રંગીન હોય છે. સુગંધ અને શમા પર ફના થનાર પતંગો બીજા અર્થમાં પણ રંગીન હોય છે. તેને ચાર પાંખો હોય છે. ચાર પાંખ આઠ પ્રહર ઊડવા માટે ઉત્સુક હોય છે. આળસ એનાથી જોજનો દૂર રહે છે. ફૂલો પર ઊડતાં રંગબેરંગી સુંદર પતંગિયાં ઝેરી પણ હોય એ જાણી આશ્ચર્ય થાય.

પતંગિયાની કીટ વર્ગ જાતિના લગભગ બધે જ જોવા મળતા જીવ છે. પરંતુ ઑસ્ટ્રેલિયા, મેલાનેશિયા, માઇક્રોનેશિયા અને પોલિનેશિયાને સાંકળી લેતા ભૌગોલિક પ્રદેશ ઓશનિયામાં આવેલા પપુઆ ન્યૂ ગિયાનાના જંગલમાં જોવા મળતાં 'ક્વિન ઍલેકઝાન્ડ્રા બર્ડ વિંગ' બટર ફ્લાય ઝેરી હોય છે અને સૌથી મોટા કદના છે. એક ફૂટની પાંખ ધરાવતા પક્ષી જેવાં મોટાં આ પતંગિયાં પક્ષી જ લાગે છે. તેની પાંખો લીલા રંગની હોય છે જેના પર કથ્થાઈ ટપકાં હોય છે અને જીભ લાંબી ભૂંગળી જેવી હોય છે. નર પતંગિયાં નાના કદના અને તેજસ્વી રંગનાં હોય છે. આ પતંગિયા ઝેરી વનસ્પતિના ફૂલોમાંથી રસ ચૂસે છે. ઈ.સ. ૧૮૪૪માં 'ક્વિન ઍલેકઝાન્ડ્રા' નામ તેમને બ્રિટનના મહારાણીના નામ ઉપરથી મળેલું. એ ભલે પક્ષી જેવા હોય, પરંતુ અન્ય પતંગિયાની જેમ એ પણ ઈંડાંમાંથી ઇયળ અને કોશેટો બન્યા પછી જ પતંગિયા તરીકે અવતરે છે. તેનો કોશેટો આપણા અંગૂઠા જેવો મોટો હોય છે.

પતંગિયાનું જીવનચક્ર ૨થી ૪ અઠવાડિયાંનું છે, પરંતુ કેટલીક જાતિઓ ૯ મહિના સુધી જીવંત રહે છે. તેમની સ્વાદ પારખવાની શક્તિ તેમના

પગમાં હોય છે. તે સાંભળી શકતાં નથી, પરંતુ હવાના કંપનથી બધું અનુભવે છે. પતંગિયાની આંખમાં ૬,૦૦૦ લેન્સ છે જેની મદદથી તે અલ્ટ્રાવાયોલેટ કિરણોને જોઈ શકે છે. ઓરેન્જ કલરના કાળી ડિઝાઇનવાળા મોનાર્ક નામના પતંગિયા હજારો કિલોમીટરનો પ્રવાસ કરે છે. જીવનમાં આયુષ્યનું મહત્ત્વ નથી, પણ કેવું જીવો છો એનું મૂલ્ય છે. જગતની અનેક મહાન હસ્તીઓએ નાની ઉંમરમાં ઉત્તમ પ્રદાન આપી આ જગતને અલવિદા કહ્યું છે.

પૃથ્વી પરની ઇકોસિસ્ટમમાં નાનામાં નાના જીવનું પણ અત્યંત મહત્ત્વપૂર્ણ સ્થાન છે. કોસમોસના નિરંતર ચાલતા લયમાં એક નાનકડું મચ્છર પણ નાશ પામે તો એ લય ખોરવાય છે. ૧૮૫૯માં ડાર્વિનનું પુસ્તક 'ઑન ધ ઓરિજિન ઑફ સ્પિસિસ'માં જુદી જુદી જીવ-વનસ્પતિઓની ઉદ્ભવગાથા આલેખાયેલી છે. આ જ વિષય પર સંશોધન કરી રહેલા બ્રિટિશ વિજ્ઞાની આલ્ફ્રેડ વાલેસનું કામ ડાર્વિન જેટલું જ નોંધપાત્ર હતું. એકવાર આલ્ફ્રેડ અને પ્રકૃતિવિદ હેનરી બેટ્સ એમેઝોનનાં જંગલો ખૂંદવા નીકળી પડ્યા. પ્રકૃતિની સાથે જીવજંતુઓનો અભ્યાસ પણ કર્યો. ચાર વર્ષ સુધી ચાલેલા સંશોધનના નમૂના લઈ બ્રિટન પરત આવવા જહાજમાં બેઠા. અચાનક જ જહાજના ભંડાકિયામાં આગ લાગી. જેમાં એમેઝોનમાંથી લીધેલા વિવિધ જીવજંતુ અને વનસ્પતિઓના મોટાભાગના નમૂનાઓ નાશ પામ્યા. જ્યારે સળગતા જહાજમાંથી બચાવકાર્ય ચાલતું હતું ત્યારે એક કર્મચારીએ આલ્ફ્રેડને કહ્યું કે, 'તમે ઊતરી જાઓ.' ત્યારે એણે જવાબ આપ્યો કે, 'મારા જીવજંતુના નમૂનાઓને મારી પહેલાં બચાવો.' પોતાના જીવ કરતા પણ નાના જીવજંતુઓની એમને વધુ પરવા હતી.

પ્રકૃતિપ્રેમી અને નિષ્ઠાવાન ફોરેસ્ટ ઑફિસર રુચિ દવેએ પતંગિયા ઉપર ગહન અભ્યાસ કરેલો છે. ખંતપૂર્વક અવિરત કામ કરતાં રુચિબહેન પતંગિયાના સંવર્ધન અને સંરક્ષણ માટે ઉત્તમ કામ કરે છે અને નોખા-અનોખા પ્રોજેક્ટ્સ પણ કરે છે. તેઓ જ્યારે તળાજા નવકારમંત્ર ગર્લ્સ હાઈસ્કૂલમાં શિક્ષિકા હતાં ત્યારથી વિદ્યાર્થીઓને પતંગિયાઉછેર શીખવતાં. તેમનો પતંગિયાઉછેરની વિસ્તૃત સમજણ આપતો એક પ્રયોગ રાજ્યકક્ષાએ પણ

પસંદગી પામેલો. તેમના નેજા હેઠળ તૈયાર થયેલ પુસ્તક 'અ પિક્ટોરિયલ ગાઇડ ટુ બટરફ્લાઇઝ ઑફ કોઈમ્બતૂર' પતંગિયાપ્રેમીઓ માટે ખૂબ ઉપયોગી નીવડે તેમ છે જે મિનિસ્ટ્રી ઑફ એન્વાયરમેન્ટ ઍન્ડ ક્લાઇમેટ ચેન્જ, દિલ્હી દ્વારા પ્રકાશિત કરવામાં આવી છે, જેમાં ભારતમાં જોવા મળતા સામાન્ય પતંગિયાઓને પણ આવરી લેવાયા છે. તેમણે કેટલાંક પતંગિયા પર સંશોધન પેપર પણ લખ્યા છે. કેવડિયા SOU ખાતેના બટરફ્લાય ગાર્ડન અને ૨૦૧૯ના માનનીય વડાપ્રધાન નરેન્દ્ર મોદીના હાથે પતંગિયાં રિલિઝ કરાવવાના પ્રોજેક્ટની ટીમના રુચિબહેન સદસ્ય રહ્યા છે. ખાસ પતંગિયાને અનુરૂપ વાતાવરણ ધરાવતો આ પાર્ક ગુજરાત વનવિભાગ દ્વારા પાંચ એકરમાં વિકસાવવામાં આવ્યો છે. કહેવાય છે કે આવા પ્લાન્ટ્સ પતંગિયા માટે ડેઝર્ટ સમાન છે. લૉકડાઉન દરમિયાન રાષ્ટ્રીય પક્ષી અને ફૂલની જેમ સરકારને રાષ્ટ્રીય બટરફ્લાય પસંદ કરવાનો વિચાર આવ્યો. સપ્ટે. ૨૦૨૦માં ભારતમાં પ્રથમવાર એવું બન્યું કે રાષ્ટ્રીય પતંગિયાની પસંદગી માટે ઑનલાઇન વૉટિંગ કરાવવામાં આવ્યું. પતંગિયાની અમુક પ્રજાતિને ચૂંટણી માટે અલગ તારવવામાં આવ્યા. આ માટે દેશભરમાંથી ડેટા એકત્રિત કર્યા પછી, બટરફ્લાય નિષ્ણાતોની ટીમે આંતરિક મતદાન દ્વારા સાત પતંગિયાઓની અંતિમ સૂચિ તૈયાર કરી. તેમાં એ ધ્યાનમાં રાખવામાં આવ્યું કે એ પ્રજાતિ ન તો દુર્લભ હોય અને ન તો સામાન્ય.

ફૂલની બે પાંખડી જેટલું જ વજન ધરાવતું પતંગિયું વાતાવરણને રંગીન બનાવે છે. જેમ સામાન ઓછો હોય તેમ પ્રવાસ સુલભ બને તેમ જીવનમાં પણ ભાર જેમ ઓછો હોય તેમ એ હળવાશ આપે છે એવું પતંગિયાપુરાણ કહે છે. ટાગોરે પતંગિયાને ઊડતું ફૂલ કહ્યું છે અને ફૂલને ડાળ પર ઝૂલતું પતંગિયું. જો કે તમારામાં સૌદર્યદૃષ્ટિ હોય તો તમને લાગશે કે પતંગિયા સ્વયં સંચાલિત ફૂલો જ છે. દાહોદની એક શાળામાં 'પતંગિયાપર્વ' શીર્ષક હેઠળ ભૂલકાંઓનો સુંદર વાર્ષિકોત્સવ યોજાયો હતો. મનમોહક પતંગિયાં માત્ર બાળકોને નહીં, પરંતુ નાના-મોટા સૌને આકર્ષે છે. કોઈ કવિ એવો નહીં હોય જેની કલમને પતંગિયું ન સ્પર્શ્યું હોય. હાયકુના પિતામહ સ્નેહરશ્મિની પંક્તિઓ મંત્ર જેવી છે. 'પતંગિયું ત્યાં/થયું અલોપ,

શૂન્ય/ગયું રંગાઈ.' માણસ જ્યારે સમય ન હોવાના બહાના હેઠળ પોતાની નબળાઈઓ કે નિષ્ક્રિયતાને ઢાંકે છે ત્યારે રવીન્દ્રનાથ ટાગોર કહે છે કે, 'The butterfly counts not months but moments, and has time enough.' પતંગિયાનું આયુષ્ય બહુ લાંબું હોતું નથી, તોય એને સમયના પ્રશ્નો નડતા નથી. એ દરેક ક્ષણનો ઉત્સવ કરે છે.

પ્રકૃતિનું ચૈતન્ય જ્યારે આપણા ભીતરને સ્પર્શે છે ત્યારે આપણું હૃદય પોતે જ પતંગિયું બની જાય છે. મન મેઘધનુષી રંગો હાથવેંતમાં હોવાનો આહ્‌લાદક અહેસાસ આપે છે. પછી દરેક પળ રંગોની રજાઈ ઓઢે છે અને સોનેરી સમયનો તાકો ખૂલે છે... ઈશ્વરે માણસને કરેલા ચુંબન જેવા આ પતંગિયાઓની પાંખો પર લખેલો સંદેશ રોજ આપણી સામે હોય છે. એ શ્વાસોમાં જીવન ભરીને ધબકવાનું ઇજન આપે છે. બસ, એને ઉકેલવાની જરૂર છે. ઉપર ઊડતાં પતંગિયા આભમાં પથરાયેલી ફૂલોની પાંખડીઓ જેવા છે. પતંગિયા ઊડવા માટે પાંખો ફેલાવી જીવનની આનંદયાત્રામાં જોડાય છે એ જોઈને હું પણ મારી બાંહો ફેલાવીને જીવનને બાથમાં લઉં છું. ભૌતિક સુખની પાછળ સતત દોડતા માનવીને કોણ સમજાવે કે ખભા પર બેઠેલી પતંગિયા જેવી સુખની ક્ષણો તો ને તો જ હાથમાં આવશે જો માણસ જરા થોભીને આજુબાજુ નીરખશે, અનુભવશે. દોડતા માણસના ખભા પરથી તો સુખનું પતંગિયું ઊડી જ જવાનું. ઑસ્ટ્રેલિયામાં જન્મેલા વિચારશીલ લેખિકા નિક્કી રો ખૂબ સરસ વાત કહે છે કે, 'A girl should be like a butterfly. Pretty to see, hard to catch.' આ પૃથ્વી આમ તો એક કોશેટો જ છે જેના પર જન્મીને આપણે સર્જનાત્મક પાંખો ફેલાવી આપણા વ્યક્તિત્વના અવનવા રંગો નિખારવાના હોય છે.

ઇતિ

"દરેક સમજુ માણસ પોતાની ભૂલોને અનુભવનું નામ આપી દે છે."

— ઓસ્કાર વાઇલ્ડ

ફૂલડાંને ઊડવા આકાશ!
પાંખ વિના પૂરે શે આશ?

મેઘધનુષી પાંખોવાળા
પતંગિયાને ભાળી પાસ;
ચંબેલી મલકતી પૂછે,
'એક જ મારી પૂરશો આશ?

મારો દેહ, તમારી પાંખ -
એક બનીને ઊડશું આભ?'

ચંબેલીનો દેહ રૂડો, ને
પતંગિયાની પાંખ ધરી,
અવની, આભ, અનંતે ઊડે,
મલકંતી મહેકતી પરી.
પતંગિયું ને ચંબેલી!
એક થયા ને બની પરી!

— કૃષ્ણલાલ શ્રીધરાણી

સજ સિંગાર રિતુ આઈ બસંતી

આ સમયે બોરસલ્લીની બજાર ધમધમે છે અને
સુગંધનો સેન્સેક્સ આકાશને આંબે છે.

વસંત તણા ગુણગહ્યા મહમહ્યા સવિ સહકાર,
ત્રિભુવનિ જયજયકાર પિકા રવ કરઈં અપાર.

મધ્યકાળમાં અજ્ઞાત કવિ દ્વારા રચાયેલ 'વસંતવિલાસ' ગુજરાતી ભાષાનો ગરવો ગુલમહોર છે અને એનો આ દુલારો દુહો છે. વસંતનો વૈભવ અત્ર-તત્ર સર્વત્ર પથરાયેલો છે. આમ્રવૃક્ષો મઘમઘે છે. કોયલના બેસુમાર મીઠામધુરા ટહુકા ત્રિભુવનમાં વસંતનો જયકાર કરી રહ્યા છે. જેની ડાળીએ ડાળી પ્રેમીઓ માટે કોણાર્કની કમનીય કથા છે. પાન પાન પર પ્રણયના શ્લોકો ગૂંથાયેલા છે. પ્રકૃતિની કેલી દર્શાવતો શૃંગારરસ અહીં પ્રધાન છે. પ્રેમના કલાત્મક રૂપને અને પ્રણયની પરંપરા જાણવા દરેક સહૃદયી ભાવકે 'વસંતવિલાસ' વાંચવું જ રહ્યું. ઋતુના ઉદ્દીપનથી પ્રગલ્ભ પ્રણયનો આવિષ્કાર થાય છે. મલયસમીરથી મનની ધજા ફરફરવા લાગે છે. અહીં ઉલ્લાસમાં ઝબકોળાયેલી ક્ષણો મળશે. વસંતમાં ચિત્તહર ચાંદની વિરહીજનો માટે દાહક બની જાય છે. વસંતમાં વહાલ અને વહાલમાં વસંત વિસ્તરવા લાગે છે. ઝાડ ઉપર ઝૂલતા દરેક ફૂલ પર હૃદય પાંખો પહેરીને પહોંચી જાય છે.

ભારત એકમાત્ર દેશ છે કે જ્યાં પ્રકૃતિનો ઉત્સવ થાય છે. ફૂલ ફૂટે તોય ઘરે લાપસીના આંધણ મૂકાતાં હોય છે. અહીં પીપળાનું પૂજન થાય છે અને બિલ્વપત્રનું અર્ચન થાય છે. પ્રકૃતિનું પારણું ઝુલાવવાની પરંપરા ઋગ્વેદ જેટલી પ્રાચીન છે. રામાયણમાં પણ સંત સાથે વસંતનો મહિમાગાન થયો છે. મધ્યકાળમાં ફાગુકાવ્યો દ્વારા પ્રકૃતિની પડછે પ્રેમીઓની રંગરમણાનું આબેહૂબ આલેખન થતું હતું. વસંતની એન્ટ્રી થાય એટલે વનશ્રી વાસંતી વાઘા સજે છે. પુષ્પોનો પમરાટ, કોયલનું કૂહુ અને ભ્રમરની ભાવભંગિમા સૃષ્ટિને પરિપ્લાવિત કરે છે. વસંતમાં પથ્થર પણ અત્તર થઈ જાય છે.

હાડ થીજાવતી ઠંડી ગુલાબી ઠંડીમાં પરાવર્તિત થાય ત્યારે પ્રકૃતિને ગમતીલો વળાંક મળે છે. હૂંફાળી હુશ્નપરી જેવી વસંતઋતુ ઋતુચક્રના પરિવર્તનની આલબેલ પોકારે છે અને પ્રકૃતિની લીલાના સહજ શૃંગારને છેડે છે. શિશિર ઋતુ પછી આવતી વસંત તો ઋતુઓની રાણી નહીં, પણ મહારાણી છે. વસંતપંચમીનું આ મહાપર્વ બાગીશ્વરી જયંતિના નામથી પણ ઓળખાય છે. જેમાં સરસ્વતીમાતાની વંદના થાય છે. કુદરતની બધી ઋતુઓમાં વસંતનો વૈભવ કંઈક નોખો ઊભરી આવે છે. કવિ પૂજાલાલે લખ્યું છે કે...

'ગઈ અમંગળ વેશ શિશિર શિર કેશ વિનાની જર્જર કાયા,
મંગળ મુખડે મધુર મલપતી વસંત શી સુંદર સોહાય.'

ઉમાશંકર જોશીએ વસંતપંચમી અંગેની કવિતામાં કહ્યું છે કે, 'કોકિલ, પંચમ બોલ બોલો કે પંચમી આવી વસંતની. દખ્ખણના વાયરાનાં આ શાં અડપલાં!' વસંતના આગમન સાથે જ વેલીઓનું વીંટળાવું વધુ વહાલભર્યું થઈ જાય. સત્તરનાં સપનાં અને અઢારનો ઉત્સાહ લઈને ઊછળતો વાયરો વનવિહાર માટે નીકળી પડે છે. આતમના અંતરપટ ખોલીએ ત્યારે સમજાય છે કે સૃષ્ટિ આખીમાં ફૂલોનો દબદબો છે. આપણા મસ્તક પર હરિયાળીનો હાથ સુગંધનો સાફો બાંધે છે. અનંગના ઓવારણાથી રોમાંચિત થઈને વનરાજી ઝૂમી ઊઠે છે. વૃક્ષો યોગી જેવા હોય છે. પળવારમાં બધાં જ પાંદડાં ખેરવી નાખી વસંતને બાથમાં લે છે. સનાતન સત્ય એ પણ છે કે જે ત્યાગે છે એ જ પામે છે. પાનખર પીવે એને જ વાસંતી ઓડકાર આવે છે. વસંતનું સરનામું વૃક્ષ છે. તો ફૂલો એની નેઇમપ્લેટ છે. વસંતમાં ઊગેલો સૂરજ મુલાયમ હોય છે. એ સમયે એની આગ મધુર રાગમાં રૂપાંતરિત થાય છે. સુંવાળો તડકો ત્વચાને તાજગી બક્ષે છે. મહુડાની માયા અને કેસૂડાની કાયાના કેફથી કોઈ બચી શકતું નથી. પ્રકૃતિના નિર્નિમેષ નિરખણમાં જ અસ્તિત્વનો ઉત્સવ છે. મનોજ ખંડેરિયા વસંતની વહાલપ વ્યક્ત કરતાં કહે છે કે...

આ ડાળ ડાળ જાણે કે રસ્તા વસંતના,
ફૂલો એ બીજું કૈં નથી, પગલાં વસંતના.

રમેશ પારેખ તો પ્રકૃતિથી વેગળા જીવતા માણસ પર બહુ ખફા છે અને તેને રોકડું પરખાવતાં કહે છે કે, 'શોધે છે શબ્દકોષમાં જે અર્થ વૃક્ષનો, તેઓ વસંત જેવા સભર હોય તોય શું?' કાળઝાળ ગરમી વચ્ચે પણ ગુલમહોર હસીને વિચારતો રહે છે, 'બે-ચાર દુઃખોથી કે લીંબુઉછાળ પીડાથી માણસ કેમ ભાંગી પડતો હશે?' રાજેન્દ્ર શાહ કહે છે કે, 'ભાઈ રે, આપણા દુઃખનું કેટલું જોર, નાની એવી જાતક વાતનો મચવીએ નહીં શોર?' બે ડાળી વચ્ચેથી ચળાઈને આવતો તડકો 'જોવેબલ' હોય છે અને તેની વચ્ચે રહેલી સુગંધ 'પીવેબલ' હોય છે. લાલરંગી શીમળો નવોઢાની યાદ આપે છે. શીમળાનાં રાતાંચોળ ફૂલો વચ્ચે બેઠેલી કાળી કોયલ પણ એ રતૂમડી આભામાં ખૂબ શોભે છે! આ સમયે બોરસલ્લીની બજાર ધમધમે છે અને સુગંધનો સેન્સેક્સ આકાશને આંબે છે. વસંત પર વહાલ વેરતાં વેરતાં આપણા હાથ જાણે ડાળી બની જાય છે અને નસોને કૂંપળ ફૂટે છે. એ રીતે હોવાપણું વૃક્ષ બનતું જાય છે. લાભશંકર ઠાકરના 'વૃક્ષ' નાટકમાં એક માણસ વૃક્ષ બની જાય છે, પણ વસંતમાં તો માણસે વૃક્ષને જ ઓઢવું જોઈએ, પાથરવું જોઈએ, ખાવું જોઈએ, પીવું જોઈએ. ધરતી પર રંગોળી પૂરવા ઈશ્વર રંગોનો ઉપયોગ નથી કરતો. એ ફૂલો ખીલવે છે. રાજેન્દ્ર શુક્લની ગઝલનો શેર 'અહો, શ્વાસ મધ્યે વસંતો મહોરી, ઊડે રંગ ઊડે ન ક્ષણ એક કોરી.' ...વસંતના આગમન નિમિત્તે આપણે એકબીજાને અર્પણ કરવો જોઈએ કે માણસ પોતાની અંદર જો વસંતને ઉછેરે તો પછી પ્રત્યેક ક્ષણ ધૂળેટી જેવી ઓચ્છવી બની શકે. વસંત એ રંગોત્સવ છે.

તાજા કે સુક્કા ફૂલો આધારિત ઉદ્યોગોને વસંત આવતા જ વેગ મળે છે. ફૂલોની ગોઠવણી દ્વારા બૂકે, બાસ્કેટ અને અન્ય સુશોભન, લૂઝ ફૂલોમાંથી હાર-તોરા, રંગોળી, રિંગ્સ કે ફ્લાવર જ્વેલરી બનાવી શકાય છે. ફૂલોની સુકવણી આધારિત ઉદ્યોગ પણ અનેક છે. ડાગ લાર્સન તો કહે છે કે, 'Spring is when you feel like whistling, even with a shoe full of slush.' વસંતનું આગમન માણસને સંઘર્ષો વચ્ચે પણ હયાતી ઊજવવાનું ઇજન આપે છે. વસંતપંચમીની ઉજવણી ભારતમાં જ નહીં, પણ વિદેશોમાં પણ ધામધૂમથી થાય છે. પીળાં વસ્ત્રો અને પીળા

રંગની વાનગી એ આ ઉજવણીની વિશેષતા છે. કોઈ કોઈ જગ્યાએ આ દિવસે પતંગ પણ ઉડાડવામાં આવે છે. આ દિવસે પ્રાકૃતિક પરિસરમાં સંગીતનો જલસો ગોઠવાય છે, જેમાં વસંતનાં ગીતો ગવાય છે અને સ્ટેજ તથા બેઠકો ફૂલોથી શણગારાય છે.

શ્રીકૃષ્ણે ગીતામાં કહ્યું છે, 'ઋતુઓમાં વસંતઋતુ હું છું.' વસંત એટલે વૃક્ષની સાથે પ્રેમની કૂંપળ ફૂટવાનો ઉત્સવ. સદીઓથી ઋતુરાજ વસંત સાથે શૃંગાર રસ જોડાતો રહ્યો છે. ભક્તકવિ જયદેવે 'ગીતગોવિંદ'માં વસંતને ખૂબ પોંખી છે. વસંત સાથે સહજ શૃંગારને તેમાં છૂટથી વહેતો મેલ્યો છે. ભક્તકવિ નરસિંહ મહેતાના પદોમાં કૃષ્ણને પામવા માટેની ગોપીઓની વિરહલિપ્ત વ્યાકુળતામાં ભક્તિરસની સાથે શૃંગારરસ પણ જોવા મળે છે. સારું છે કે ત્યારે સેન્સરબોર્ડ ન હતું. કવિ કાન્તના ખંડકાવ્ય 'વસંતવિજય'માં વસંતના વર્ણનની અનેક પંક્તિઓ ધારદાર છે.

વસંતે સ્થાપેલું પ્રબલ નિજ સામ્રાજ્ય સઘળે,
નવાં રૂડાં વસ્ત્રો તરુવર ધરે છે સહુ સ્થળે.

આપણો વેલેન્ટાઇન ડે એટલે વસંતઋતુ. આ દિવસે આખી સૃષ્ટિ મનોહર મંડપ બની જાય છે. સ્નેહની શરણાઈ વાગતા હૃદયના ધબકાર ઢોલ બની જાય છે. ચાર આંખ મળે એટલે ચિત્તમાં કંકોત્રી છપાવા લાગે છે. વસંત એટલે વણજોયેલું મુહૂર્ત. 'ઓ સજના બરખા બહાર આઈ, રસકી ફૂહાર લાયી, અખિયોં મેં પ્યાર લાયી' સાથે યુવા હૈયાની લગ્નની લગન પૂર્ણ થાય છે. પ્રસન્નતાનો પર્યાય એટલે વસંતપંચમી.

ધ્રુવ

"આપણી મરજી મુજબ વસ્તુ મળી જાય તો આપણે સંતુષ્ટ થઈએ છીએ. પરંતુ મરજીની વસ્તુ વિના ચલાવી લઈએ તો આપણે વધુ શક્તિશાળી સાબિત થઈએ છીએ."

– જી. મેકડોનાલ્ડ

બધીયે અટકળોનો એવી રીતે અંત મળે,
કોઈ પરબીડિયામાં જે રીતે વસંત મળે.

સવારે બારી ખોલતાં જ થાય છે દર્શન,
મળે ગુલમ્હોર એ અદાથી જાણે સંત મળે.

અમે જે પાનખરોમાં વિખેરી નાંખેલી,
અતૃપ્ત ઝંખનાઓનો ફરીથી તંત મળે.

ગલીગલીમાં ફરી રહી છે મહેંક દિવાની,
અને ગલીઓ બેઉ છેડેથી અનંત મળે.

કરે છે આગેકૂચ પુરબહારમાં ફૂલો,
નશીલી સાંજને કેવો વિજય જ્વલંત મળે!

વહે તો માત્ર ટહુકાઓ વહે કોયલના,
બધા કોલાહલો નગરના નાશવંત મળે.

– હિતેન આનંદપરા

ખોવાયું ચકલીનું ચીં ચીં રે...

'ચીં ચીં' તો જગતનું શ્રેષ્ઠ દ્વિઅક્ષરી કાવ્ય છે
જેનું કર્ણપ્રિય સ્વરાંકન શ્રેષ્ઠ ગીતકાર ગોવિંદે કરેલું છે.

ચકીબેન, પેલા બાળગીતમાં તો ભલેને સૌ ગાય કે, 'તમે આવો તો બેસવાને પાટલો ને સૂવાને ખાટલો આપીશું' પણ હું તો સુપેરે જાણું છું કે તમે આવાં માનપાન કદી નથી માગ્યાં. તમે તો સાવ સરળ... માત્ર ભાવના ભૂખ્યા. જો તમને ઘરના છજા પર કે આંગણામાં, પૉર્ચમાં કે ઓસરીમાં જરા...ક જેટલી જગા મળે, મીઠો આવકાર મળે તો તમે એ ઘરને તમારા ચાર્મિંગ ચીં ચીં થી ભરીને ઘરની જડતામાં જાન જરૂર ફૂંકો... હા, કૃતજ્ઞતા રૂપે જ સ્તો! તો ચકીરાણી, આજે તો થાય છે કે તમારી આસપાસ જ ઊડું 'ને તમારી જ વાતો કરું.

પહેલાંના સમયમાં ઘરના આંગણે કે કોઈ ચોકમાં જોવા મળતા ચબૂતરા આજે કેમ દેખાતા નથી? ચબૂતરા કે આંગણામાં પંખીઓનો મેળો જામે ત્યારે સાથે તેમની દાદાગીરી, તેમનું કેટવોક, તેમનું સમૂહગાન કે પ્રિયપાત્ર સાથે થતાં નખરાં પણ સુપેરે જોવા મળે. ચબૂતરામાં જો દાણા ન નાખ્યા હોય તો આપણા ઘરની શાંતિને ચકલી, કાબર કે પોપટ હરી લે એવી પૂરી શક્યતા! ચકીબેનનું એ ચીં ચીં આપણો દિવસ આખાનો થાક પણ હરી લે. ક્યારેક તો આપણને બાળપણમાંય ખેંચી જાય. હૉસ્પિટલનાં બિલ ઓછાં કરવા હોય તો માણસે કુદરતની વધુ નજીક જઈને પંખીઓના ગાન અને ટહુકાઓને ગજવે કરી કાનને પવિત્ર કરવા જોઈએ. ચકલીનું ચીં ચીં સાંભળી જો આભ ઈર્શાદ કહેતું હોય તો ચાલો, આપણે પણ દાદનો દરબાર સજાવીએ. પેલા બાળગીતની જેમ બાગમાં નિશાળ બાંધીએ તો ઘણાં પંખીઓ ભણવા આવી શકે.

આપણાં આ ચપળ ચકીબેન આમ તો માણસવલ્લા હો! તાર પર કપડાં સૂકવીએ ત્યારે પણ જો તાર પર અડ્ડો જમાવ્યો હોય તો ચાર ઇંચ ડાબે ખસે... છ ઇંચ જમણે... લગરીક આમતેમ ઊડે, પણ મેદાન

છોડીને જાય એ બીજા... પૂરી દાદાગીરીથી તાર પરનો પોતાનો હક્ક સાબિત કરે. માળાની આસપાસ ઊડે ને બોડી બિલ્ડરની જેમ દેહ ફુલાવી રોફ મારે. માણસે રોજ રોજ સામે દેખાતી ચકલીને નગણ્ય માની લીધી – took it for granted! પણ હે માનવ, આવી નિર્દોષ ચકલી માટે પણ 'અતિ પરિચયાત્ અવજ્ઞા ભવેત્'? ન ચાલે યાર, પૃથ્વી પરના જીવનચક્ર-ઇકોસિસ્ટમ માટે કોઈ ઝીણકુડું જીવ-જંતુ કે પશુપક્ષી પણ દરેક પ્રાણીના નિભાવ માટે અત્યંત જરૂરી છે. આજે સ્વાર્થી માણસ આંખ આડા કાન કરી મીડિયામાં રમમાણ છે ત્યારે પર્યાવરણના નાશથી સર્જાયેલું ડરામણું વાસ્તવ માણસને કોરોનાકાળ પછી પણ દેખાતું નથી. નાનકડી ચકલીને સમજાતું નથી કે એ મદદ માટે કેવી રીતે હુંકાર કરે, ગૂગલનાં દ્વાર કેમ ખખડાવે. ચાંચમાં તરણું લઈ, ઘાંઘી બનેલી ચકલી વૃક્ષોના લીલુડાં લાડ શોધે છે. થાકેલી ચકલીના કંઠેથી રાડ પણ નીકળી શકતી નથી. વૉટ્સએપની વાતુડી વાડમાં એ કણસે છે. વાતાવરણને ભરી દેતું એનું મીઠું ચકચક માણસના કાનને કચકચ લાગ્યું, ખલેલ પહોચાડનારું લાગ્યું પણ ચકલીનું આ 'ચીં ચીં' તો જગતનું શ્રેષ્ઠ દ્વિઅક્ષરી કાવ્ય છે જેનું કર્ણપ્રિય સ્વરાંકન શ્રેષ્ઠ ગીતકાર ગોવિંદે (કૃષ્ણએ સ્તો!) કરેલું છે. સવારે સાંભળીએ તો આ એમાં રાગ તોડી, બપોરે રાગ ભીમપલાસી અને સાંજે રાગ મધુવંતીની છાયા કળાશે.

બગીચામાં ચકલીબાઈનો માળો તો ક્યાંય દૂર હોય, પણ જો બિલ્લીબાઈ પ્રવેશ કરે તો રાડારાડી ને દેકીરો કરતાં ચકીબેન તમને ઘર બહાર નીકળવા મજબૂર કરે... જાણે કહેતા હોય કે 'હેલ્પ હેલ્પ...' જો કે બિન્દાસ બિલ્લીબાઈ પણ ગભરાયા વિના ઇત્મિનાનથી આંટા મારે જાણે બાપીકું ઘર ને વાત પણ વિચારવા જેવી કે આપણું ઘર માત્ર ને માત્ર આપણું કેવી રીતે હોઈ શકે? એમાં તો કીડી-મકોડા, માખી-મચ્છર, ગરોળી કે બિલ્લી જેવા આપણા ઈશ્વરદત્ત વાલીડાઓનો વણલખ્યો હક્ક કબૂલ રાખવો પડે. મણિલાલ હ. પટેલ 'ચકલી તો મારી લાગણીનું નામ છે' નિબંધમાં લખે છે, 'ગામડાગામમાં તો ચકલીઓ ઘરનાં મનેખ જેમ ઘરની પાક્કી હક્કદાર. ચોખા-ખીચડીમાં એમનો હક્ક પહેલો.'

પક્ષીઓ આપણા સફાઈ કામદારો છે. પર્યાવરણને સ્વચ્છ રાખવામાં, ખેતીમાં નુકસાનકારક જીવાતોની સફાઈ કરવામાં એમનો ઘણો મોટો ફાળો છે. એકાદ વર્ષ પહેલાં જ મીડિયામાં સમાચાર હતા કે ૧૯૫૮માં ચીનના કૉમ્યુનિસ્ટ પાર્ટીના ચૅરમૅન માઓ ઝીડોંગે ચીનના આર્થિક વિકાસ તેમજ લોકોની જીવનશૈલી સુધારવા માટે કેટલાંક અભિયાન હાથ ધર્યા હતાં. તેમાંનું એક ચકલીઓને ચીનમાંથી નાબૂદ કરવાનું હતું. તેમાં લાખોની સંખ્યામાં ચકલીઓને મારવામાં આવી હતી. પરંતુ તેના બીજા જ વર્ષે ખેતરોમાં જીવાતની સંખ્યા વધતાં પાકનો નાશ થવા લાગ્યો. પાક ન ઊગતા આર્થિક અરાજકતા સાથે દુષ્કાળ પડ્યો જેથી ત્રણ વર્ષમાં લાખો લોકો મોતને ભેટ્યા હતા. મોટા પ્રમાણમાં થઈ રહેલી જાનહાનિને અટકાવવા માઓએ છેલ્લે ચકલીને મારવાનો આદેશ પાછો ખેંચીને ચકલીને પરત લાવવા માટેના પ્રયત્નો શરૂ કર્યા હતા. એ વખતે મૃત્યુ પામેલી ચકલીઓના દુભાયેલા જીવમાંથી જ કોરોના વાયરસનો શ્રાપ ફૂટ્યો હશે એમ લાગે છે.

ચકલીની આજુબાજુ ઘણી વાયકા કે કહેવત પણ વણાયેલાં છે. એક વાયકા એવી છે કે ચકલી ધૂળમાં ન્હાય ત્યારે ચોમાસું નજીક હોય. કોઈ નાનું બાળક હોમવર્ક કે બીજી કોઈ વાતનું વધુ ટેન્શન રાખે તો આપણે કહીએ છીએ કે 'ચકલી નાની ને ફડકો મોટો'. પરિવારની વહાલી દીકરી માટે આપણે લાડમાં 'ચકલી' શબ્દ વાપરીએ છીએ. સાસરે જતી દીકરી માટે ગીતોમાં 'ચરકલડી' જેવો વહાલસોયો શબ્દ પણ વપરાયેલો જોવા મળે છે. જે સમય આવતા પિયરથી દૂર ઊડી જાય છે. મોર પંખીઓમાં સૌથી સુંદર ગણાય છે. તેની કલગીથી એ ખૂબ શોભે છે. એ ચાલે ત્યારે એનો ઠસ્સો જોવા જેવો હોય. કળા કરે ત્યારે એની સુંદરતા ઓર નિખરે છે. આટલી સુંદરતા હોવા છતાં આપણે 'જહાં ડાલ ડાલ પર સોને કી ચીડિયાં કરતી હૈ બસેરા' જેવા ગૌરવપૂર્ણ શબ્દોથી ભારતની ઓળખ આપીએ છીએ 'ડાલ ડાલ પર સોને કા મોર...' એવું નથી કહેતા.

દર્પણનું સત્ય ન જાણતી નાનકડી ભોળુડી ચકલીને અરીસામાં

દેખાતા પોતાના જ પ્રતિબિંબ સાથે ઝઘડો વહોરી લેતી તો સૌએ જોઈ હશે. નાના હોઈએ ત્યારે થોડીવાર તો વિસ્મયથી એની એ નાદાન ક્રિયાને જોયા કરતા, પણ થોડીવાર પછી એની ચાંચ દુખવાની કે બટકવાની ચિંતામાં અરીસા આડે કોઈ ટુવાલ કે નેપકીન ઢાંકી દેતા એવુંય યાદ આવે. હલકીફૂલ ચકલી મોર માટે દિલગીરી અનુભવતી હશે કે બિચારા મોરને કેટલા વજનદાર અને લાંબાં પીંછાંનો ભાર ઉપાડવો પડે છે! સાહિત્યની બધી વિધાઓમાં ચકલી દેખા દે છે. 'ખોવાયું ચકલીનું ચીં ચીં રે. બેઠા સૌ આંખોને મીંચી રે' આ શબ્દોના મર્મને નહીં સમજીએ તો કોઈ દધીચિ ઋષિ પણ પૃથ્વીને વિનાશથી નહીં બચાવી શકે. જે ફળિયામાં 'ચીં ચીં'નું ચોમાસું સર્વોપરી સત્તા ભોગવતું હોય ત્યાં દુઃખનો દુષ્કાળ કદી ન ફરકી શકે. એટલે જ રમેશ પારેખ 'રાજા રાજા' થતાં એ સુખને આમ વર્ણવે છે...

'તારો વૈભવ રંગમોલ સોનું ને ચાકર ધાડું,
મારે ફળિયે ચકલી બેસે તે મારું રજવાડું.'

ફળિયે ચકલી બેસે ને રાજાપાઠમાં આવી જતાં ગીતોના આ રાજવી કવિ રમેશ પારેખના એક બાળકાવ્યસંગ્રહનું તો નામ જ 'ચીં' છે. પંખીનો કલરવ સાવ નાનાં બાળકોને પણ કેવો લાગે એવું અહીં કવિ પ્રતીત કરાવે છે. તેના 'કચ કચ' કાવ્યમાં ચકા-ચકીની રકઝકમાંથી સુંદર રમૂજ પ્રગટે છે. એના 'ઉજાણી' કાવ્યમાં 'ચકલી બોલે ચીં ચીં ચીં, ઉજાણી કરીએ જી જી જી'ની રવાનુગતિ બાળકની આંખમાં ખુશીની ચમક લાવે છે. ચકલી શબ્દ બોલીએ ને તરત 'ફર્રર્રર....' રવ કાનમાં સંભળાય જે ચકલીને 'ફરકલડી' કહેવા પ્રેરે. બાળક ચકલીબાઈને 'ચીં'ના નામથી જ ઓળખે છે.

મોબાઇલ ફોન અને તેના ટાવરોમાંથી નીકળનારા ભયજનક electromagnetic field emissions પર્યાવરણ, મનુષ્યો અને પ્રાણીઓ માટે ખતરનાક છે. ચકલીની દિશા શોધવાની આંતરસૂઝને આ તરંગો પ્રભાવિત કરી રહ્યાં છે જેની એના પ્રજનન પર પણ વિપરીત અસર પડી રહી છે, તેથી ચકલીઓ ઝડપથી વિલુપ્ત થઈ રહી છે. રજનીકાંત

અને અક્ષય કુમાર સ્ટારર ફિલ્મ '2.0'માં દેખાડવામાં આવ્યું છે કે, મોબાઇલ સર્વિસ અને ટાવર પર્યાવરણ પર ખરાબ અસર પાડી રહ્યું છે. ચકલી માઇગ્રેટરી બર્ડ નથી. એ મોટેભાગે કસબાઓ, ગામડાંઓ અને ખેતરોની આસપાસ જોવા મળે છે. ચકલીને ખોરાક તરીકે જીવાત ઉપરાંત ઘાસનાં બીજ ખૂબ જ પસંદ પડે છે, જે શહેરની અપેક્ષામાં ગ્રામીણ ક્ષેત્રોમાં આસાનીથી મળી જાય છે. ઘોંઘાટ હોય ત્યાં માળા બાંધવાનું ચકલી પસંદ કરતી નથી. સ્પેરોમેન જગત કિનખાબવાલા કહે છે કે, 'મારું એક રિસર્ચ એવું પણ છે કે ચકો કે ચકી મેટિંગ માટે જે ઇન્વિટેશનલ કોલ આપે છે તે ઘોંઘાટને કારણે એકબીજા સુધી પહોંચતો નથી, આના લીધે પણ ચકલીની સંખ્યા ઘટતી જાય છે.' કિનખાબવાલા છેલ્લા એક દાયકાથી ચકલીઓને બચાવવા માટે કેમ્પેઇન ચલાવે છે. આ ક્ષેત્રે તેમની પ્રસિદ્ધિ એટલી વધી ગઈ છે કે લોકો તેમને 'સ્પેરોમૅન' તરીકે ઓળખવા માંડ્યા છે. તેમનાં પુસ્તક 'Save the Sparrows'માં ચકલી બચાવવા વિશેની અનેક વાતો વણી લેવાઈ છે. શિકારી પક્ષીઓથી બચવા ચકલી ક્યારેય વૃક્ષ પર માળો બાંધતી નથી. એ મનુષ્ય દ્વારા બનાવવામાં આવેલાં ઘરોની આસપાસ રહેવાનું પસંદ કરતી હોય છે. ચકલીની ઓછી થતી વસ્તીના મુખ્ય કારણમાં માણસજાત દ્વારા થતું વૃક્ષોનું નિકંદન, જમાના પ્રમાણે બદલાઈ રહેલી મકાનની ડિઝાઇન, ખોરાક-પાણી વગેરે ઘણું ગણાવી શકાય.

વિશ્વમાં અનેક પ્રકારની ચકલી જોવા મળે છે. જેમાં હાઉસ સ્પેરો, યુરેશિયન ટ્રી સ્પેરો, રસેટ સ્પેરો, સિંડ સ્પૈરો, ડેડ સી સ્પેરો વગેરેનો સમાવેશ થાય છે. ચકલીઓના સંરક્ષણ માટે વધુમાં વધુ વૃક્ષો ઉગાડી ચકલી માટે ઘરની બહાર કે બાલ્કનીમાં સ્પેશ્યલ ડિઝાઇન કરવામાં આવેલા ચકલીના માળા, પૂંઠાંના બૉક્સ કે માટલી મૂકવાં જોઈએ. તેના ખોરાક માટે ચણ અને પીવા માટે પાણી પણ મૂકી રાખવું જોઈએ. ચકલીને માફક આવે એવા દાણાઓ, જેમ કે બાજરા, કણકી જેવું અનાજ બર્ડ ફીડરમાં મૂકીને બાલ્કનીમાં રાખી શકાય. અમદાવાદના આસ્ટોડિયા વિસ્તારમાં 'ઢાળની પોળ'માં ચકલીનું એક સ્મારક આવેલું છે. તેના પરની

તખ્તીમાં બીજી માર્ચ, ૧૯૭૪ના નવનિર્માણના આંદોલનમાં સાંજે પાંચ વાગ્યે પોલીસ ગોળીબારમાં એક ચકલી 'શહીદ' થઈ હોવાનું લખાયેલું છે. આજે પ્રદૂષણના પહાડ નીચે અનેક ચકલીઓ મરી રહી છે.

આપણી સંસ્કૃતિ કીડિયારું પૂરનારી છે. આજે પણ કેટલાય લોકો ગામડાંમાં નખ કાપીને ખુલ્લામાં નથી ફેંકતા, ભૂલમાં ચકી ચોખા સમજીને ખાઈ લે તો? ભારતીય પ્રજાની ધાર્મિક લાગણી કબૂતરને ચણ નાખવાની વાતને વધુ મહત્ત્વ આપે છે. એ બાબતમાં ચકલીનું નસીબ થોડું વાંકું છે. ચકલીના અસ્તિત્વ બાબત જો જાગૃત નહીં થઈએ, તો ચોખાનો દાણો લેવા ગયેલી ચકી ક્યારેય પાછી નહીં આવે. ને ચકીબેન ન આવે તો ચકાભાઈ તો... No way. પછી તો આવનારી પેઢીને પ્રાણીસંગ્રહાલયમાં ચકલી બતાવવાની તૈયારી સૌ રાખજો... બીજું શું!

ઇતિ

> અજ્ઞાનતા એવી રાત્રિ છે
> જેમાં ન તો ચંદ્ર છે, ન તો તારા...
> — **કન્ફ્યુશિયસ**

અમથી અમથી તું ટીચે છે એના ઉપર ચાંચ
આવ તને સમજાવું, ચકલી, આ દર્પણનું સાચ.

રોજ રોજ તું ભૂલી પડતી આ ખોટા સરનામે,
બીંબ જોઈને ઝૂર્યા કરતી તું દર્પણની સામે.
કોઈ નથી એ બીજું મ્હોરું, ખાલી છે આ કાચ.
આવ તને સમજાવું, ચકલી, આ દર્પણનું સાચ.

ડાળ ઉપરથી ચીં ચીં કરતી, ઘુમરાતી તું ઘેલી,
વ્યાકુળ થઈને ખખડાવે છે બંધ કરેલી ડેલી,
કોઈ નથી ખોવાયું તારું, ના કર અમથી જાંચ.
આવ તને સમજાવું, ચકલી, આ દર્પણનું સાચ.

ફરફર ફરફર ફરક્યાં કરતી તારી કોમલ પાંખો,
કોઈ નર્તકી જેમ નાચતી તારી બંને આંખો,
કોઈ નથી જોનારું અંદર, તારો સુંદર નાચ.
આવ તને સમજાવું, ચકલી, આ દર્પણનું સાચ.

ઝૂરી ઝૂરી થાકી ગ્યા છે, કૈંક અહીં છેવટમાં,
લોહી નીગળતી ચાંચ રહે છે, અંતે અહીં ફોગટમાં,
પથ્થર છે આ, નહીં આવે કંઈ, એને ઊની આંચ.
આવ તને સમજાવું, ચકલી, આ દર્પણનું સાચ.

– જિતેન્દ્ર જોશી

સાંજ પહેલાની સાંજ ઢળી છે...

Every evening, I turn my worries over to God.
He's going to be up all night anyway!

નગરના પરિવેશમાં ઢળ્યા પછી પણ ન ભુલાયેલા આપણા વતનની કે ગામડાની સરગાપુરી આપણી વાતો કે વ્યવહારમાં ફરી ફરી સુગંધાય છે. ચોવીસ કલાકના અળખામણા ચોગઠામાં સવાર અને સાંજનો ગાળો સમયના એ ટુકડા છે જ્યારે માણસ જિંદગીને કોઈક જુદા જ ડાયમેન્શનથી જુએ છે, મૂલવે છે અને ફરી ફરી બેઠો થઈ જિંદગીને બાથ ભરે છે. સવારની તાજગી અને સાંજની હળવાશ જિંદગીને પ્રેમ કરવા લલચાવે છે. જો કે તેમાં અનાયાસ સાંજની વેળા જ સર્વોપરી સત્તા ભોગવે છે. સાંજને ગમતીલી બનાવતી ગોકુળની ગોધૂલી વેળા યાદ આવતાં મન ત્યાં દોટ મૂકે છે... કદાચ ભેટો થાય એ માધવનો. અનિલ જોશીના 'સાંજ હીંચકા ખાય' ગીતમાં કવિ ગોરજટાણું, ગાયોની ખરીઓથી ઊડતી ધૂળનું વાદળું, ઘંટડીઓનો મધુર રવ, સોનલવર્ણા ઘઉંના ખેતર વચ્ચે સરકતી કેડી, ખળામાંથી ઊડતી કમોદની ફોતરી સાથે પાદરના વડલે હીંચકા ખાતી સાંજના વર્ણન સાથે આપણને પણ હળવા હિલ્લોળ સાથે એ સુંદર લયમાં ઝુલાવે છે.

ગામડામાં મંદિરોમાં રોજ સાંજે થતી આરતીના કારણે સાંજનો એક પર્યાય 'ઝાલરટાણું' પણ છે. ગામડાંમાં સાંજનું જમણ એટલે 'વાળું'. આંગળીઓ વચ્ચેથી સરકતો સમય સાંજની આગોશમાં દિવસની હાંફને હળવાશ આપે છે. સૂંડલો ભરીને 'હાશ' લઈ આવતી સાંજ કોઈને પ્રિયતમા જેવી વહાલી લાગે છે તો કોઈને વિરહના શ્યામલ રંગો પાથરતી વેરી. દરિયાકિનારે ઢળતી સાંજે આથમતા સૂરજમાં પીગળતા આકાશના રંગોનો અદ્ભુત નજારો માણવાના લોકોના નિ:શુલ્ક સુખને આધુનિકતાની... ટેક્નોલૉજીની નજર લાગી છે. ઝળઝળિયાંની ઝાંખપ વચ્ચે રોજ સાંજે દયામણે ચહેરે માણસ પૂછે છે, 'આવતીકાલના સૂરજને

કોઈ ચોરી તો નહીં જાય ને?'

સાંજ એટલે દિવસ અને રાત વચ્ચેનો સંધિકાળ, ઇત્મીનાનની પળોને ઓટલો આપવાનો આ સમય. સંધિકાળનું આ કોકટેલ પીવા પગને ફળિયા કે અગાસી સુધી લંબાવવા પડે. સાંજ પડતા જ સૂરજ નામનો ટ્રાફિક પોલીસ વિચારોના ટ્રાફિકજામને 'સ્ટોપ'નું સિગ્નલ બતાવી, દિવસભરનાં કામ પત્યાની યાદી આપી 'આનંદો'ની લીલી લાઇટ બતાવે છે. પંખીઓ માટે માળામાં પાછા ફરવાની અને બાળકો માટે પતંગિયાની જેમ ઉડાઉડ કરી રમવાની વેળા એટલે સાંજ. ચિંતન માટે પણ આ ઉત્તમ સમય. એક સમયે બંગાળમાં સાંજ પડે કૉફીહાઉસનો કરિશ્મા હતો. કલકત્તામાં પ્રેસિડન્સી કૉલેજની સામેનું 'ઇન્ડિયન કૉફીહાઉસ' કવિઓ, પત્રકારો, વિદ્વાનો, લેખકો કે રાજકારણીઓ જેવા બૌદ્ધિકોની ચર્ચા માટેનું હબ ગણાતું. કૉફીહાઉસની શાન ગણાતા સત્યજિત રે, અમર્ત્ય સેન, મૃણાલ સેન કે અપર્ણા સેન જેવા માંધાતાઓ તેના નિયમિત મુલાકાતીઓ હતા. આ સૌએ કલકત્તાના સાંસ્કૃતિક ઇતિહાસમાં મહત્ત્વનો ભાગ ભજવ્યો છે. માણસ મનગમતાં કામ કરવા સાંજના સમય પર કળશ ઢોળે છે. કેનવાસ પર પીંછી નૃત્ય કરે છે. કોઈ કલમને પ્રસવ થાય છે તો કોઈ ગાયક સુરસાગરમાં તરવા તત્પર બને છે. ગૃહિણીનું ગળું નવરાશની પળોને ગીતોમાં ઢાળે છે. આવી સાંજ ક્યાંક મિત્રોની મહેફિલ તો ક્યાંક એક માનવી સંગે અનુભવાતો મેળો માગે છે. કોઈ એકના ન હોવાથી ખાલી ખાલી લાગતી સાંજ ક્યારેક માણસના સમગ્ર હોવાપણાને ગ્રસી લે છે. અમેરિકન નિબંધકાર અને ફિલૉસૉફર ઇમર્સન કહે છે કે, 'In the morning a man walks with his whole body; in the evening, only with his legs.' એમાં પણ ઘરમાં કોઈ રાહ જોનારું કે આવકાર આપનારું ન હોય ત્યારે એ સાંજ અકારી થઈ પડે છે. માત્ર એસએમએસ (SMS)થી એકલતાનો બરફ પીગળતો નથી. કોઈ રુઝાઈ ગયેલા ઘાવને છંછેડતી આવી સાંજ લાગણીઓનું લાવલશ્કર લઈને આવે છે. એનાથી બચવા મનના ઉંબરે સ્મરણનો દીવો મૂકી દેવાનો. અસ્તિત્વના આકાશમાં મનગમતા રંગો પૂરવાનો આ સમય છે.

તમે સાંજની સવારી કરતાં કરતાં તમારી જાતને હેલ્લો કહી શકો છો.

સાંજનો સૂરજ એમ વિચારીને ખુશ હોય છે કે, સારું છે કે આગિયાઓ થોડું થોડું અજવાળું ભેગું કરી કળીઓને આશ્વસ્ત કરે છે કે, 'સાંજ પછી રાત પછી નવી સવાર લઈને સૂરજ ઊગવાનો જ.' સૂર્યકિરણોની કોકરવરણી કરડાકી પછી ફળિયામાં ઢોળાતો સાંજવરણો તડકો ટાઇમની ટકટકને હડસેલી બાળક સાથે અડકો-દડકો રમવાની મોકળાશ આપે છે. વડીલોને કોઈ બગીચાના બાંકડે બેસી સરી ગયેલા સમયને વાગોળવાનું સુખ આપે છે. વૃદ્ધાવસ્થાના પગરણ એટલે વયનો વનપ્રવેશ, જીવનસંધ્યા. દિવસનો વન પ્રવેશ એટલે સાંજ. જેણે જિંદગીને બાથમાં લઈને ભરપૂર પ્રેમ કર્યો હશે એ આ આથમતી વેળાને મોજથી માણી શકે છે. ઘણા વૃદ્ધો સાંજના છાપાની ટેકણલાકડીએ સાંજને કાપે છે એટલે જ પ્રિયકાંત મણિયારને તેમના એક ગીતમાં શ્રાવણી સાંજે ગમાણના છાપરેથી ચળાઈને ગાયની ડોક પર પડતો તડકો હેમના હાર સરીખો લાગે છે. અમેરિકાની જાણીતી બિઝનેસ વુમન મેરી ક્રાઉલી કહે છે કે, 'Every evening, I turn my worries over to God. He's going to be up all night anyway!' આપણે પણ સાંજ પડે બધું ઈશ્વર પર છોડી દેવું જોઈએ. ચિંતા એને સોંપી દેવી જોઈએ.

વરસાદ રહી જાય પછી પવનની આછી લહેરખી સાથે હળું હળું ટપકતાં વૃક્ષો સાથે નિતરતી સાંજ રવિશંકરની ગમતી રેકર્ડ જેટલી વહાલી લાગે છે. 'સુબહ કા ભૂલા શામ કો ઘર આ જાયે તો વો ભૂલા નહીં કહેલાતા' કહેણી ગમે તેવી છે. માણસને પોતાના મૂડ પ્રમાણે સાંજ સોહામણી કે ગમગીન, મસ્તાની કે મુરઝાયેલી લાગે છે. શહેરોમાં ટ્રાફિકજામમાં કે લોકલ ટ્રેઇનમાં અટવાતા માણસની સાંજનું સરનામું લાપતાગંજ છે. સાંજે સૌની પહેલા ઊગીને આંખે વળગતો શુક્રતારો શિયાળુ સાંજનું ઘરેણું છે. સાંજ એટલે કોઈ પ્રતીક્ષા પર મુકાતું પૂર્ણવિરામ. માળામાં પાછા ફરતા પંખીઓની જેમ પપ્પાને ઘરમાં પરત લઈ આવતી સાંજ માટે વહાલના દરિયા જેવી દીકરી તો કહે છે કે, 'પપ્પા કરતા સાંજ કેટલી વાલામૂઈ આ લાગે.' પરિવારમાં સાંજના સમયે

જ અહીંથી-તહીંથી અલ્લક-મલ્લક ઊતરીને ટોળે વળતું હોય છે અને સૌનું અંગત ખૂલતું હોય છે.

મહાત્મા ગાંધી બહુ સરસ કહે છે કે, 'Prayer is the key of the morning and the bolt of the evening.' સાંજના શોરબકોરને સુકુન બનાવતાં પણ આવડવું જોઈએ. ઈશ્વરે માણસને આ શરીર, તેનાં અંગો, પ્રકૃતિ અને બીજું ઘણું અમૂલ્ય આપ્યું છે. વળી, આ સઘળી દેણગીનું અદ્‌ભુત અને સુચારુ સંચાલન પણ એ કરે છે. આપણે કલ્પના પણ ન કરી શકીએ તેવું ઈશ્વરનું ટાઇમ મૅનેજમેન્ટ અને અગમદૃષ્ટિ. એનું બેજોડ બેલેન્સિંગ અવર્ણ્ય છે અને એટલે જ રોજ સાંજ પડ્યે માણસે આખા દિવસનું ઓડિટ કરવું જોઈએ. કોઈને છેતર્યા તો નથી ને? પીડ્યા તો નથી ને? સૂરજની સાથે રોજ જીવનની એક સમજણ પણ ઊગવી જોઈએ જેથી એક પરિતોષ સાથે આથમી શકાય. સૈફ પાલનપુરી લખે છે કે...

જીવનની સમી સાંજે મારે જખ્મોની યાદી જોવી'તી,
બહુ ઓછા પાનાં જોઈ શક્યો – બહુ અંગત અંગત નામ હતાં.

પણ આવી યાદી ન જોવી. 'ડૂબીડૂબીને ડૂબવાનું શું માણસમાં? એક વેંત ઊતરો ને ત્યાં તો તળિયાં આવે.' (અશરફ ડબ્બાવાલા) તેથી યાદ રાખવું કે ભૂલ માનવીય છે, પણ ક્ષમા દૈવી છે. એક સાંજ એવી પણ હતી જ્યારે ન દિવસ હતો, ન રાત અને અહંકારી અને આતંકી હિરણ્યકશિપુનો ગોધૂલી વેળાએ ભગવાન શ્રીવિષ્ણુના નૃસિંહ અવતાર દ્વારા નાશ થાય છે. એક સાંજનો રંગ એ પણ હતો જેના કારણમાં સૂર્યાસ્ત ન હતો, પણ સૂર્યાસ્તનો ભ્રમ હતો. અભિમન્યુના છળથી થયેલા મૃત્યુ પછી અર્જુને બીજે દિવસે જયદ્રથને મારવાની અને તેમ ન થાય તો આત્મવિલોપનની પ્રતિજ્ઞા લીધેલી. જયદ્રથને મારવામાં અર્જુન નિષ્ફળ જતાં આત્મવિલોપન માટે તૈયાર થયો. અર્જુનના મૃત્યુને જોવા જયદ્રથ લોકોના ટોળાંમાંથી માર્ગ કરતો આગળ આવ્યો. સર્વ શક્તિમાન કૃષ્ણ તત્પૂરતું સૂર્યગ્રહણ રચે છે. સૂર્ય આથમી ગયો એવું માની નિયમાનુસાર યુદ્ધ બંધ થાય છે. ત્યારે જ કૃષ્ણની માયાજાળ સંકેલાઈ. સૂર્ય ફરી

પ્રકાશવા લાગ્યો અને કૃષ્ણ અર્જુનને પોતાનું ગાંડીવ સંભાળીને જયદ્રથનો વધ કરવા જણાવે છે.

દરેક ઋતુમાં સાંજના રંગ જુદા છે તો માણસના મૂડ પ્રમાણે પણ જુદા હોય છે. કવિઓને સાંજ કંઈક વધુ વહાલી છે. નિનુ મઝુમદારનું 'પંખીઓએ કલશોર કર્યો, ભાઈ! ધરતીને સૂરજ ચૂમ્યો, કૂથલી લઈને સાંજનો સમીર આજ વનેવન ઘૂમ્યો' સૌના હોઠ પર રમતું અત્યંત જાણીતું ગીત છે. આ ગીતમાં જાણે આખી સાંજને કવિએ કમ્પોઝ કરી છે. સાંજ પડતા ધરતીની એક નોખી સૃષ્ટિમાં સળવળ શરૂ થાય છે. એના કણેકણમાં એક ચેતના પ્રગટે છે. ખૂબ ક્લાસિક રીતે અને લાડમાં વપરાયેલો આ 'કૂથલી' શબ્દ અહીં અદ્‌ભુત અર્થછાયા રચે છે. તાળી દઈ ઠેકડો મારતો તીડો અને સિસોટી મારતા તમરાં સાંજને વધુ ઘૂંટે છે. આ ગીત સાંભળતા શબ્દોની ગતિ અને વજન જેટલો જ જુસ્સો મન્નાડેના અવાજમાં પણ અનુભવાય છે. 'સાંજને ઘૂંટડે ઘૂંટડે ન પી શકાય...' એને તો ધીરે ધીરે ચગળવી પડે, પણ રે શર્વરી, આમ આટલા ઉતાવળે પગલે તું કાં આવે? સ્નેહરશ્મિ જેવું કવિ હૃદય ફરિયાદ કરે છે કે...

સમી સાંજનો ટહુકો મારી શેરીમાં વેરાયો,
લળી લળી હું વીણું ત્યાં તો ચાંદે જઈ સંતાયો.

કવિ જગદીશ જોશી તો સીધી માગણી જ કરે છે કે, 'અણગમતું આયખું લઈ લ્યોને, નાથ! મને મનગમતી સાંજ એક આપો.' સુરેશ દલાલ કૃષ્ણને લાડથી કહે છે કે, 'સાંજ પહેલાની સાંજ ઢળી છે શ્યામ હવે તો જાગો'. એવું મનાય છે કે સવારથી સાંજ સુધી કૃષ્ણની રાહ જોતી ગોપીઓ કૃષ્ણને પોતાના આંગણિયે બોલાવવા માટે સાંજી ઉત્સવ ઊજવે છે. સાંજી એટલે સાંજના સમયે ગવાતાં ગીતો. કૈલાશ ખેરે ગાયેલું 'હે રી સખી મંગલ ગાઓ રી...' ગીત એ સાંજી છે. સાંજ એટલે કાપો એક વૃક્ષ ને ઊગી જાય જંગલો... હિન્દી કવિ સૂર્યભાનુ ગુપ્તના શબ્દોની અદાયગી તો જુઓ... 'શામ ટૂટે હુએ દિલ વાલોં કે ઘર ઢૂંઢતી હૈ, શામ કે વક્ત કભી ઘર મેં અકેલે ન રહો.' સાંજ ક્યારેક કોતરે, ક્યારેક ખોતરે તો ક્યારેક વેતરે છે, શકીલ

બદાયુનીના શબ્દો પર તો વારી જવાય... 'યું તો હર શામ ઉમ્મીદો મેં ગુજર જાતી થી, આજ કુછ બાત હૈ જો શામ પે રોના આયા.' કોઈ કવિહૃદય ચીસ પાડી પૂછી પણ બેસે કે, 'ક્યાંથી, કોણે કાપી લઈને અર્ધો-પર્ધો સૂરજ આપ્યો? પડછાયો પણ માપી લઈને સાંજ થતામાં સાવ જ કાપ્યો?'

મુંબઈમાં મરીનડ્રાઇવના દરિયાકાંઠાની પાળે સાંજે લટાર મારીએ ત્યારે લાગે કે જગતમાં ખરેખર, પ્રેમ સિવાય સઘળું દુષ્કર છે. માત્ર રમેશ પારેખે નહીં, પરંતુ દરેક માનવીએ પ્રેમ કરવાને જ જન્મ લીધો હશે. એટલે જ કોઈ પ્રેમીને પ્રિયતમાની આંખ ઢળતાં સાંજનો અનુભવ થાય છે. આબુ કે આંદામાન, કોચી કે કન્યાકુમારી જેવા કોઈ પણ ટુરિઝમના સ્થળો હોય, ત્યાં સનસેટ પોઇન્ટ્સ હોવાના જ. પહાડોની ટોચ પર બેસી સૂર્યાસ્ત જોવાનો લ્હાવો અનોખો છે. જાણે સૂર્યના પાડોશી બનવાનો અવસર. જાણે આકાશ આખું આપણા પર ઢોળાશે એવું લાગે. કન્યાકુમારીમાં દરિયામાં ગરક થતા સૂર્યદેવને વિદાય આપવાનો લ્હાવો પણ લેવા જેવો તો ખરો. કન્યાકુમારીને તો સનસેટ સિટી પણ કહે છે. જો કે કચ્છના રણની સાંજ પણ ઓછી રમણીય નથી હોતી. અવધ એટલે અયોધ્યા. લખનૌ અવધની રાજધાની હતું. એક સમયે લખનૌના સોનાનો વરખ ચડાવેલા મહેલ, મિનારા અને ગુંબજો કે નકશીકામથી સજાવાયેલ ઇમારતોનો અનોખો માભો હતો. સાંજનાં સોનેરી કિરણો ફેલાતા ત્યારે લખનઉના મહેલો, મિનારા અને ગુંબજો પણ સોનાવરણા બની જતા એટલે જ ત્યાંની સાંજ વખણાતી હતી. લખનૌની આવી મુલાયમ સાંજ 'શામ એ અવધ' તરીકે ખ્યાત હતી. હરિદ્વારની સાંજે ગંગાઆરતીનો અનુભવ કોઈ દૈવી સ્પર્શની અનુભૂતિ કરાવે છે અને હરિનો મારગ ચીંધે છે. આવી કોઈ સાંજુકી વેળાને ગજવે કરતા શીખીએ તો ભયો ભયો. અમેરિકન કવિ અને નવલકથાકાર ગ્રેટ્રુડ સ્ટેઇન કહે છે કે, 'In the morning there is meaning, in the evening there in feeling.' સાંજ વિચારોનું વાવાઝોડું લઈને આવે અને સઘળી સંવેદનાઓ રમણે ચડે ત્યારે સાંજ સ્પાઈસી અને ચટપટી બનતી હોય છે.

સાંજને શબ્દોમાં સંઘરીને ધબકતા અનેક ફિલ્મી ગીતો આપણને અજબનું સુકુન આપે છે. 'યે શામ મસ્તાની, શામે ગમ કી કસમ આજ ગમગીન હૈ હમ, શામ ઢલે જમુના કિનારે, હુઈ શામ ઉનકા ખયાલ આ ગયા, ઢલ ગયા દિન હો ગઈ શામ, તુમ્હારી ઝુલ્ફ કે સાયે મેં શામ કર લુંગા, યે શામ કુછ અજીબ હૈ...'

એકવાર એક સાંજે એક બાળક શેરીમાં ભીખ માગતું હતું. કોઈ દરવાજા ન ખૂલ્યા. થાકીને એક બાજુ બેઠું અને રડવા લાગ્યું. આ જોઈ હું દોડતીક શેરીમાં પહોંચી, પણ ત્યાં સુધીમાં બાળક ક્યાંક ગુમ... ક્યાં ગયું હશે? એને જમવાનું મળ્યું હશે? આ નહોર મારતી સાંજ યાદ આવે અને મનજળ થંભેલા ડહોળી નાખે છે કોઈ... ઉદાસીના ઓછાયા તળે હું ઢબૂરાઈ જાઉં...

ઢળ

"હજારો માઈલોનો પ્રવાસ એક નાના પગલાંથી
શરૂ થાય છે.
– લાઓત્સે"

शाम टूटे हुए दिल वालों के घर ढूँढ़ती है,
शाम के वक़्त कभी घर में अकेले न रहो!

शाम आयेगी तो ज़ख़्मों का पता पूछेगी,
शाम आयेगी तो तस्वीर कोई ढूँढेगी।
इस क़दर तुमसे बड़ा होगा तुम्हारा साया,
शाम आयेगी तो पीने को लहू माँगेगी।

शाम बस्ती में कहीं ख़ूने-जिगर ढूँढ़ती है,
शाम के वक़्त कभी घर में अकेले न रहो!

शाम सूली-चढ़े लोगों की ख़बर ढूँढ़ती है,
शाम के वक़्त कभी घर में अकेले न रहो!

घर में सहरा का गुमां इतना ज़ियादा होगा,
मोम के जिस्म में रौशन कोई धागा होगा।
रुह से लिपटेंगी इस तरह पुरानी यादें,
शाम के बाद बहुत ख़ूनखराबा होगा।

शाम झुलसे हुए परवानों के पर ढूँढ़ती है,
शाम के वक़्त कभी घर में अकेले न रहो!

किसी महफ़िल, किसी जलसे, किसी मेले में रहो,
शाम जब आए किसी भीड़ के रेले में रहो।
शाम को भूले से आओ न कभी हाथ अपने,
खुद को उलझाए किसी ऐसे झमेले में रहो।
शाम हर रोज़ कोई तनहा बशर ढूँढ़ती है,
शाम के वक़्त कभी घर में अकेले न रहो!

- सूर्यभानु गुप्त

સાંજ એટલે આંગળીઓ વચ્ચેની જગ્યા પૂરવાનો સમય. દિવસભર વિચારોના ટ્રાફિકમાં અટવાયેલા મનને, ગમતી વ્યક્તિના ખભાની ખુલ્લી જગ્યા પર શાંતિથી પાર્ક કરવાનો સમય. સાંજ વસ્તુઓ નહીં, વ્યક્તિઓ માગે છે. સાંજ એટલે ડૂબતા સૂરજને જોઈને આપણી જાતમાં કશુંક ઉગાડવાનો સમય.

– નિમિત્ત ઓઝા

ચંપાચાલીસા

મેં ચૂંટી ચંપાની કળી, તો દસ મહિને પેચૂટી ટળી,
મારા પીયુજીને પૂછું એમ કે ખડ વાઢે ઈ જીવે કેમ?

તળાજાના એભલવાળાનો વીર પુત્ર ચાંપરાજવાળો યુદ્ધમાં બહાદુરીપૂર્વક ખપી ગયો. જેની ખાંભી લાઠીના ટીંબે આજે પણ ઊભી છે. દિલ્હીના પાદશાહના કટક સામે લડતા ચાંપરાજવાળાના હાથ કપાઈ ગયા પછી જાણે છાતી પર આંખો ફૂટી નીકળી હોય તેમ એનું ધડ પણ લડતું રહ્યું હતું. પાદશાહના હૈયે એટલો બધો ફડકો બેસી ગયો કે પ્રભાતે માલણ ફૂલછાબ લઈને ફૂલો દેવા ગઈ ત્યારે પાદશાહે પૂછ્યું કે, 'શેના ફૂલો છે?' માલણે કહ્યું કે, 'ચંપાનાં.' ત્યારે પાદશાહ ચમકીને બોલી ઊઠે છે કે, 'અરરર, ચંપો?!' ડરના માર્યા એને હજુ બધે વીર ચાંપરાજનો જ ભાસ થતો હતો. એને થયું કે વીર ચાંપો (ચાંપરાજ) છાબડીમાંથી ઊઠીને ક્યાંક સામે ન આવે. 'પતશાહે પતગરિયાં નૈ, પોહપ પાછાં જાય, ચાંપો છાબાંમાંય, ઊઠે એભલરૌત.' પછી તો માલણ પણ ફૂલોની છાબડી લઈને પાછી જતી રહે છે. આ તાકાત છે ચંપા અને ચાંપરાજવાળાની... સૌરાષ્ટ્રની સુગંધ આપતા આવા અનેક વીરોના બગીચો આજે પણ એની બહાદુરી થકી સોહે છે. આમ, ચંપાના ફૂલનો એક અલગ પ્રકારનો ઉલ્લેખ મેઘાણીની સૌરાષ્ટ્રની રસધારમાં જોવા મળે છે.

કોઈ રૂપાળી લલનાએ જ્યારે રેશમી ઓઢણી અત્યંત નજાકતથી અંગો પર વીંટી હોય ત્યારે કોઈ કવિને ચંપાના છોડને નાગરવેલ વીંટળાયેલી હોય એવું લાગે છે. ચંપાનો ઉલ્લેખ પદ્ય સાહિત્યમાં એટલો બધો જોવા મળે છે કે ચંપા પર કવિઓના ચાર હાથ અને ચાલીસ હાર હોય એવું લાગે. કવયિત્રી પન્ના નાયક એના એક અછાંદસમાં કહે છે કે, 'મને જોઈએ તારો ખભો, ચૂંટવા ચંપાનું ફૂલ'. ઋજુહૃદય નારી ચંપાનું ફૂલ ચૂંટવા માટે પ્રિયપાત્રના ખભાનો આધાર ઝંખે છે એ આડકતરી રીતે તો પ્રિયજનનું લાડ જ માગે છે. 'મારી વેણીમાં ચાર ચાર ફૂલ' ગીતમાં

અવિનાશ વ્યાસ મસ્તીમાં મ્હાલતી નાની નણંદને ખીલ્યા ખીલ્યા રહેતા ચંપાના ફૂલ સાથે સરખાવે છે, તો એકબીજામાં તદ્રુપ એવાં પતિ-પત્નીના પ્રસન્ન દામ્પત્યની વાત કરતાં કવિ બાલમુકુન્દ દવે લખે છે...

સંગનો ઉમંગ માણી,
જિંદગીને જીવી જાણી;
એક રે ક્યારામાં જેવાં ઝૂક્યાં ચંપો-કેળ :
રુદિયાના રાજા! એવા રે મળેલા મનના મેળ!

એક જ ક્યારામાં જાણે ચંપો-કેળ ઊગ્યાં હોય એમ રોજબરોજની નાની-મોટી ઘટનાઓમાં પણ પ્રિયજન સાથે હોય છે એટલે જ દામ્પત્યમાં દરેક પળનું સાર્થક્ય છે અને એનો સરવાળો પ્રસન્નતામાં થાય છે. દામ્પત્ય એટલે બેકલતાની બોલબાલા. એકલાનો કોઈ અર્થ હોતો નથી. કવિ મનોજ ખંડેરિયાને લાગે છે કે... 'ચંપાની ડાળ જેવું અહીંયાં નિત લીલુંછમ ઝૂલવા છતાં ન ફૂલ ઊગ્યું.' તો મીરાંબાઈ ભમરાને વિનંતી કરે છે કે, 'મારી વાડીમાં વહાલા, ચંપો ને મરવો, વાસ લેજે તું, ફૂલ તોડીશ મા.'

રેડિયો ઑન કરું ને ઉષા મંગેશકર અને પ્રફુલ દવેએ ગાયેલા, 'અમે રે ચંપો ને તમે કેળ...' ગીત સંભળાય તો મન તરત એ ચંપઈ ચાલે ચાલવા લાગે. 'ને ગીત સાથે ઊમટી પડે આંખોમાં ચંપાનો રંગ, એની મનભાવન મસ્તી, એના ઝૂમખાં, એનું લહેરાવું, એનું લળીને આગવી છટાથી 'હેલ્લો' કરવું, એનાં લાંબાં પાન ને ઘણું ઘણું. એની ડાળીઓમાં બનતો 'V' આકાર જાણે વિજેતાની અદાથી કહે છે કે, 'માદક સુગંધનું સરનામું એટલે અમે'. દોહાની બે પંક્તિઓ વચ્ચેની ખાલી જગ્યાની વ્યંજના જેવું સૌંદર્ય ચંપાની માદક મહેકમાં છે. તુલસીદાસે ચંપાને બરાબર નિહાળ્યો નહીં હોય નહીંતર એ જરૂર ચંપાચાલીસા લખત...

માર્ચ મહિનો શરૂ થાય અને જડવત્ ઊભેલા ચંપામાં જીવ આવે... કૂણાં પાન ફૂટે. ચંપાનાં ફૂલો ગોળ કિનારીવાળાં અને અણીદાર કિનારીવાળા એમ બે પ્રકારનાં હોય છે. બંને પ્રકાર સરખા જ દેખાય છે. સુગંધ પણ સરખી જ હોય છે, પરંતુ ધ્યાનથી જોઈએ તો ખ્યાલ આવે છે કે

એકમાં ફૂલની પાંદડી છેક સુધી છુટ્ટી છુટ્ટી હોય છે. જ્યારે બીજામાં ફૂલની કિનારી એકમેક પર ગોઠવાયેલી હોય છે જેનાથી પ્યાલા જેવો આકાર બને છે. ચંપાના ફૂલમાં પરાગરજ હોતી નથી, તેના પુષ્પ પર મધમાખી ક્યારેય બેસતી નથી. ચંપાને કામદેવના ફૂલ તરીકે માનવામાં આવે છે. એટલે કેટલાક પ્રદેશમાં સુહાગરાતે પથારીની મધ્યમાં ચંપો મૂકવાનો રિવાજ છે. ચંપાની અનેક જાતો છે જેવી કે સોનચંપો, નાગચંપો, કનકચંપો, પીળો ચંપો, રાયચંપો, ખેરચંપો, ભૂચંપો, સુલતાનચંપો વગેરે. કોઈ હોર્ટિકલ્ચરીસ્ટ ચાઇનીઝ ચંપો પણ ઉગાડે છે. ચંપાના સુંદર, મંદ, હળવાં સુંગધિત સફેદ અને પીળાં ફૂલ પૂજાના ઉપયોગમાં લેવામાં આવે છે. તેની માદક સુગંધ વાતાવરણને મઘમઘાવે છે. ચંપાના વૃક્ષને મંદિરના પરિસરમાં લગાવવાથી ત્યાંનું વાતાવરણ શુદ્ધ થાય છે. ચંપાના વૃક્ષને ઘરઆંગણે, બગીચાઓમાં, પાર્કિંગ વિસ્તારમાં અને જાહેર માર્ગોની સજાવટ માટે ઉગાડવામાં આવે છે. શહેરોમાં ડિવાઇડર પાસે કે માર્ગની બંને તરફ ઊગેલાં ચંપાનાં લેલૂમ ફૂલો દિલને બાગબાગ કરતાં રહે છે. ચંપાનું વૃક્ષ વાસ્તુની દૃષ્ટિથી સૌભાગ્યનું પ્રતીક માનવામાં આવે છે. ઘરમાં ચંપાનાં ફૂલ રાખવાથી નકારાત્મકતા દૂર થાય છે.

પ્રીતિ સેનગુપ્તા જ્યારે કૉલેજમાં પ્રાધ્યાપક હતાં ત્યારે તેમની એક વિદ્યાર્થીની ખૂબ સારા માર્ક્સથી પાસ થઈ અને તેણે પ્રીતિબહેનને સફેદ ફૂલ આપીને પોતાનો ગુરુ પ્રત્યેનો આદર વ્યક્ત કર્યો હતો. ત્યારથી તેઓ પોતાના વાળમાં હંમેશાં સફેદ ફૂલ પરોવે છે. એમાં ચંપા પરનો એમનો પક્ષપાત દેખાઈ આવે છે. એમના એક નિબંધસંગ્રહનું નામ પણ 'મન તો ચંપાનું ફૂલ' છે. સાહિત્યમાં અન્ય વાર્તાઓના શીર્ષકોમાં જોવા મળતી ચંપાની હાજરી જુઓ. 'મારી ચંપાનો વર' એ ઉમાશંકર જોષીની એક વિશિષ્ટ પ્રકારની વાર્તા છે. ચુનીલાલ મડિયાની 'ચંપો અને કેળ' વાર્તામાં ગીર પંથકના નેસડાવાસી દંપતીઓમાં જિવાતું લગ્નજીવન આલેખાયેલું છે.

સુરેશ દલાલના કાવ્યમાં ચંપકવર્ણી ચતુરા ચિત્તને ચોરી લે છે તો ઇન્દુલાલ ગાંધીના એક કાવ્યમાં ચંપકવર્ણી ચરકલડી ભાવકને ચાહકવર્ગમાં બેસાડે છે... ચંપાનાં રંગ-રૂપ સૌને પ્રિય છે. સવારે ખીલતી ઉષા ક્યારેક

ચંપકવર્ણી બની મોહે છે. માતા યશોદા કાનુડાની કાયાને ચંપકવર્ણા ચીરથી જ્યારે લૂછતાં હોય ત્યારે બાળ કનૈયાનું એ મનોહર રૂપ કેટલું મનભાવન હશે! અથર્વવેદ, શ્રીમદ્ ભાગવત, વરાહ પુરાણથી લઈ વિક્રમ ચરિત અને ચરક સંહિતા જેવા આપણા ધર્મગ્રંથોમાં વૃક્ષોનું ખૂબ મહત્ત્વ દર્શાવેલ છે અને તેનું જતન કરવાના આદેશો પણ જોવા મળે છે. જૈવિક સૃષ્ટિના આવા અમૂલ્ય અંગ એવાં વૃક્ષો માટે તેમાં સુંદર પ્રાર્થના છે...

મૂલ બ્રહ્મા ત્વચા વિષ્ણુ શાખે રૂદ્ર મહેશવઃ।
પત્રે પત્રે તુ દેવસ્રામ્ વૃક્ષરાજ નમસ્તુભ્યમ્॥

જેના મૂળમાં જગતપિતા બ્રહ્માનો વાસ છે, શરીરમાં વિષ્ણુ ભગવાન, ડાળીઓમાં શંકર ભગવાનનો વાસ છે અને દરેક પર્ણમાં દેવતાઓને ધારણ કર્યા છે તેવા વૃક્ષને હું નમસ્કાર કરું છું. આ વૃક્ષો જ આપણને જિવાડે છે. એનાં ફૂલો ધરતીનું સાચું સૌંદર્ય છે. રવીન્દ્રનાથ ટાગોર કહે છે કે, 'The first flower that blossomed on this earth was an invitation to an unborn song.'

'ચંપાકલી...' નામ કાને પડતાં જૂની ફિલ્મનું કોઈ રમૂજી પાત્ર કીચનમાં કામ કરતી એની પ્રેમિકાને પ્રેમપૂર્વક મનાવતો હોય એવું યાદ આવે કે નહીં? 'અલી ચંપલીઈઈ'... સાંભળતાં કોઈ નટખટ નવયૌવના 'ચંપા' નામની એની કોઈ સખીને મેળે જવા સાદ દેતી હોય એવું લાગે. દક્ષિણ ગુજરાતનાં 'ખાયણાં' કે સૌરાષ્ટ્રનાં 'ટિપ્પણી' ગીતો ખેતરમાં લણણી કે અન્ય સમયે ગવાતાં લોકગીતો છે. આ તાલબદ્ધ ગીતોમાં સ્ત્રીઓના ઋજુ, અકથ્ય મનોભાવોની અભિવ્યક્તિ વણાયેલી હોય છે. એવા એક લોકગીતમાં ચંપાની કળીનો થયેલો સુંદર ઉલ્લેખ કાબિલેદાદ છે. આ ગીત દેરાણી-જેઠાણી વચ્ચે ધાન ખાંડતાં ખાંડતાં થતા સંવાદને રજૂ કરે છે, જેમાં નારીઅંગોની નાજુકાઈ અદ્ભુત રીતે અભિવ્યક્ત થઈ છે...

'દેરાણી જેઠાણી ખાંડે ધાન, મેં તો સાંભળ્યું'તું કાનોકાન
મેં ચૂંટી ચંપાની કળી, તો દસ મહિને પેચૂટી ટળી,
મારા પિયુજીને પૂછું એમ કે ખડ વાઢે ઈ જીવે કેમ?'

આ નારીઓ ધાન ખાંડતાં ખાંડતાં 'ચંપાની કળીનોય ભાર સહન ન કરી શકતી અને એને ચૂંટતાં થાક અનુભવતી યુવતીની વાત' કરે છે. કેવો રમણીય વિરોધાભાસ! હળવા હાસ્યની છોળો ઉડાડતું આ નરવું, ઠોળિયું ગીત શ્રમજીવી ગ્રામ્યનારીના જીવનને ભારઝલ્લું બનતાં અટકાવે છે. થાકોડો હરી લેતાં આવા ગીતો એમના કામને ગતિ પણ આપે છે. પહેલાનાં સમયમાં આવાં તો અનેક લોકગીતો ગ્રામ્યજીવનને વીંટળાઈને ગવાતાં હતાં.

અકબર બાદશાહ બાગબગીચા અને ફૂલોના ખૂબ જ શોખીન હતા. તેમના શાસનકાળમાં 'અકબરનામા' અને 'આઇને-અકબરી' નામના ગ્રંથોમાં એકવીસ ફૂલછોડના રંગ અને તેના ખીલવાની મોસમ વિશે લખાયું છે. એમાં ચમેલી, મોગરા, ચંપા, જૂઈ જેવાં અનેક ફૂલોનું વર્ણન છે. એકવાર વૈશાખી ગરમીમાં રાહત પામવા સાંજના સમયે અકબર અને બીરબલ ઠંડી હવા ખાવા માટે બાગમાં ફરવા નીકળ્યા. એટલામાં બાદશાહની નજર ફૂલના ઝાડો ઉપર ગુંજારવ કરી રહેલા ભમરાઓ પર પડી. જે ચંપાના ફૂલ ઉપર ન બેસતાં બીજી બધી જાતનાં ફૂલો ઉપર બેસતા હતા. ખુશબોદાર અને સુંદર ચંપાની પાસે પણ ન ફરકતા ભમરાને જોઈ અકબર બીરબલ સામે આશ્ચર્યથી જુએ છે ત્યારે બીરબલ એક કવિત કહે છે...

'ચંપા તુજ મેં તીન ગુણ, રૂપ રંગ ઓર બાસ;
એક બડો અવગુણ હૈ કે, ભમર ન આવત પાસ.'

વળી, બીજા કવિતમાં એનું કારણ પણ કહે છે કે...

'ચંપક વરણી રાધિકા, ઓર ભમર હરિકો દાસ;
ઇસ કારણ આવત નહીં, ભમર ચંપા પાસ.'

જેમ લોકવાયકા પ્રમાણે વાંદરાઓ રામફળ ખાતા નથી એમ રાધાના શરીરનો રંગ ચંપાના જેવો હોવાથી ભમરાઓ ચંપાના ફૂલ પાસે આવતા નથી, કારણ કે ભ્રમર હરિનો દાસ છે. અહીં જલન માતરી યાદ આવે, 'શ્રદ્ધાનો હો વિષય તો પુરાવાની શી જરૂર?' ખરેખર તો એવું કહેવાય

છે કે ચંપાની વાસ તીવ્ર છે તેથી ભમરા તે સહન કરી શકતા નથી અને ચંપાથી દૂર રહે છે. પીછવાઈ ચિત્રકલામાં રાધા-કૃષ્ણ, વિવિધ પશુ-પક્ષીઓ, વૃક્ષ-વેલીઓ સાથે ચંપાના વૃક્ષનું આલેખન સુંદર રીતે કરાયું છે. આ સર્વે પ્રતીકોના સાંકેતિક અર્થો પણ હોય છે, જેમાં કોઈ ને કોઈ પૌરાણિક કથા વણાયેલી હોય છે. પવિત્ર ગણાતી વ્રજભૂમિમાં ચંપાના ફૂલને રાધાજીના વર્ણ સાથે સરખાવાય છે. અહીં ચંપાનાં ફૂલોની મહેકને રાધાજીના અંગની સુગંધ માનવામાં આવે છે. વ્રજમાં લાલ ચંપો એ પ્રભુના ભક્તોની યાદ છે. આમ ચંપાનો ઇતિહાસ અતિ ભવ્ય છે. એનો દબદબો બરકરાર છે અને એની સુગંધ બેકરાર કરનારી છે. એની ડાળે ડાળે ઇતિહાસને અજવાળતી દીવી છે અને પાને પાને પ્રીત્યું પાંગરીને પાળિયા બની છે. ચિત્તને ચિત કરી દેતા ચંપાનો ઇતિહાસ સુગંધી હતો અને સુગંધી રહેશે.

ઇંટ

“ તમારું મૃત્યુ થોડી ક્ષણોમાં જ થવાનું હોય અને તમને એક ફોન કરવાની પરવાનગી મળે તો તમે કોની સાથે વાત કરવા ઇચ્છો? એ વ્યક્તિને શું કહેશો? – તો શેની રાહ જુઓ છો? ઉઠાવો ફોન અને જણાવો તમારી સંવેદના... ”

– સ્ટીફન લેવી

અમે રે ચંપો ને તમે કેળ
એક રે ક્યારામાં દોનોં રોપિયા.

તમે રે ચંપો ને અમે કેળ
એક રે ક્યારામાં દોનો રોપિયા,
આપણ એક રે ક્યારામાં દોનો રોપિયા.

ચાંદા સરીખું મુખડું તમારું
ચંપા તે વરણી છે કાય રે
અળગા રહીને સોહંતા રૂપને
માણું તો માણ્યું ન જાય.

ઉપરથી ઊજળા અને ભીતર ધારી આગ
પણ અજવાળે જ્યોતિ ઓરડા
જેને અડતાં લાગે દાગ
તમે રે મોતી ને અમે છીપ
વચને કીધાં રે અમને વેગળાં
જો ને
વચને કીધાં રે અમને વેગળાં.

— અવિનાશ વ્યાસ

શુભ્ર જાદુ ફૂલોનો

સમીસાંજે આછા ઉજાસમાં કોઈ સોહામણી સફેદ કળીઓમાં ધીમી હલચલ શરૂ થાય છે અને ઈશ્વરની અગણિત કરામતોના રહસ્યનું એક પૃષ્ઠ જાણે અચાનક ખૂલી જાય છે.

ફેબ્રુઆરી આવે ને પ્રેમીઓની સંવેદનાઓ એકદમ એક્શન મોડ(મૂડ)માં આવી જાય છે. મિલનના મૂલ્ય સાથે મટીરિયલ ગિફ્ટની બજાર ધમધમવા લાગે છે. નિરપેક્ષ પ્રેમ તો છે જ છે, પરંતુ ક્યારેક પ્રેમીની સ્થૂળ ભેટ દ્વારા થતી પ્રેમની લાઉડનેસ પણ ગમતીલી હોય છે. વગર વરસાદે પણ આંખોમાં ચાતક આવીને નેજવું માંડે છે કે વેલેન્ટાઇન ડેનો સૂરજ કેવું અજવાળું લઈને આવશે! એક નાનકડું ફૂલ પણ દિલની ધડકન વધારી દે છે અને શ્વાસોમાં સુગંધ પ્રસરી જાય છે. પ્રેમમાં પુખ્તતા નહીં, પણ મુગ્ધતાની મહોર લાગે ત્યારે 'એક દૂજે કે લિયે'ની ધૂન દિલ પર કબજો જમાવે છે. કવિ કુલગુરુ કાલિદાસના 'ઋતુસંહાર'ને ન વાંચ્યું હોય તો પણ પ્રેમીઓ વસંત જેવા મઘમઘે છે. પ્રેમની પાઠશાળામાં ભણેલો પ્રેમી પ્રિયતમાએ મગાવેલા ઓઢણાના બદલે કપાસનું ફૂલ જ લાવીને એની હથેળીમાં ધરી દે છે. એવી પળે તો કબીર પણ પ્રગટ થઈને પૂછી બેસે કે 'બોલ, કેવા ને કેટલા રંગો ભરું તારા આ શ્વેત પોતમાં?' કપાસનું શ્વેત ફૂલ ખરેખર ફૂલ ન હોવા છતાં એના આકારને લીધે સર્જકોની નજરે ફૂલનો દરજ્જો પામ્યું છે. ફૂલોના રૂડા રુઆબદાર રંગો અને બહુવિધ છબીલી છટાઓ છે. એમાં પણ સફેદ ફૂલોની મોહિની તો કલ્પનાતીત. પાછલા પહોરના પ્રગાઢ અંધકારમાં પોતાના સુગંધી અસ્તિત્વની આલબેલ પોકારતો શ્વેત ફૂલોનો શુભ્ર જાદુ પળવારમાં બધે પથરાઈ જાય છે. જે વ્યક્તિને ફૂલો ન ગમતાં હોય એની સંવેદનાનું બેસણું થઈ ગયું સમજો...

ખુલ્લી આંખે જીવીએ તો શુભ્ર આભા ફેલાવતાં આ ફૂલોની કંઈ કેટલીયે વિશેષતા આપણી સામે આવે. શ્વેત ફૂલો મોટાભાગે રાતે ખીલે

છે. પ્રકૃતિજગતમાં દિવાચર ઉપરાંત નિશાચર સજીવસૃષ્ટિ પણ છે. દિવસનાં ફૂલો પીળાં, લીલાં, લાલ, જાંબલી વગેરે રંગો વડે જીવડાંનું ધ્યાન ખેંચે છે. પરંતુ રાત્રિના સમયે જ ખીલતાં શ્વેત ફૂલોમાં ઈશ્વરે મોટાભાગે નોખી માદક સુગંધ ઢોળેલી હોય છે. જે જીવ-જંતુને આકર્ષે છે અને એના જીવનચક્રમાં ખૂબ મહત્ત્વનો ભાગ ભજવે છે. રાત્રીના ગાઢ અંધકારમાંય પોતાના સુગંધી અસ્તિત્વની આલબેલ પોકારતો શ્વેત ફૂલોનો શુભ્ર જાદુ પળવારમાં બધે પથરાઈ જાય છે. શ્વેત ફૂલોની ગણતરી આંગળીના ટેરવે ન કરી શકો. નાનકડી કેડીની બાજુમાં ઘાસમાં ઊગેલા ટીનકુડા સુંદર ફૂલોનાં તો નામ પણ કોઈ ભાગ્યે જ જાણતું હોય છે. જે આપણી ચાલને મલપતી બનાવી દે છે. આપણી આંખ અને મનને રંજીત કરે છે. હળદરના છોડ પર જે ફૂલો બેસે છે એની શુભ્રતા અવર્ણ્ય છે. એની ફ્લોરેસન્ટ જેવી ઇફેક્ટથી તેની આસપાસ એક આભા જણાય છે.

નાનકડા પારિજાતથી લઈને 'બ્રહ્મકમળ' જેવા મોટા આકારનાં અગણિત ફૂલો આ સૃષ્ટિને શોભાવે છે. 'બ્રહ્મ કમળ' એક સફેદ રંગનું અદ્ભુત દેખાતું કમળનું ફૂલ છે. હિમાલયની ઊંચાઈઓ પર મળી આવતા આ ફૂલને ખીલતું જોવું સહેલું નથી, કેમ કે તે મોડી રાતે જ ખીલે છે અને તેના ખીલવાના સમય પછી તે અમુક જ કલાકો માટે રહે છે. 'બ્રહ્મ કમળ' વર્ષમાં એક જ વાર ખીલે છે અને તેનાં દર્શન એવા જ લોકોના ભાગ્યમાં જ હોય છે જેના મનમાં ધીરજલાલ બેઠા હોય છે. સાદગીના સતને પચાવીને બેઠેલાં આ શ્વેત ફૂલોને ખીલતાં જોવાની નોખી મજા પણ આપણારામે માણી છે. વિસ્મયના કિનારે એક ઉત્સુકતા વારંવાર આવી ખલેલ પહોંચાડતી કે કળીમાંથી ફૂલ બનવાની અદ્ભુત ઘટના આંખના કેમેરામાં ઝીલી શકાય તો કેવી જામે! ભલેને, આખી રાત એની સામે એકીટશે બેસવું પડે. તમારે પણ આંખમાં બાળક જેવી ઉત્સુકતા આંજી ગામને પાદર આવેલા ખેતરોની વાડ કે બીજા છોડનાં ફૂલોનું સવારે, સાંજે નિરીક્ષણ કરવું જોઈએ. ખેતરોની વાડ પરની નિજાનંદમાં ડૂબી અલગારી કોઈ વેલી બિન્દાસ પનપતી હોય છે. સમીસાંજે આછા ઉજાસમાં કોઈ સોહામણી સફેદ કળીઓમાં ધીમી હલચલ શરૂ થાય છે. થોડો ઘરોબો

વધારશો તો એનેય તમારી નિકટતા ગમશે. એ થોડું વધુ નમીને ઝૂમી ઊઠશે. પવનની એકાદ લહેરખીની ઠેસ લાગતાં કળીઓનું કદ થોડું વધ્યું હોય એવું દેખાશે અને ચમત્કાર થશે... બે-ચાર લહેરખીઓ સાથે એ શ્વેત ફૂલો પોતાની પાંદડીઓને હળવી ઋજુતાથી ખોલવા લાગે છે... ને ઓચિંતું પૂર્ણ રીતે ખીલે છે! ઈશ્વરની અગણિત કરામતોનાં રહસ્યનું એક પૃષ્ઠ જાણે અચાનક ખૂલી જાય છે. પ્રકૃતિ તો ખુલ્લી કિતાબ છે. માણસમાં જ ધીરજ નથી હોતી. પ્રકૃતિ સતત વાતો કરે છે આપણી સાથે. હા, એનો અંદાજ નિરાળો હોય છે અને ભાષા અલગ. એ માટે હૃદય ખુલ્લું હોવું જોઈએ અને સંવેદનના ટેરવે ટાંચણ! કુદરત સાથે જોડાયેલ બધું અદ્ભુત હોય છે. જાસ્મીન એક સુગંધિત ફૂલ છે, જેમાં મોગરો, જૂઈ, ચમેલી અને પારસ મુખ્ય છે. સુરેશ જોશી તો આ ફૂલોની ઉત્પત્તિનું રહસ્ય ખોલતાં લખે છે કે...

ઊતરી'તી ત્રણ પરીઓ ના'વા,
કાંઠે ત્યાં કો' બેઠું ગાવા;
સુધબુધ ભૂલી ત્રણે બિચારી,
સવાર થઈ ને નાઠી સફાળી.
ઓઢણી સૌની અહીં ભુલાઈ,
તે જ ચમેલી ને જૂઈ, જાઈ!

વેણી, હાર કે ગજરા બનાવવા તેમજ પૂજાપાઠમાં આ સુગંધી ફૂલનો બહોળો ઉપયોગ થાય છે. આ ઉપરાંત તેમાંથી અત્તર પણ બનાવી શકાય છે. જૂઈનો જાદુ જ્યારે કવિતામાં વણાઈને આવે ત્યારે એ બમણી સુગંધ વેરે છે! આભમાંથી પૂનમ ઢોળાતી હોય ત્યારે એની ઝળહળમાં ન્હાતી જૂઈને જલસા છે. પાંદડાની ત્રિપુટી વચાળેથી ડોકિયાં કરતી જૂઈ બારીમાંથી ઘરની ભીતર પણ ઝાંક્યા વિના રહેતી નથી. આ ફૂલોની બોલકણી ગંધ એના શ્વેત અસ્તિત્વનું સરનામું આપે છે.

પારસનાં ફૂલ મોગરા જેવાં જ, પરંતુ તેમાં ઓછી સુગંધ હોય છે. વાસ્તુશાસ્ત્ર તો એવુંય કહે છે કે અભ્યાસખંડમાં સફેદ ફૂલોના છોડ લગાવવાથી મૅમરી વધે છે. દરેક બગીચાનો એટલાસ ભલે અલગ હોય,

પણ એના સૌંદર્યની ભૂરકીથી તો કોઈ બચી ન શકે. ચાંદની રાતમાં બગીચાના હીંચકા પર બેઠા હો 'ને શીળા પવનની લહેરખી સાથે રાતરાણીની વહાલુડી સુગંધ તમને વળગી પડે ત્યારે ધીમા પડેલા હીંચકાને બે નશીલી ઠેસ જરૂર લાગી જશે. રાતરાણીનાં ફૂલો લાંબા ટ્યૂબ જેવા હલકા લીલાં સફેદ ફૂલો ઝૂમખામાં ઊગે છે. સફેદ ફૂલોની વાત માંડીએ તો માદક કામીનિયા, દિવસનો રાજા, સફેદ બોગનના ગુચ્છા, બુચ, ચંપો, ટગર જેવા કંઈ કેટલાંયે ફૂલો દોડીને કહે, 'લે, અમારી વાત તો કરો'. ઊંચા બુચના વૃક્ષ નીચે લાંબી દાંડીવાળાં શ્વેત ફૂલો પથરાઈ જાય છે. એની દાંડી જ એટલી લાંબી હોય છે કે દોરા વગર તેની સુંદર વેણી ગૂંથી શકાય. ટગરનાં ફૂલો તો તારલાની જેમ ટોળામાં નીકળી જ પડે. એની કળીઓનો ગજરો તો સુંદર થાય જ, પણ એમાંથી સુંદર ઘરેણાં (કર્ણફૂલ વગેરે) પણ બને. આજકાલ સીમંતના પ્રસંગમાં આવી ફ્લાવર જ્વેલરી ખૂબ વપરાય છે. જેનાથી વામાના વરણાગીપણાને ચાર ચાંદ લાગી જાય. શ્વેત લીલીની સુગંધમાં જો તર-બ-તર ન થયા હો તો બળ્યું તમારું જીવવું! મીંઢોળના વૃક્ષમાં પણ શરૂઆતમાં સફેદ ફૂલ અને બાદમાં પીળાં ફૂલ થાય છે. લાંબા-પાતળાં પાન વચ્ચેથી નીકળતી લાંબી દાંડી પર ગુલછડીનો ગરવો ગુચ્છ જોઈને તો રમેશ પારેખ જ યાદ આવે...

'આવી હવાની લહેરખી તારા તરફ, મારા તરફ
ફેંકી ઋતુએ ગુલછડી તારા તરફ મારા તરફ.'

આદરણીય કવિશ્રી અવિનાશ વ્યાસના જાણીતા ગીત 'મારી વેણીમાં ચાર-ચાર ફૂલ'માં ત્રણ ફૂલો તો શ્વેત જ છે. જેમાં ઘરમાં મોગરાના ફૂલ જેવી સુગંધ પ્રસરાવતા સસરાજી, ચંપાના ફૂલ જેવી મસ્તીખોર નણંદ અને રાતરાણી જેવા હૈયાના હાર સમા પિયુનો ઉલ્લેખ ગરવી વહુના મુખે થયેલો છે. વળી, આ સૌને યાદ કરીએ અને પપૈયા, જમરૂખ, લીંબુડી કે રુદ્રાક્ષનાં ફૂલોને વીસરી જઈએ એ કેમ ચાલે! એનાં ફૂલોનું સૌંદર્ય પણ જેવું તેવું નથી હોતું. એમની આછેરી સુગંધ પણ મીઠી. ફૂલોથી ફાટફાટ થતા સરગવાને પણ આંખમાં ભરવા જેવો ખરો! લગ્નની સીઝન હોય ત્યારે રંગબેરંગી એસ્ટરનાં ફૂલો વચ્ચે શ્વેત એસ્ટરનો દમામ જોવા જેવો

હોય. એમ તો ધતૂરોય વહાલો લાગે હો. ને ભાંગરોય ધ્યાન ખેંચે. તો આકડાનાં ફૂલો થોડાં ભુલાય? સફેદ ફૂલ દરેક રંગ સાથે રંગ રાખે છે અને દરેકમાં ભળી જાય છે. સાત રંગના પલ્લા સામે શ્વેત ફૂલોનું પલ્લું જરૂર નમી જાય.

> તમારી પાસે ગમે તેટલી કુદરતી શક્તિ હશે,
> ગમે તેટલું શિક્ષણ હશે, તમે ગમે તેટલા સુંદર
> વસ્ત્રો પહેર્યાં હશે, પણ જો તમારી ભાષા સુંદર
> નહીં હોય તો આ બધું નિરર્થક છે.
>
> **– સ્વેટ માર્ટન**

સાગરની ચાદર ઓઢીને સૂરજ જ્યારે પોઢી જાય,
ભટૈરિયાં શા તારલિયા લઈ ચંદા આભે રમવા જાય,
ખીલે છે જૂઈ ત્યારે:
તેને ગમતું અંધારે.

માનવ આ દુનિયાને છોડી સ્વપ્નોને સંસારે જાય,
સમીર કેરી હેરે જ્યારે ફૂલો ધીમાં ઝોલાં ખાય,
જૂઈ જતી રમવા ત્યારે:
તેને ગમતું અંધારે.

પવન તણી સંગાથે રમતી કોઈ વેળ સંતાકૂકડી;
સંતાતી એ, ને આવીને વાયુ લે પળમાં પકડી.
ઘડીક તેની સાથે જાય,
મળતાં લાગ ફરી સંતાય.

તારા જો આભે હસતા તો ધરણી પર જૂઈ મલકાય:
શાને હસતાં? એવી તે શી બંને વચ્ચે વાતો થાય?
પ્રભાત સાથે શું નવ વહાલ?
ઘેર જતી રે' કાં, – શરમાળ?

– પ્રહ્લાદ પારેખ

વૃક્ષો પુષ્પથી અને જળ કમળથી છવાઈ ગયાં છે, સ્ત્રીઓ પ્રેમાતુર બની છે, પવનમાં સૌરભ પ્રસર્યું છે, સાંજ અને રાત મનોહર બની રહ્યા છે, દિવસ રમ્ય થયો છે. આ છે વસંતનો આલમ, બધું જ સુંદર લાગે છે.

— કાલિદાસ

ગુલમહોર અને ગરમાળાની ગ્રીષ્મગીતા

પૈણું પૈણું કરતો, પીઠી ચોળેલો ગરમાળો દોટ મૂકી
લાલચટ્ટક ગુલમહોરી કંકુમાં આંગળિયું બોળે ત્યારે
વાસંતી વાયરો લળીલળીને વીંઝણો ઢોળે છે.

ઉનાળાના પગરવની જાણ નરવા નાક અને સરવા કાનના ધણીને કોયલના ટહુકાથી 'ને આંબાના મહોરની મહેકથી થાય. આંબાના મહોરમાં મરવા (નાની કેરી) બેસે પછી રોજ એને ફળતાં ને ફૂલતાં જોવાની મજા જ કંઈ નોખી. પછી તો એ મરવા એટલા ઝડપથી વિકસે કે એ ખરે ત્યારે 'ટપ્પ' અવાજ સાથે આપણને આજે પણ ઘરમાંથી ફળિયામાં દોડાવે... 'અરે, કેરી પડી?'ની હરખુડી ધારણા લઈ દોટ મૂકવાની. Once upon a timeના એ ગોલ્ડન પિરિયડમાં જેને હાથ એ કેરી આવે એ જાણે આનંદની અલકાપુરીનો રાજા હોવાના સુખમાં મ્હાલે. એ કેરીના બે-ચાર ટુકડા કરે ને સૌને એકુકો ટુકડો મળે ત્યાં તો કુમળાં મન એ ભેરુડા માટે અહોભાવથી ભરાઈ જાય ને એનું નામ 'પાક્કા ભાઈબંધ'ના લિસ્ટમાં ઉમેરાઈ જાય. ઘરેથી મા કંઈ ખાવા આપે એમાં એક મુઠ્ઠી વધુ નખાવી એ ભેરુનો ભાગ પણ માગી જ લેવાનો.

ત્રણ ઋતુઓનું ચક્ર એ પરમ કૃપાળુ પરમાત્માએ માનવોને આપેલી પર્યાવરણની એક અમૂલ્ય ભેટ છે. ગ્રીષ્મની ગરમી અને લૂ સહન કરીએ તો જ ચોમાસાની ઠંડક માણવા મળે અને ખેતરોમાં અનાજ, શાકભાજીના પાક લહેરાય જેના પર આપણું જીવન નિર્ભર છે. જેમ ગ્રીષ્મની ગરમી વેઠીએ-વ્હોરી લઈએ તો જ વરસાદનું વહાલ મળે એમ જીવનમાં પણ દુ:ખનો તાપ વેઠીએ તો જ ચોમાસાની ચાહતના હકદાર બનીએ. બફા સો નફા. ચૈતર માસના દનૈયા તપે તો મન મૂકીને મેહ આવે. આપણા એક દોહરામાં કહેલું કે, 'જો સૂરજ ગરમી કરે તો વરસ્યાની આશ.' કવિવર રવીન્દ્રનાથ ટાગોરે 'ગીતાંજલિ'માં લખ્યું છે કે, 'પ્રકૃતિના વિવિધ રંગ-રૂપ આપણને પ્રેમ શીખવે છે. પ્રકૃતિને ચાહ્યા વિના આપણે નિતાંત

પ્રેમની અનુભૂતિ કરી શકીએ નહીં.' ગમતીલા વરસાદના કારણમાં તો ઉનાળો જ. કહેવાય છે ને કે બફ્ફા એટલા નફ્ફા. ઝવેરચંદ મેઘાણીએ કોડભરી કુમારિકાની અકળામણ ખૂબ સરળ શબ્દોમાં સુંદર રીતે વર્ણવી છે. જેમાં મહેંદીમંડિત મૃગનયની સૂરજના પ્રખર તાપ સામે લાડભર્યો વાંધો નોંધાવે છે. મેઘાણીના શબ્દોના સહારે એ સૂરજને આજીજી કરે છે કે...

મારી મેંદીનો રંગ ઊડી જાય રે,
સૂરજ! ધીમા તપો, ધીમા તપો!

મારો કંકુનો ચાંદલો ચોળાય રે, સૂરજ...
મારી વેણી લાખેણી કરમાય રે, સૂરજ...

આજે સૌના જીવનાધાર બની ગયેલાં એ.સી. તો હવે આવ્યાં. દાવતની જીરા સોડા માણતી આજની પેઢી માટે ખસની ટટ્ટીનું નામ ભલે અજાણ્યું હોય, પણ પહેલાંના સમયમાં ખસની ટટ્ટીઓ ઉનાળામાં ઠંડક અને સુગંધ માટે બારીઓ પર લટકાવવામાં આવતી. દર કલાકે પાણી છાંટી ભીની કરવી એ બાળકો માટે મનગમતી પ્રવૃત્તિ હતી. ખસનું શરબત અને અત્તર ખૂબ જ મનમોહક અને મનભાવન છે. આ જ ખસનાં મૂળિયાંને બાંધી, વણી એની ખસ-ટટ્ટી બનાવવામાં આવે છે. એ જમાનામાં નાના હતા ત્યારે સાંજ પડ્યે અગાસીમાં ગાદલા પાથરી દેવાનાં જેથી એ ઠંડા થઈ જાય, પણ ડહાપણ (તોફાન)ની ચરમસીમા તો ત્યાં આવે કે મા રાડો પાડતી રહે ને વધુ ઠંડક કરવા એ ગાદલાં પર થોડાં પાણીનો છંટકાવ પણ કરી દેવાનો. પછી તો એ પવનની લહેરખીઓ ને શીતળ પથારીમાં જે નીંદર આવે એ સ્વર્ગ તુલ્ય સુખ આપે. જો કે 'ઉનાળાની બપોર' જેવા માધ્યમિક શાળાની પરીક્ષામાં પૂછાતા વર્લ્ડ રેકોર્ડ નિબંધમાં 'ઉનાળાની બપોરે રાતની ઊંઘને નેવે મૂકે એવી ઘસઘસાટ ઊંઘની તોલે તો દુનિયાનાં બધાં સુખ પાણી ભરે' એવું વાક્ય ઉમેરાઈ જવું જોઈએ. આપણાં પુરાણો, શાસ્ત્રો અને આયુર્વેદમાં વામકુક્ષીના ફાયદા વર્ણવેલા જ છે. એટલે ઉનાળાની બપોરે તો 'મારીને ભાગી જવું ને જમીને સૂઈ જવું' એ જાણીતી કહેવતને જ અનુસરીને 'પથારીસ્થ'

થવું જોઈએ. પશુ-પક્ષીઓ પણ ઉનાળાની બપોરે કોઈક છાંયડો શોધીને ઝોકે ચડતાં હોય છે. અમેરિકન લેખક અને ફિલૉસૉફર સેમ કિન કહે છે કે, 'Deep summer is when laziness finds respectability.' ચૈતર-વૈશાખનો તાપ જાણે દુર્વાસાનો કોપ. કાળઝાળ દઝાડતો તાપ ક્યારેક યમલોક પણ પહોંચાડે છે. રાજા દુષ્યંતના વિરહનો તાપ વેઠતાં વેઠતાં જ જેમ શકુન્તલાએ ચક્રવર્તી ભરતને પોતાની કૂખમાં સેવ્યો તેમ આંબા ડાળે ગ્રીષ્મના આકરા તાપમાં જ આમ્રફળમાં મધુરતાનો સંચય થાય છે, વાદળો વારિથી ભારઝલ્લાં થઈ પૃથ્વી પર જળરૂપી અમૃત વરસાવે છે અને પૃથ્વીનો ખોળો ધનધાન્યથી ભર્યો ભર્યો થઈ પૂર્ણતાની પરિભાષા સમજાવે છે.

'રે આવ્યો કાળ ઉનાળો અવની અખાડે, અંગ ઉઘાડે, અવધૂત ઝાળજટાળો રે આવ્યો' એવું લખતા જયંત પાઠકને ઉનાળો અવધૂત જેવો ઝાળજટાળો લાગે છે. તો ઉમાશંકરની મંદાક્રાન્તામાં લખેલી આ પંક્તિઓ જુઓ... 'આવ્યો આવ્યો બળબળ થતો દેખ જોગી ઉનાળો; વા વૈશાખી પ્રબળ વહતા, ઊડતી અગ્નિઝાળો.' કવિશ્રીને ઉનાળો 'ધૂણી ધખાવીને બેઠેલો અઘોરી' લાગે છે. તેઓ પણ ઉનાળાની ઉગ્રતા દર્શાવવા એની જોગી સાથે સરખામણી કરે છે. નિરંજન ભગત એક ગીતના પ્રારંભમાં જ ઉનાળાની તીવ્રતાનું ધારદાર વર્ણન કરે છે, 'તગતગતો આ તડકો, ચારેકોર જુઓને કેવી ચગદાઈ ગઈ છે સડકો!' દલપતરામની 'ઉનાળે ઊંડાં જળ જાય, નદી સરોવર જળ સુકાય' અને ઉમાશંકરની 'પાણી ડૂક્યાં, સજળ સરિતાઓ થઈ વારિસૂની' પંક્તિઓનો સૂર એક જ છે. છતાં તેમાં કાળનાં પગલાં અનુસાર આવેલ અભિવ્યક્તિનો બદલાવ ધ્યાન દોરે છે.

થોડું ડિફરન્ટ વિચારતાં લાગે છે કે જેમ રાતે સોપો પડી જાય ને સર્જકને ગમતીલું એકાંત મળે તેમ ઉનાળાની બપોર પણ એ સવલત સુપેરે પૂરી પાડી શકે અને સર્જક વધુ સર્જન કરી શકે. બોરડી, લીમડો, સરગવો, ખાખરો સૌ આંબો લેલૂમ હોય, ત્યાં ફાગણ, કેસૂડાં, ચંપો, કેરી, તરબૂચ, કોઈ ગોરી જેવો ગરમાળો, એની ગુલમહોર સરીખી

લાલ ચૂંદડી જેવાં અઢળક પરિમાણો કે કલ્પનો હુંસાતુંસી કરતાં આગળ આવે. વળી, રાધાકૃષ્ણ તો ફાગણનો ફાગ લઈને આવે જ. નિબંધકાર સુરેશ જોશી એમના 'જનાન્તિકે'ના એક નિબંધમાં કહે છે કે, 'કાલિદાસ જેવો વિલાસી કવિ કહેશે કે રતિક્રીડામાં પ્રિયતમના ગાઢ નખક્ષત અને દન્તક્ષતને કારણે પૃથ્વીને અંગે જે ટશર ફૂટી છે તે જ આ કેસૂડાં!' રામાયણના વસ્તુસંદર્ભને ધ્યાનમાં રાખીને વાલ્મીકિ કહેશે કે, 'રામ અને વાલી જેવા બે બળિયા યુદ્ધમાં લડતાં ઘવાય ને એમનાં અંગોમાં જે લોહીની ટશર ફૂટે તેના જેવાં આ કેસૂડાં છે.' ગરમાળો અને ગુલમહોર બંનેને ફળિયામાં વાવો તો સાથે તીખા તમતમતા તડકાને પણ ફળિયામાં જગ્યા આપવી પડે. તડકાનો સાથ મળતાં ગરમાળો એના લીલાછમ્મ વૈભવને સંકેલીને નવા હળદરિયા વેશે, પીળચટ્ટાં ઝુમ્મરો લઈને હાજરી પુરાવે છે જે પીળક પંખીની યાદ આપે છે. ગરમાળો ગરમીમાં એટલો પીળો થઈ જાય કે એનો પડછાયો પણ પીળી આભા વેરે. પૈણું પૈણું કરતો, પીઠી ચોળેલો આવો ગરમાળો દોટ મૂકી લાલચટ્ટક ગુલમહોરી કંકુમાં આંગળિયું બોળે ત્યાં તો વાસંતી વાયરો લળી લળીને વીંઝણો ઢોળે. ટોળામાં નીકળી પડતા ગુલમહોરનાં ફૂલોથી ફળિયુંય જાણે સૂરજનું સ્વાગત કરવા પાથરેલી રેડ કાર્પેટ લાગે છે. કવિઓ જ્યારે સૃષ્ટિથી હેબિચ્યુઅલ થઈ વિસ્મયનો વૈભવ ગુમાવે છે, ત્યારે એના સર્જનમાં સજ્જતા દેખાતી નથી. એની અભિવ્યક્તિ સપાટ બને છે. મહાકવિ કાલિદાસ રચિત ઊર્મિકાવ્ય ઋતુસંહારમાં ગ્રીષ્મના વર્ણનમાં તાપની પરાકાષ્ઠા બતાવતા લખ્યું છે કે 'બપોરના ત્રાસથી ત્રાસેલો ઉંદર નાગની ફણાની છાયા શોધતાં પણ અચકાતો નથી.' કાકાસાહેબ કાલેલકર તેમના લલિત નિબંધ 'મધ્યાહ્નનું કાવ્ય'માં કહે છે કે, 'તડકો પુરજોશમાં પડતો હોય તે વખતે આકાશની શોભા ખાસ જોવાલાયક હોય છે. ભેંસો દૂધ દેતી વખતે જેમ આંખ મીંચીને નિસ્તબ્ધ ઊભી રહે છે તેમ આકાશ તડકાની સેરો છોડતું જ રહે છે. ન મળે વાદળાં, ન મળે ચાંદો. ચાંદો હોય તોયે વાસી રોટલાના કકડા જેવો ક્યાંક પડ્યો હોય.'

વર્ષો પહેલાં પાણીના સોર્સ તરીકે કૂવા-તળાવ જ આધારરૂપ હતાં.

ઉનાળાના લાંબા દિવસમાં બપોરની મોકળાશ સ્ત્રી માટે બહુ મહત્ત્વની હોય. ઘરની વહુવારુઓ પનઘટ પર જાય ને મન મોકળું કરી સહિયરો સાથે પેટછૂટી વાતો કરે ને હળવી થાય. પનઘટ એટલે પનિહારીઓ માટે શેરિંગની શાતા આપતું સરનામું. ભીતર ભભૂકતી આગ પર રેડાતું પીપળ-પાણી અને સખીઓ સંગ આપ-લેની ઉજાણી. ઉનાળાના ભાથામાં એક એકથી ચડિયાતાં તાતા તીર છે. શિયાળામાં ભાણાને ભરી દેતાં લીલાં શાકભાજી અને રસ્તાને રમણીય કરતાં વૃક્ષો ઓછાં દેખાય તો શું થયું? લીમડાનો લહેરાતો શીળો વૈભવ તો છે જ છે. પાનખરનું પણ એક નોખું ને આગવું વ્યક્તિત્વ છે. રૂખડ બાવા જેમ ઊભેલા વૃક્ષોની ડાળીઓ હવે મેદાનમાં ઊતરી પોતાની કમનીય કાયા બતાવે છે. આકાશના બેકગ્રાઉન્ડ સાથે આંખોમાં સમાતા એ પર્ણવિહીન વૃક્ષો કોઈ ઉત્તમ શિલ્પકારની ઉત્તમ કૃતિનો અહેસાસ આપે છે. ઉનાળાનાં રસાળ ફળોના કલેવર અને ફ્લેવર સ્વાદુપિંડને સળવળ આપે છે. દ્રાક્ષના દરબાર અને મેંગોની મહેફિલ જામે છે. સાકરટેટી અને સંતરાની સૂરાવલીને તરબૂચ તાલ આપે છે. ગ્રીષ્મગીતાનાં પૃષ્ઠો ખોલતાં ફાલસાનું ફન અને જાંબુની જમાવટ જલસા કરાવે છે. રસ્તે જતાં ચંપો, મોગરો કે શિરીષની સુગંધ અચાનક જ આવીને વળગી પડે ત્યારે ઉનાળો વધુ ને વધુ વહાલો લાગે.

ઉનાળો એટલે લગ્નસરાની સિઝન. પહેલાંના સમયમાં તો ગામમાં કોઈ પણ ઘરે શુભ અવસર આવે તો સૌને એ ખુશી ને ઉજવણીનો ચેપ લાગતો. ઢોલ પર પડતી થાપ અને શરણાઈના સૂરોથી દરેક ઘરના પટારામાં પોઢેલા રંગો જાણે આળસ મરડી બેઠા થતા અને લાલ, પીળી, લીલી ઓઢણીઓમાં જીવ આવતો. કમખામાં ટાંકેલા મોર ટહુકા કરતા અને ગામડાની ગોરીઓના ગળે ગળચટ્ટાં ગાણાં ફૂટતા. આજે તો ગોરીઓના રૂપનો ફેશનેસ ફંડા આડા રસ્તે ફંટાઈ જતાં બ્યૂટી બાપડી બની બ્યૂટીપાર્લરના બારણે છે. ઉનાળો એટલે વૅકેશન એમ ન કહીએ તો બાળ-ગોપાળનો બદમિજાજ સાતમા આસમાને પહોંચવાની પૂરી શક્યતા. જો કે વૅકેશનની એ વેકંટ સ્પેસ-રજાની એ મજા હવે હિલ સ્ટેશન, વૉટર પાર્ક, ટીવી, કાર્ટૂન ફિલ્મ્સ કે વીડિયો ગેમ્સ રમવા પૂરતી જ સીમિત

થઈ ગઈ છે. વગડામાં રખડવું, વૃક્ષો સાથે વાતો કરવી, ગામના પાદરમાં ગરિયા અને ગીલ્લીદંડા સાથે બપોરને બેમિસાલ કરવાની મજા નોખી જ હતી. આરોગ્યની સુખાકારી માટે આપણા વડીલો માને છે કે આજે ઉનાળામાં દમદાટ વપરાતા ACની કૃત્રિમ ઠંડક સંધિવા જેવા રોગને આમંત્રણ આપવા માટે કાફી છે.

કાકાસાહેબ ઉનાળાને સાચા અર્થમાં ઊજવે છે અને એનો જયકાર કરે છે. વળી, તેઓ એ આનંદનો પોતાના વિખ્યાત નિબંધ 'મધ્યાહ્નનું કાવ્ય' થકી સૌ વાચકોને એ આનંદસાગરમાં ડૂબકી દેવા ઉશ્કેરે છે. તેમાં કાકાસાહેબની ઊંડી સૌંદર્યદષ્ટિ ઉનાળા પર વારી જવા મજબૂર કરે છે. તેઓ કહે છે, 'સાચે જ તડકાનો રંગ મને ખૂબ ગમે છે. કેટલીક વસ્તુઓ પ્રત્યે આપણે તટસ્થ નથી થઈ શકતા તેથી તેનું સૌંદર્ય ગુમાવીએ છીએ. માણસ ઉપયોગિતાના ખ્યાલમાંથી ઊગરી ન જાય ત્યાં સુધી સૌંદર્યનું હાર્દ સમજી ન શકે. મારી દલીલ એ છે કે જે તડકામાં કુમળાં ફૂલો પણ ખીલે છે તે તડકાનો વાંક તમે શી રીતે કાઢી શકો? જે તડકો કેળના પેટમાંનું પાણી પણ લૂંટતો નથી તેને તમે ત્રાસદાયક કહો શા હિસાબે?' નિબંધના અંતે કાકાસાહેબે તડકાને તાળી દેતો તેમની અને રવીન્દ્રનાથ વચ્ચે થયેલ સુંદર સંવાદ લખ્યો છે જે મમળાવવા જેવો છે.

રવીન્દ્રનાથને ખરા બપ્પોરે મળવા પહોંચેલા કાકાસાહેબે લખ્યું છે કે...

શાંતિનિકેતનમાં ઉનાળાના દિવસો હતા. ખરે બપોરે કવિશ્રીને (રવીન્દ્રનાથ ટાગોરને) મળવા ગયો હતો.

મેં એમને કહ્યું : 'કઅવસરે આવીને આપને તકલીફ આપું છું.'

એમણે કહ્યું : 'તમે પણ તકલીફ ઉઠાવી છે સ્તો.'

મેં કહ્યું : 'ના, મને તો તડકો ગમે છે; હું તો એનો આનંદ લૂંટું છું.'

આ સાંભળતાંવેંત કવિશ્રી એકાએક પ્રસન્ન થયા અને કહે, 'હેં, તમને પણ તડકામાં આનંદ આવે છે? હું તો ખૂબ તડકો હોય છે ત્યારે બારી આગળ આરામખુરશી નાખીને લૂમાં નાહું છું. મને એમાં ખૂબ જ આનંદ આવે છે, પણ હું તો માનતો હતો કે એવો શોખીન હું એકલો જ છું.'

મેં બીતાં બીતાં વિનોદ કર્યો : 'રવિને પોતાનો તડકો ન ગમે તો તે ક્યાં જાય!'

કાલિદાસે 'ऋतुसंहार'નો આરંભ ગ્રીષ્મથી કર્યો છે તો હું અહીં એમના જ શબ્દોને અંતમાં વાગોળી વીરમું...

'प्रचंडसूर्यःस्पृहणीयचन्द्रमा
सदावगाहक्षतवारिसंचयः!
दिनान्तरम्योऽम्युपशान्तमन्मथो
निदाधकालोऽयमुपागतः प्रिये!!

હે પ્રિયે, જો ઉનાળો આવી ગયો છે. ગ્રીષ્મ ઋતુમાં સૂર્યના પ્રચંડ કિરણો સહુને દઝાડે છે. આ દિવસોમાં લોકો નદી-તળાવોમાં ખૂબ સ્નાન કરે છે. સાંજનો સમય ખૂબ મનોરમ્ય હોય છે. લોકો ચંદ્રની ચાંદનીની શીતળતાનો સુખદ અનુભવ કરે છે.

છાલ

"જે બહારથી વાહ વાહ ઇચ્છે છે તે પોતાનો બધો જ આનંદ બીજાની મુઠ્ઠીમાં રાખે છે.
— **ગોલ્ડસ્મિથ**"

ઉનાળો ફેલાતો જાય...
માતેલો તાપ ઠેઠ જીવ સુધી પહોંચ્યો તે દરિયા પણ સુક્કા દેખાય.

હોઠમાંથી ખરી પડ્યું પાણીનું ભાન અને વસ્યું એક ઝાંઝવાનું ગામ,
નહીંને જો ઓચિંતો આવે વરસાદ તો તો પડી જાય રૂંવે રૂંવે ડામ,
પારધીના હાથમાંથી છૂટેલી હોય તેવી લૂથી તો પથ્થરો વીંધાય
ઉનાળો ફેલાતો જાય...

તરસો લીલોતરી પીવાની ઝાળઝાળ લાગી કે કોણ અહીં પાશે?
તૂટ્યા સંબંધ યાદ આવે કદીક એવી ખાલીખમ પરબો પણ ક્યાં છે?
બે'ક ટીપાં રડવું આવ્યું છે મને - એવી હું અફવા ફેલાવું પણ,
હાય...
ઉનાળો ફેલાતો જાય...

— **રમેશ પારેખ**

ઉનાળો એમ બોલતાં જ ફળફળતા બટેટામાંથી વરાળ નીકળતી હોય એવું લાગે. ભૂખરી ધૂળ ડમરી ચોળેલો ઉનાળો ગ્રીષ્મ શબ્દમાં પીતાંબર પહેરેલો દેખાય. ઉનાળો આવડા મોટા દિવસનો અને આટલા લાંબા વૅકેશનનો ધણી ને છતાં કવિઓનો લગભગ ઉપેક્ષિત. કવિઓ કહેશે જ 'વા'લી મુંને વર્ષા ને વા'લી મુંને વસંત. બહુ બહુ તો શરદ શિશિર અડી લઈએ, પણ આ ઉનાળો ભઈસા'બ ધોળા ધરમેય ન ખપે.'

— યજ્ઞેશ દવે

વો આસમાં ઝૂક રહા હૈ જમીં પર...

કોઈ વાર આકાશે ઈશ્વરને ફરિયાદ કરી હશે કે, 'હવે એકલા એકલા જિવાતું નથી' અને ઈશ્વરે સૂર્ય-ચંદ્ર, તારા-ગ્રહો અને નક્ષત્રો સર્જ્યા હશે.

ખુલ્લા આકાશ નીચે સૂઈને તારામઢ્યા આકાશને નીરખવાની મજા તો સૌએ માણી હશે. બાળપણમાં વાદળો વચ્ચે સંતાતો ચંદ્ર, રૂપેરી કોર મઢેલાં વાદળો, વાદળોમાંથી ઊપસતા હાથી, પંખી, હરણ કે હોડીના આકારો જોવાની નોખી જ મજા હતી. પંખીઓના પ્રિય ફ્લાઇંગ ઝોન રૂપી આકાશમાં જુદાં જુદાં પંખીઓની વિવિધ ઉડાન જોઈને 'બીજા ભવમાં પંખી બનાવજે'ની ઇચ્છા આકાશમાં તરતી મૂકી દેતી. 'આંખો દેખી' ફિલ્મનો નાયક પંખીની જેમ ઊડવા પહાડ પરથી પડતું મૂકે છે. આમ, આવી અનેક ઘટનાઓનું સાક્ષી આભ બન્યું છે. આવી નિર્દોષ સંવેદનાઓ આકાશ નીચે જ ઊછરતી. વિચારતી કે આકાશમાં આખો દિવસ બિન્દાસ ઊડવાની અને ઇચ્છીએ ત્યારે પ્રિયજન પાસે ઊડીને પહોંચી જવાની કેવી મજ્જા આવે! તો આવો, મારી આગોશમાં આળોટતા અનંત આકાશનો થોડો પરિચય કરાવું. સાયન્સ ટીચર પપ્પા સ્કૂલમાંથી આવે... હાથમાં ટેલિસ્કોપ હોય...ને મન કૂદક કરતું એક ઠેક લઈ લે. પહોંચી જાય આકાશે વાયા અગાસી... મોડી રાતે નિહાળવાના તારાઓ અને નક્ષત્રો સાંજથી આંખોમાં અડીંગો જમાવી દે. શેરીના ભેરુબંધોને એક દબદબા સાથે રાતે અગાસી પર આવવાનું ઇજન અપાઈ જાય. અમે ગણગણીએ પણ ખરા કે 'ચાંદા પોળી, ઘીમાં બોળી...' બીજે દિવસે વળી એ ખગોળદર્શનના જ્ઞાનની કસોટી પણ થાય ને જ્ઞાન સાથે ગમ્મતની મસ્ત મજાની ધજા લહેરાય...

આકાશે આંબતા પતંગની દોરી વડે બંધાતો એક સંબંધ એને વધુ ઊંચે ઊડવાનું ઇજન આપતો હોય છે. સંધ્યા કે ઉષા આભલાને રંગો વડે ભરી દે છે તો રંગબેરંગી પતંગોથી ભરેલું આકાશ પણ મનને પ્રફુલ્લિત કરે છે. પ્રેમની પતંગ ઉત્તરાયણમાં આભને આંબે છે. નજરની દોર એક

અગાસીથી બીજી અગાસી સુધી લંબાય છે. બારે મેઘ ખાંગા થાય છે ત્યારે આકાશનું રૌદ્ર રૂપ દેખાય છે. ઝરમર ઝરતા શ્રાવણનાં સરવડાંમાં આકાશનાં રમ્ય રૂપનાં દર્શન થાય છે. આકાશમાં થતી વીજળી જાણે ઈશ્વરની પોતાના અસ્તિત્વ પર કરેલી સહી છે. પાનબાઈ જેવી વિદુષી એ વીજળીના ચમકારે મોતીડાં પરોવવાની વાત કરે ત્યારે જીવનનાં સઘળાં સત્યો વિશે ફરી ફરી વિચારવું જોઈએ.

આકાશને રોજ નીરખવાથી આપણે સભર થતા જઈએ છીએ. એનું નિત્ય નવલું રૂપ આંખોમાં પોઠ ભરીને અચરજ આંજે છે ને મોં આશ્ચર્યથી એટલું પહોળું થઈ જાય કે પેલો દૂરનો ચાંદો આખો એમાં સમાઈ જાય. આકાશ સામે પથ્થર ફેંકીએ તો પાછો આપણા જ હાથને વાગે છે. આકાશને આલેખવા વિશેષણો વામણાં પડે અને પર્યાય પાંખા લાગે. આમ જુઓ તો આકાશ ક્યાંય નથી અને તેમ જુઓ તો સર્વત્ર છે. આકાશ કેટકેટલાં રંગરૂપ ધરીને આપણને વહાલું થાય છે. શહેરનું અને ગામડાનું આકાશ જુદું, દિવસ અને રાત્રિનું આકાશ જુદું, જુદી જુદી ઋતુઓમાં આકાશની છટા અલગ જ... તો વળી ઉષા અને સંધ્યાકાળે આકાશનો નોખો જ મિજાજ જોવા મળે છે. ઉત્તરાયણનું આકાશ તો માનવસર્જિત જે અનેક રંગોથી પોતાનું આગવું જ રૂપ બતાવે. આકાશ એટલે એવો અવકાશ કે જેમાં સૂર્ય, ચંદ્ર, તારા, આકાશગંગા કે ખગોળમંડળો રહેલાં છે.

આકાશનો ખરો રંગ તો કાળો-બિહામણો છે. ઝાડનાં પાંદડાંનો રંગ જેટલો વાસ્તવિક છે તેટલો આકાશનો આસમાની રંગ ખરો રંગ નથી. હવાના કણોમાં જ એવો ગુણ છે કે જેથી પ્રકાશનું પરિવર્તન થઈને વાદળી રંગ ઉત્પન્ન થાય. બહુ ઊંચે જતા દિવસે પણ આકાશ કાળું અને બિહામણું લાગે. વર્ષોથી વૈજ્ઞાનિકો આકાશમાં સંશોધન કરે છે, પણ હજુ કોઈ તાગ મેળવી શક્યા નથી. પૂર્ણતાએ પહોંચી શક્યા નથી. અવકાશના ખાલીપાને કોઈ ભરી શકે એમ નથી, પણ જેમ પાતાળે પાઇપલાઇન ન પહોંચે એમ નભ સુધી કોઈ સ્તંભ પણ ન પહોંચે. જે દિવસે નભને ટેકો કરવાનો થશે ત્યારે સમજવું કે પ્રલયના દિવસો

નજીક છે. ગણ્યા ગણાય નહીં, વીણ્યા વીણાય નહીં એવા તારાઓની જેમ આકાશના અઢળક અર્થસંકેતો છે. આભ, અભ્ર, અંબર, દ્યો, વ્યોમ, નભ, ગગન, વિયત ઇત્યાદિ આકાશના પર્યાયો છે. કોઈ વાર આકાશે ઈશ્વરને ફરિયાદ કરી હશે કે 'હવે એકલા એકલા જિવાતું નથી' અને ઈશ્વરે સૂર્ય-ચંદ્ર, તારા-ગ્રહો અને નક્ષત્રો સર્જ્યાં હશે. દેહનાં પંચતત્ત્વોમાં એક આકાશ પણ છે.

આકાશને અમરત્વનું વરદાન છે. ધરતી અને આકાશનું જ્યાં મિલન થાય છે એ ક્ષિતિજ સૌના નસીબમાં હોતું નથી. આકાશ અમાપ છે, પણ પ્રેમપૂર્વક હાથ ફેલાવતા બાંહોમાં સમાઈ જાય છે. પ્રકૃતિ તો એવી છે કે જરાક હાથ લંબાવો તો આવીને વળગી પડે. શરદપૂર્ણિમાની રાતે દૂધ જેવી ચાંદનીમાં નહાતું આકાશ પ્રેમીઓને ઘેલા કરે છે, કવિઓ ચાંદનીમાં કલમ ઝબોળીને પૂનમને લાડકી કરે છે તો બાળકને એ ચંદ્ર સાથે 'મામા'નો અનુબંધ દેખાય છે. ૧૯૨૮માં આબુના નખી તળાવ પરની પૂનમની શાંત, એકાંત રાત્રીએ ૧૭ વર્ષના યુવાન ઉમાશંકર જોશીને સરસ્વતી દેવીએ અણમોલ ભેટ સમાન કાવ્યદીક્ષા આપી અને કવિએ પ્રથમ કાવ્ય લખ્યું '...સૌંદર્યો પી, ઉરઝરણ ગાશે પછી આપમેળે.' જાણે કોઈ ધન્યમંત્ર. ક્યારેક પ્રેમીજનનું હૃદય પ્રિયજનના હાથે જ તૂટે છે ત્યારે આભમાં અજવાળાંનો પૂરો દબદબો હોવા છતાં એ ભગ્ન હૃદયના ટુકડા જડતા નથી. અવિનાશ વ્યાસ જેવા કવિ એ મનોભાવને વાચા આપતાં કહે છે કે...

ઓછાં રે પડ્યાં... ઓછાં રે પડ્યાં...
પૂનમ તારાં અજવાળાં ઓછાં રે પડ્યાં...

આવી છિન્ન મનઃસ્થિતિમાં 'Every cloud has a silver line'નું આશ્વાસન ઠાલું નીવડે છે. આકાશનો પંખી સાથેનો નાતો તો અતૂટ ને અવિનાશી છે. એક પંખી આખું આકાશ પોતાની આંખમાં અને કાંખમાં લઈને ઊડે છે ત્યારે મકરંદ મૂસળે યાદ આવે...

'મોટું ભલે ગગન હો, સામે પડ્યો પવન હો,
આકાશ બાથમાં લઈ પંખી તો ઊડવાનું.'

કવિઓ અને પ્રેમીઓને આકાશ બહુ આત્મીય લાગ્યું છે. આપણા અઢળક જૂનાં ફિલ્મ ગીતો એવાં કે જેની છાતીમાં માણસ ધ્રૂસકે ધ્રૂસકે રડી પડે... આપણા સમસંવેદનને સ્પર્શે. 'ભરોસા' ફિલ્મનું રાજેન્દ્ર કૃષ્ણએ લખેલું ગીત 'ઇસ ભરી દુનિયા મેં...'ના જિગર વલોવી નાખતો આસમાન સાથેનો આ સંવાદ તો જુઓ... પ્રેમભગ્ન મજનૂ 'આસમાં, કિતને સિતારે હૈ તેરી મહેફિલ મેં... અપની તકદીર કા કોઈ ભી સિતારા ન હુઆ...' કહી હૈયાવરાળ ઠાલવે છે. ફિલ્મ 'મધુમતી'માં સૂરીલી ધૂનોના સાધક સલિલ ચૌધરી 'સુહાના સફર...' ગાતા દિલીપકુમાર સાથે 'વો આસમાં ઝૂક રહા હૈ જમીં પર...' કહીને આપણને પણ ક્ષિતિજની સમીપ લઈ જાય છે. આપણા આ પ્રિયજન જેવાં ગીતોમાં સમાયેલું, છવાયેલું, રસાયેલું આકાશ માનવમનના અવનવા રંગોને પાથરે જેમાં આપણાં જ સંવેદનો પડઘાતાં લાગે. ઇન્દિવર લિખિત ગીત 'આકાશ કા સૂનાપન મેરે તનહા મન મેં ...' જગજીતસિંહના કંઠે ગવાતું હોય ત્યારે એ સુનકાર કોઈ પણ આંખોને ભેજ આપે. ફિલ્મ 'ફિર સુબહ હોગી'માં સાહિર લુધિયાનવીની ફરિયાદ આમ તો વાજબી જ છે. એ કહે છે, 'આસમાન પે હૈ ખુદા ઔર જ઼મીન પે હમ, આજ કલ વો ઇસ તરફ દેખતા હૈ કમ.' આપણી ભાષામાં પણ કોઈ કવિ એવા નહીં હોય જેણે 'આકાશ'ને સ્પર્શ ન કર્યો હોય. 'આપણે તો ભૈ રમતારામ! ઓઢવાને હોય આભ, ઉશીકાં હોય શેઢાનાં...' કહેતા માધવ રામાનુજ જીવનના હકારની વાત શીખવે છે. કુદરત જો આટલું બધું આપતી હોય તો માણસને જોઈએ શું! ક્યારેક થાય કે શહેરોમાં ઈંટોનાં જંગલો ખડકાતાં જાય છે એવા આ યુગમાં આડા-ત્રાંસા ટુકડા જેવું આકાશ આપણા ભાગે માંડ આવે છે. જાવેદ અખ્તર તો ઊંડી વ્યથા સાથે કહે છે કે, 'ઊંચી ઇમારતો સે મકાં મેરા ઘીર ગયા. કુછ લોગ મેરે હિસ્સે કા સૂરજ ભી ખા ગયે...' ગુજરાતની શાન હંમેશાં ઉન્નત રાખતા અને ગુજરાતીની ખુમારીને બિરદાવતા કવિ હરદ્વાર ગોસ્વામી એક શેરમાં કહે છે કે...

'ચાંદા વચ્ચે ઘર બાંધીને રહું અથવા તો,
આભ અગાસી પર ઉતારું, ગુજરાતી છું.'

વર્ષાઋતુમાં વરસતું આભ વિરહી માણસને મૂંગાં આંસુઓ સારતું લાગે છે તો ગળાડૂબ પ્રેમમાં અભિસક્ત પ્રેમીને આકાશના તારા તોડી પ્રેમિકાની હથેળીમાં ધરવાના ઓરતા હોય છે. 'ગગનમંડળની ગાગરડી, આભલાને ટોડલે રે, આભમાં ઊગેલ ચાંદલો ને જીજાબાઈને આવ્યાં બાળ રે, આકાશમાંથી ઊતર્યા રે...' વગેરે જાણીતાં ગીતોમાં આકાશને અઢળક સ્વરૂપોમાં દર્શાવ્યું છે. આકાશ કોરુંધાકોર કે વાદળછાયું, ગોરંભાયેલું કે સ્વચ્છ, તારામઢ્યું કે ચાંદનીમઢ્યું કોઈ પણ રૂપે વહાલું લાગે છે. મેઘધનુષ એ આકાશના સૌદર્યમાં ઉમેરાતું છોગું છે. દરિયો આભને આંબે છે ત્યારે જાણે જળની મૂછે દોરો ફૂટે છે ને ભારઝલ્લાં વાદળો અનાયાસ જ ધરતી પર વરસી પડે છે. ટીપાંનું તોરણ બાંધેલું આકાશ સૌને રિઝવે છે. માણસનાં સપનાંય આભ આંબતા હોય, એમાં એનો પરિશ્રમ ભળેલો હોય ત્યારે આભલાનેય થતું હશે કે, 'લાવ, હાથ થોડો લંબાવું.' ચાતકની નજરથી આભને નીરખીએ તો આખું ચોમાસું આપણા નામે થઈ શકે. ભક્તકવિ નરસિંહ મહેતા તો ત્યાં સુધી કહે છે કે, 'નીરખને ગગનમાં કોણ ઘૂમી રહ્યો? 'તે જ હું', 'તે જ હું' શબ્દ બોલે.' બસ, કૃષ્ણને પામવાની ઝંખના તીવ્ર હોવી ઘટે.

એપોલો, વોયેજર કે ગેલેલિયો યાન ભલે અવકાશની અનંતયાત્રાએ નીકળી નવા નવા તાગ મેળવ્યા કરે. અહીં પૃથ્વી પર તો આ અવકાશ જ ટૂંપાતો જાય છે. વળી ઉપગ્રહોના કચરાને લીધે અવકાશી પ્રદૂષણ વધતું જાય છે. જે પર્યાવરણ માટે અત્યંત ખતરારૂપ છે. માણસ અવકાશ પર કબજો જમાવવા માટે પણ હોડમાં ઊતર્યો છે. ઈશ્વરનો સ્થાયી નિવાસ ઉપર આકાશમાં છે એવું માનતા આપણે પ્રાર્થના કે દુઆ વખતે ઊંચે આભ તરફ હાથ લંબાવી મીટ માંડીએ છીએ. વામન અવતાર વિષ્ણુ ભગવાને બીજા પગલાંમાં સ્વર્ગલોક માપી લીધું. તો આજે સ્ત્રીએ આકાશમાં સાત પગલાં ભર્યાં છે. જો કે બધી જ સ્ત્રીઓ એટલી ભાગ્યશાળી હોતી નથી. દંભી સમાજમાં સ્ત્રીને ભાગે બારી બહાર દેખાતું ઓરસચોરસ ટુકડા જેટલું જ આકાશ હોય છે. એવી સ્ત્રીના તો સપનાંનું આભ તો જમીનદોસ્ત થાય છે. અજવાળાંનું ઘર એવું આ આકાશ દરેક વખતે

દરેક માટે અજવાળું લઈને નથી આવતું. અંધકારના ઓળા પણ લાવે છે, જેમાં ડૂમા અને ડૂસકાં ઓઢીને રાત ઉઘાડી આંખે સૂવે છે. નોખા સમયે નોખી ભાત પાડતું આકાશ આપણને પરોઢ, સવાર, ઝાલરટાણું, સાંજ, સમીસાંજ, વાળુંટાણું, રાત કે મધરાત જેવા સમયના આયામોની ઓળખ આપે છે. આકાશને કદી વૃદ્ધત્વ આવતું નથી. એ હંમેશાં યુવાન હોય છે. આકાશ અવિનાશી છે. આકાશ કદી કાશ બની શકે નહીં. એના અનંત આવેગોને માપી શકાય એવી શોધ હજી સુધી થઈ નથી અને થશે પણ નહીં.

ઇવ

> સામાન્ય માણસ દુઃખનો અંત શોધે છે
> અને બુદ્ધિશાળી માણસ દુઃખનું કારણ શોધે છે.
> **– મોરારિબાપુ**

આ વાયરાના તોફાને આવેલા વરસાદે ઉંબરની મર્યાદા તોડી;
એક બિંદુ ઝીલી ને આંખ એવી કૂદી કે એણે આભ સાથે વાર્તા જોડી.

આ બારીમાં ટપકે છે ભીનું આકાશ
અને ચોમાસું છલકે ચોપાસ;
અહીં શેરીના દીવામાં એકલતા સળગે છે
ઉપર છે કાળું આકાશ.

આ પાણીનાં બાણ બધાં વીંધે ગુલાબને, ને આભે પણ કળીઓને તોડી;
એક બિંદુ ઝીલી ને આંખ એવી ઊગી કે એણે આભ સાથે વાર્તા જોડી.

વૃક્ષોની નજરોનું પાથરણું પાથરીને
ધરતીએ ઓઢી'તી લીલાશ,
આ વરસાદે પલળેલું એકાકી ઝાડ,
એમાં આજે પણ કોરું આકાશ.

આ ધોધમાર પાણીના વહેતા પ્રવાહમાં પગલાંએ કેડી એક છોડી;
એક બિંદુ ઝીલી ને આંખ એવી ઊગી કે એણે આભ સાથે વાર્તા જોડી.

— ભાગ્યેશ જહા

લીમડાની બધી ડાળ મીઠી...

લેખક લીમડાનું ઝાડ છે. કડવી કલમ દ્વારા તેણે તંદુરસ્ત સમાજનું નિર્માણ કરવાનું હોય છે.

પ્રકૃતિ અને વનસ્પતિ દ્વારા ઉપચાર કરતાં બે વૈદ્યોએ એકબીજાનું જ્ઞાન ચકાસવા માટે એક નિરોગી, તંદુરસ્ત વ્યક્તિને પસંદ કરી. એક વૈદ્યે બંધ પરબીડિયામાં એક કાગળ મૂકી તેને બીજા વૈદ્યને ત્યાં પહોંચાડવા કહ્યું. તેને ખાસ સૂચના પણ આપી કે, "તારે આમલીના વૃક્ષની નીચે જ વિસામો લેવો અને આમલીના કાતરા તો રોજ ખાવા જ." આ પ્રમાણે કરતાં બે-ત્રણ દિવસમાં તો એ ભાઈના શરીરમાં કળતર થવા લાગ્યું. પાંચમે દિવસે જ્યારે તે બીજા વૈદ્ય પાસે પહોંચ્યા ત્યારે તો સાવ અશક્ત થઈ ગયા હતા.

વૈદ્યે તરત તેના સમાચાર પૂછીને કાગળ વાંચ્યો. તેમાં લખ્યું હતું કે, "આવેલ ભાઈ ખૂબ બીમાર હશે. તમે તેને કોઈ પણ દવા આપ્યા વગર અહીં સાજો-નરવો મોકલી આપજો."

વૈદ્યે બીમાર ભાઈને પૂછ્યું કે, "તમે કેવી રીતે આવ્યા?" એ ભાઈએ કહ્યું કે, "હું તો આમલીની નીચે જ વિસામો કરતો અને રોજ કાતરા ખાતાં ખાતાં આવ્યો છું." આ સાંભળીને વૈદ્યે કહ્યું કે, "સારું, હવે હું આપું તે કાગળ લઈને તમે એ વૈદ્યને પહોંચાડી દ્યો." બીમાર ભાઈ કહે કે, "મારામાં જરા પણ તાકાત નથી." વૈદ્યે કહ્યું કે, "ચિંતા નહીં. એકાદ દિવસમાં જ તમારામાં શક્તિ આવી જશે. આજે હિંમત કરીને ચાલો. પણ તમારે એક વાત ખાસ ધ્યાનમાં રાખવાની છે કે તમારે હંમેશાં લીમડા પાસે રહેવું અને તેની કૂણી કૂંપળો અને મ્હોર રોજ ખાવાં." સૂચનાનું પાલન કરતા એ ભાઈ ચાલવા લાગ્યા. પહેલા દિવસથી તેને સારું લાગ્યું. બીજા દિવસે તો ઘણી સ્ફૂર્તિ આવી ગઈ. ત્રીજા દિવસે તો તાજા-માજા થઈ ગયા અને ચોથા દિવસે પેલા વૈદ્ય પાસે પહોંચીને જ્યારે કાગળ આપ્યો ત્યારે તો એ સાવ સાજા સારા હતા. વૈદ્યે કાગળ વાંચ્યો

તો તેમાં લખ્યું હતું કે, "આ કાગળ લીમડાને છાંયે છાંયે મોકલેલ છે."

એટલે જ જનઆરોગ્ય માટે ઉમદા ગણાતા લીમડાના વૃક્ષનો મહિમા કરતાં કહેવાયું છે, 'આંગન મેં તુલસી ખડી, ગલિયારે મેં નીમ, મેરે ઘર મેં હિ રહે, દો દો વૈદ્ય હકીમ'. ધીમે ઊગતા પરંતુ શુદ્ધ, સાત્ત્વિક અને આરોગ્યપ્રદ હવા આપતા આ વૃક્ષની રગેરગમાં અનેક ઔષધીય ગુણો રસાયેલા છે. ચૈત્ર એટલે લીમડાનું બેસતું વર્ષ. ચૈત્ર માસ કે વસંતઋતુમાં થતા રોગોનો પ્રતિકાર કરવા આજે પણ લોકો ઘેર ઘેર લીમડાનાં કૂણાં પાન કે એના મ્હોરનું સેવન કરે છે. એનાથી બારેમાસ તાવ આવતો નથી એ વિધાનમાં ઘણું વજૂદ છે. મરાઠી નવા વર્ષના પ્રથમ દિવસ ગુડી પડવામાં પણ લીમડાનાં કોમળ પાન ભગવાનને ધરવામાં આવે છે. ચર્મરોગો અને દાંતના રોગો માટે લીમડો ઉત્તમ ગણાય છે. ગામડામાં ઘણા વડીલો આજે પણ સવારે લીમડાના દાતણના સેવનથી દાંત મજબૂત રાખે છે જે દાંત વડે એ અખરોટ પણ તોડી શકે છે. કડવા લીમડા પર ચડેલી ગળો(ગીલોય) સૌથી ઉત્તમ છે અને અકલ્પનીય રીતે અનેક રોગોમાં રામબાણ ઇલાજનું કામ કરે છે. આ વેલ ગરીબના ઘરની ડૉક્ટર છે. ચાલો, આરોગ્યની જ વાત નીકળી છે તો લીમડાના અન્ય વૈદકીય ઉપયોગને પણ સ્પર્શી જ લઈએ. ચર્મરોગ અને દાંતના રોગો ઉપરાંત કફ અને પિત્ત બંનેનું શમન કરતો લીમડો ઠંડો, હળવો અને લૂખો છે. આથી એ દાઝ્યા પર કે ઘા પર પણ ફાયદાકારક છે... પગની પાની-એડીના દુખાવામાં લીમડાનો કડક ઉકાળો બનાવીને, હૂંફાળો થવા દઈને તેમાં પગ બોળવા. લીમડાનું તેલ નારિયેળ તેલમાં ઉમેરીને વાળમાં નાખવાથી ખોડો, જૂ વગેરે વાળની સમસ્યા દૂર થાય છે. વેસેલીનમાં લીમડાનું તેલ ઉમેરીને શરીર પર લગાડવાથી મચ્છરો દૂર ભાગે છે. લીમડાનાં પાંદડાનો ધૂપ કરવાથી કે દીવામાં થોડું લીંબોળીનું તેલ ઉમેરવાથી મચ્છરો દૂર ભાગે છે. લાંબી માંદગીમાં સૂઈ રહેવાથી દર્દીની પીઠ પર પડતા ચામઠાંને તેની ચાદરની નીચે લીમડાનાં પાન પાથરીને અટકાવી શકાય છે. ગળામાં સોજો કે શરદી હોય તો લીમડાનાં પથી ૬ પાન નાખીને ઉકાળેલા હૂંફાળા પાણીથી કોગળા કરવાથી કોઈ

એન્ટિ બાયોટિક દવાની જરૂર નહીં પડે. સાઈનસની તકલીફમાં લીમડાનું તેલ નેઝલ ડ્રોપ્સ તરીકે વાપરી શકાય છે. ખીલ-ફોડલીઓ પર લીમડાના પાનના પાઉડરને પાણીમાં કાલવીને લગાડવો. કાનમાં દુખાવો હોય તો ઉકાળેલા લીમડાના હૂંફાળા પાણીનાં ટીપાં કાનમાં નાખવાં. લીમડાના તેલનાં ટીપાં પણ નાખી શકાય. આજકાલ ફેલાતા ચિકનગુનિયા જેવા તાવમાં પણ લીમડો તથા ગીલોયને વાટીને પીવાથી એ અકસીર ઇલાજ સાબિત થાય છે. સૂકાં પાન અનાજમાં રાખવાથી અનાજમાં પડતી જીવાત અટકાવાય છે, પરંતુ દર ત્રણથી ચાર મહિને આ પાન બદલવાં જરૂરી છે. ખેતીમાં એ સારામાં સારી અને સસ્તી બાયોપેસ્ટિસાઇડ ગણાય છે.

મેલેરિયાના ઇલાજ માટે ડૉ. એક્રાઇડ, ડૉ. મેજર ડી. બી. સ્પેન્સર, ડૉ. વોરિંગ વગેરેએ જ્યારે સંશોધન કર્યું ત્યારે જણાયું કે લીમડો મલેરિયાનું સિદ્ધ ઔષધ છે. ડૉ. કારનિસે સ્પષ્ટ કહ્યું કે, તેમણે સિંકોનાની છાલ, શીમળો અને લીમડાની અંતરછાલનો ક્રમશઃ ઉપયોગ કરી મેલેરિયાના દર્દીઓના ૬ દિવસ સુધી ઇલાજ કર્યા. પરિણામે સિંકોનાથી (ઉષ્ણ કટિબંધીય અમેરિકામાં ઉગાડાતું એક વૃક્ષ જેની છાલમાંથી મલેરિયાની ઔષધિ બને છે.) ૬૦માંથી ૪૬, શિમળાથી ૪૮માંથી ૨૯ અને લીમડાથી ૨૩૪ દર્દીઓમાંથી ૧૯૯ દર્દીને આરામ થયો. તેઓમાં સ્ફૂર્તિ પણ આવી. લીમડો ૧૦૦થી વધુ જેટલા કિટકો તથા વનસ્પતિજન્ય જીવાણુઓને કાબૂમાં રાખતો હોવાથી કીટનાશક તરીકે તેનો બહોળો ઉપયોગ ખેતીમાં થતો જોવા મળે છે. ગુણવત્તાની દૃષ્ટિએ ટોચ પર બિરાજતા લીમડાને નિરોગી રહેવા, પર્યાવરણીય સુરક્ષા કે જાહેરઆરોગ્ય માટે ફળિયું કે શેરીમાં, સીમ કે ખેતર-વાડીમાં, ઔદ્યોગિક કે શૈક્ષણિક સંકુલોમાં બહોળા પ્રમાણમાં વાવવો જોઈએ.

૨૦૧૯માં નીમપ્રેમીઓએ 'લીમડા ઉત્સવ' યોજીને લીમડાને અનોખું સન્માન આપ્યું હતું. લીમડાનાં પાન અનાજની સાચવણી કે પુસ્તકોના બચાવ માટે પણ વાપરવામાં આવે છે. વડીલો પણ લીમડા જેવા હોય છે. એમની વાતો આપણને કડવી ભલે લાગે પણ એ ગુણકારી હોય છે. અનુભવના ઔષધમાંથી રસોઈને આવતી હોય છે. લીમડાના અદ્ભુત

ઉપયોગી ગુણોને ન જાણતી આજની પેઢીને ફાસ્ટફૂડના રવાડે ચડેલી જોઈને કવિ કૃષ્ણ દવે લીમડા સમાંતર ગ્લાનિ અનુભવતાં લખે છે કે...

લીમડાને આવી 'ગ્યો તાવ.
લીમડાના દાદા ક્યે કહી કહીને થાકી 'ગ્યો
જાવ હજી ફાસ્ટફૂડ ખાવ.

લીમડાને બધી જમીન અનુકૂળ આવે છે. લીમડાના સદાબહાર વૃક્ષની સાલસતા તો જુઓ! એ આપણા આંગણે, ખેતરના શેઢે, રસ્તાની બંને તરફ કે બાગબગીચામાં બધે અનુકૂલન સાધે છે અને ઊગે છે. ચોતરફ ઊગીને એણે આપણું અનેક રીતે કલ્યાણ કર્યું છે. એટલે જ સંસ્કૃતમાં લીમડાને 'ભદ્ર' કે 'પારિભદ્ર' કહે છે. ભદ્ર એટલે ભલું કરનાર.

ફળિયે કે વગડે કે ક્યાંય પણ 'હાઉક' કરી પ્રગટ થતા, લહેરાતા લીમડાની સમયાંતરે બદલાતી અભિવ્યક્તિ કદી ઉકેલી છે? આંગણે આવતા અતિથિને ઝૂકીઝૂકીને આવકાર આપતો લીમડો જાણે આપણા ઘરનો મોભી હોય છે. એની વિશાળ, ઘેઘૂર ઘટા જોઈને લાગે કે વયોવૃદ્ધ લીમડો સમયની કંઈક આકરી થપાટોનો મૂક સાક્ષી બન્યો હોવો જોઈએ! પાનખરમાં નિષ્પર્ણ થઈ ઊભેલો લીમડો ફકીરી ઓઢી એક પગે ઊભેલા કોઈ ઋષિ જેવો શોભે છે. ચૈત્ર મહિનો આવે 'ને નાજુક કૂંપળોના પર્ણોત્સવ સાથે ઊઘડતો એનો મહોર કડવી-મીઠી સુગંધથી આંગણાને ભરી દે છે. માદક ગંધનો ગુલાલ ઉડાડતો લીમડો યુવાનીમાં છકી ગયેલા કોઈ છેલછબીલા જેવો લાગે છે. પક્વ થયેલી મંજરી નીચે ખરતાં એનાં ઝીણા ફૂલોની જાજમ આંખોમાં રંગોળી પૂરે છે. ડાળીઓ પર લટકતા લીલી લીંબોળીનાં ઝૂમખાં વહેતા પવન સાથે તાલબદ્ધ નૃત્ય કરી પ્રસન્નતા વ્યક્ત કરે છે. રસ્તાની બંને તરફ હિલ્લોળા લેતા, ધરતીની શોભા વધારતાં લીમડાનાં વૃક્ષો રસ્તાના વટેમાર્ગુઓને હેતે ઝુલાવે છે. પવનની લહેરખીઓ આવતાં ઘેઘૂર, ઘટાદાર લીમડાની ડાળેડાળમાં જાણે નર્તન જાગે. એનું નર્તન આંખોને શાતા અને કાળઝાળ ગરમીમાં તેના આશરે બેઠેલા શ્રમિકો, ખેતમજૂરો, વટેમાર્ગુઓ, પંખીઓ, પ્રાણીઓ વગેરેને શીળો છાંયડો આપે છે. ખેતરના શેઢે ઊભેલા લીમડા

હેઠળ રોટલા સાથે છાંયડો પણ પીવાતો હોય છે. કોઈ ગામને પાદર લાય ઝરતી લૂમાં નેચરલ એ.સી.ની ફ્લેવર આપતો લીમડો શીતળ પવનનો વીંઝણો ઢોળતો હોય ને એની છાંયામાં વડીલો ઝોકે ચડે એ દૃશ્ય દેવતાઓને પણ દુર્લભ હોય. આવા છાંયડાના મીઠામધ ઘૂંટ પીઓ એટલે સ્વર્ગ બે જ વેંત છેટું લાગે...

સાહિત્યમાં વણાઈને આવતા લીમડાનો સ્વાદ મને બહુ મીઠો લાગે છે. જયેન્દ્ર શેખડીવાળાની પૉઝિટિવિટી અત્યંત ઊર્જાવાન છે, જીવન પ્રત્યેની પ્રબળ શ્રદ્ધા દર્શાવતાં એ લખે છે કે, "મારી જ શ્રદ્ધાનો હવે એ જાદુ લાગે છે મને, કે લીમડો કડવો હવે આસ્વાદુ લાગે છે મને." ગૌરાંગ ઠાકર પણ આવી જ કંઈક વાત લઈને આવે છે કે, "કંઈક તો સારું બધામાં હોય છે, લીમડાનો છાંયો ના કડવો પડે." રમેશ પારેખના બાળકાવ્યમાં કોઈ બાળક 'ફળિયાનો ઊંઘણશી લીમડો સાવ ઠોઠ છે, તોય કેટલો વ્હાલુડો છે!' એવું કહે છે ત્યારે એના એ નિર્દોષ કૌતુકમાં પ્રગટ થતો રોષ આપણને પણ વાજબી લાગે છે. અહીં બાળક પ્રકૃતિનાં તત્ત્વોને મળેલી સ્વતંત્રતા સાથે પોતાના પર લદાયેલા બંધનને સરખાવતા પૂછે છે કે, "ફળિયાનો લીમડો ઊંઘણશી અને ઠોઠ હોવાં છતાં સૌનું વહાલ પામે છે તો મારા પર શા માટે ભણતરનો ભાર લાદવામાં આવે છે?" લીમડાની ડાળીએ બાંધેલા ઝૂલામાં ઝૂલવાનો અને લીમડા પર ચડી એની ડાળીઓને સ્પર્શવાનો લહાવો જેણે નથી માણ્યો એણે કંઈક ગુમાવ્યું છે. પ્રેમીજન તો લીમડાની ડાળીએ પણ લીંબોળીના બદલે લૂમઝૂમ કેસર થઈ ફાલે છે. પોતાની મંજરીને ખોબલે ખોબલે મીઠી મ્હેંક પીવડાવતો લીમડો આપણને પણ શીતળ, આરોગ્યપ્રદ હવા આપે છે. અહીં સુંદરજી બેટાઈ યાદ આવે, જેમણે 'મંજરી' શબ્દને પોતાના પદ્યમાં વણી લીધો છે કે...

"સાંજરે લ્હેકંતા લીમડા હેઠે કે આંખીયું પ્હેલેરી સંભરી;
સાંભરે આ રે આંબલિયે પ્હેલેરી હૈયાની ફોરી'તી મંજરી."

મંજરીમાંથી મરવા માફક બેસતી લીંબોળીનાં ઝૂમખાં તો વળી કોઈ જુદી જ દૃશ્યાવલી આંખોમાં ચીતરે. પક્વ બનેલી લીંબોળીનો

સ્વાદ તો સૌએ માણ્યો હશે. પર્ણવિહીન લીમડાનું ફકીરી રૂપ પણ મને હંમેશાં મોહ્યા કરે. આ અવસ્થામાં જ એની નિષ્પર્ણ ડાળીઓના નમણા વળાંકો આંખ સામે છતાં થતાં એક નોખી અને નરવી નિસર્ગલીલા રચાય, જેમાં હું રાચું. મારામાં રિસાયેલ બાળક કે ઘવાયેલો માણસ તો લીમડાની ઓથે જ આશ્વસ્ત થયો છે. લીમડાએ મને ઝીલી છે, ઝુલાવી છે, હરખાવી છે, હુલાવી છે. મમતાળુ લીમડાએ મારામાં એવા તો ધામા નાખ્યા છે કે ક્યારેક વિચાર આવે કે સામેની વ્યક્તિને હું લીમડારૂપે તો નહીં દેખાતી હોઉં ને?

૧૯૪૭ના ભાગલા પછી પોતાના વતનમાંથી વિસ્થાપિત થયેલા સિંધી કવિ મોતીલાલ જોતવાણી લીમડાને એક નોખા જ પરિપ્રેક્ષ્યથી દર્શાવે છે. વિસ્થાપનની વાત મર્મવેધક સ્મિત સાથે કહેતા તેઓ લખે છે કે, "છેલ્લે છેલ્લે જ્યારે આપણી ઉપર રાત પડી હતી ત્યારે સવાર થતાં થતાં તો પૂરાં છ વરસ લાગી ગયાં હતાં." આવી રાત્રી ગઈ કાલના ચંદ્રનેય ગળી જાય અને આવતી કાલના સૂર્યનેય ભરખી જાય ત્યારે એ અંતહીન રાત્રીનો અંત લાવે એવો સૂરજ કેમ ઉગાડવો?' એના જવાબમાં કવિ મોતીલાલ તેમના એક અછાંદસમાં કહે છે કે, 'લેખક લીમડાનું ઝાડ છે'. એ કંઈ લાલ ગુલાલે રંગાતો, વસંતપીધો ગુલમહોર નથી. તો લેખક-લીમડાની ભૂમિકા શી? એ ક્યાં, કેવી રીતે ઊગે? વિસ્થાપનની પીડાથી ઘવાઈને અપશબ્દો બોલે? ચિત્કાર કરે? લીમડાની જેમ ઊગવા ઇચ્છતો ઘરથી વિસ્થાપિત થયેલો, હઠીલો, હાર ન માનનારો આ લીમડારૂપ લેખક શું છે? શું છે એનું લીમડા-કર્મ? એ લીમડો સતત, વારંવાર તમારા ઘરમાં બિન્દાસ્ત ઘૂસી જાય છે. ક્યારેક એ નીમયુક્ત ટૂથપેસ્ટ બનીને તો ક્યારેક નીમયુક્ત ચૂરણ બનીને. એ ચૈતન્ય પર સીધી અસર કરનારો ગુલમહોર નથી. આવા લીમડા-લેખકે વેદનાના ચિત્કાર કર્યા વિના કે કોઈ અપશબ્દો બોલ્યા વિના લીમડા-કર્મ કરવાનું હોય ત્યારે તેણે આસપાસનાં વિષ પીને, પીડાનું પીણું બનાવીને ઊગવાનું હોય છે.

લીમડો આપણાં લોકગીતો કે ભજનોમાં પણ સુંદર રીતે વણાયેલો

છે. 'કોણ હલાવે લીમડી ને કોણ ઝુલાવે પીપળી', 'લીલી લીમડી રે લીલો નાગરવેલનો છોડ', 'સાસુએ વાવી લીમડી ને કંઈ વહુએ વાવી દ્રાક્ષ રે', 'મારે આંગણિયે લીલુડી લીમડી; લચે લીંબોળીની લૂમ', 'સાકર શેરડીનો સ્વાદ તજીને, કડવો તે લીમડો ઘોળ મા રે. રાધાકૃષ્ણ વિના બીજું બોલ મા રે' વગેરે ગીતોથી આપણી સંસ્કૃતિ લયાન્વિત છે, જે કાનમાં મધુર રસને ઘોળે છે.

વસ્તીવધારાને લીધે અનેક ગંભીર સમસ્યાઓ સર્જાઈ છે. વસવાટ માટે વધુ જમીનની જરૂર પડતાં અનેક વૃક્ષોનું નિકંદન કાઢવામાં આવ્યું છે. હવા, પાણી અને અવાજનું પ્રદૂષણ ભયજનક હદે વધ્યું છે તો સામે આ ભયજનક પ્રદૂષણને નાથવાના અનેક ઉપાયો થઈ રહ્યા છે. પણ વૃક્ષો ન કાપીને, વધુ માત્રામાં વૃક્ષારોપણ કરવાની વાતને ખાસ મહત્ત્વ અપાતું નથી. પાંચમી જૂન 'વિશ્વ પર્યાવરણદિન' તરીકે ઊજવાય છે. તે દિવસે વૃક્ષો અને પર્યાવરણના રક્ષણ માટેના ઉપાયોની ચર્ચા-વિચારણા થાય છે. 'વૃક્ષો વાવો, જીવન બચાવો', 'વૃક્ષ જતન, આબાદ વતન', 'એક બાળ, એક ઝાડ' જેવાં અનેક સૂત્રો દ્વારા વૃક્ષોનો મહિમા સૂચવાય છે. પરંતુ માણસ જાણે આંખ આડા કાન નહીં, પણ પાન કરીને જીવતો હોય તેમ લાગે છે. લીમડો ગુણગ્રાહી પણ ખરો જ. કવિ અદમ ટંકારવી લીમડાને મીઠો કરવાની કમનીય કલા શીખવે છે...

જ્યાં સુકાવા નાખી એણે ઓઢણી,
લીમડાની ડાળ મીઠી થઈ ગઈ.

ડાકોર-ઉમરેઠ માર્ગ પર સીમલજમાં 'લીમડાની એક ડાળ મીઠી' તરીકે એક પ્રસિદ્ધ સ્થાનક આવેલું છે. લોકોક્તિ મુજબ ભગવાન શ્રીકૃષ્ણ દ્વારકાથી ભક્ત બોડાણા સાથે ડાકોર આવતા હતા ત્યારે સવારે ઉમરેઠ માર્ગ પર ગાડું ઊભું રાખીને દાતણ માટે ત્યાં લીમડાની એક ડાળ પકડી હતી. જે પ્રભુના સ્પર્શથી મીઠી થઈ ગઈ હતી. જે આજે પણ મીઠી જ છે એવું મનાય છે. જો કે આરોગ્યની દૃષ્ટિએ તો લીમડાની બધી ડાળ મીઠી છે.

વર્તમાન પરિસ્થિતિમાં વાતાવરણની શુદ્ધિ જરૂરી છે ત્યારે ઘરમાં

હવન કરી તેમાં ગૂગળ, ગાયનું ઘી, સૂકાં લીમડાનાં પાન, સરસવ અને કપૂર એવા પાંચ દ્રવ્યોની આહૂતિ આપવી જોઈએ, જેના પરિણામે સમગ્ર વાતાવરણ વધુ શુદ્ધ અને વિષાણુમુક્ત થાય. લીમડાના લાકડાનો હવન પણ ઘરમાં કરાવી શકાય. સદાબહાર વૃક્ષ ગણાતા લીમડાના ફૂલ-કોર સહિત કૂણાં-કૂણાં પાનમાંથી લીમડાનું શરબત, ચટણી વગેરે બનાવીને પણ તેનું સેવન થઈ શકે છે. હે માનવ, કાળઝાળ ગરમીમાં ઠંડો, શીતળ વીંઝણો ઢોળવા માટે તેં કદી લીમડાને 'થેંક્યું' કહ્યું છે? નહીં? ઓહ નો, એવું ન ચાલે. ચાલો, આજે કહીએ... થેંક્યું વેરી મચ, ડિયર લીમડાજી... અમારા જીવનને મીઠુંમધુરું અને નિરોગી બનાવવા બદલ...

સુક્ત

"ભારતના દાર્શનિકો અને તેમના અતિ સૂક્ષ્મ ચિંતનની સામે મોટા ભાગના યુરોપિયન તત્ત્વવેત્તાઓ જાણે કે શાળાનાં બાળકો હોય તેવા લાગે છે."

– ટી. એસ. ઇલિયટ

Long time ago, in the corner, Of a large park by a stream
There stood a little neem plant, No one to care for did it seem
"In the midst of this pretty garden, That ugly plant doesn't fit"
So were the vistors' comments, He felt he was a misfit
He yearned for a little water, Even which they forgot to give
And a little free sunshine,
Is all he needed to live Ignored and abandoned
He wilted in the summer heat,
But growing his roots to the stream
He helped himself to a treat, And slowly he grew so tall
As if to reach to the cloud, With branches out like an umbrella
He stood there tall and proud.
For the visitors to the park still said,
"Oh that tree is such an eye sore
Cut it, that these pretty flowers, We could plant, some more"
Yet when even a small child, Came to sit in his shade
He felt he had achieved nirvana, He felt his day was made
People came for his leaves, They came to pluck his twigs
They came to take his seeds, To heal they plucked his sprigs
Yet, when they went away, They commented from afar
That tree in this beautiful garden, Its beauty, certainly does mar
But the tree never took hurt, And took it all in his stride
To serve his fellow beings, He did it with lots of pride.

— Shankaran Kutty

શિયાળે સોરઠ ભલો...

'ઠંડે ઠંડે પાનીસે નહાના ચાહીએ'
ગીત પર પ્રતિબંધ...

રજાઈ માથા સુધી ઓઢી લીધા પછી પણ કાનના પ્રવેશદ્વારમાંથી મગજમાં ધસી ઍલાર્મની ઘંટડી અનેક ચોંટિયા ભરે પણ કોઈની દેન નથી કે સૂર્યવંશીઓને પથારી છોડાવી શકે. ઘડીક તો 'શિયાળો એટલે કસરત કરી બારેમાસ શરીર સારું રાખવાની ઋતુ'ના બ્રહ્મજ્ઞાનને ઊંધા કાને લટકાવી ઠંડા પાણીમાં ડુબાડી દેવા સુધીની કુમતિ સળવળે. રોજ કસરતના કારસા કરીએ તો શિયાળાને ખોટું લાગવાની પણ પૂરી સંભાવના, એટલે આપણા કાઠિયાવાડી દુહા 'શિયાળે સોરઠ ભલો, ઉનાળે ગુજરાત...'ના જયજયકાર સાથે 'યા હોમ' કરીને રજાઈમાં ઢબૂરાયેલા દેહને શીતળ હવાના હવાલે કર્યે જ છૂટકો!

માણસના શરીરમાંથી પરસેવા દ્વારા અશુદ્ધિઓ બહાર નીકળતી હોય છે. શિયાળામાં પરસેવો વળતો નથી આથી પરસેવો વળે તેવો શ્રમ કે કસરત દૈનિક કાર્યોમાં સામેલ કરવાં જોઈએ. બાઇકને બદલે સાઇકલ વાપરવી એ શ્રેષ્ઠ ઓપ્શન છે. તમને આ ચેઇન્જ ખૂબ ગમશે, તમારું ઘર જો ત્રીજા માળે હોય તો લિફ્ટમાં જવાના બદલે દાદરા ચડીને જાવ. આ કુદરતી કસરત રહેશે. દાદરા ચડ-ઊતર કરવાની ટેવથી તમારા પગની સાથે તમારાં ફેફસાં પણ સારાં રહેશે. શિયાળાની રમણીય સવાર પછી તમને સ્ફૂર્તિ અને ઉત્સાહથી ભરી દેશે. વર્ષ આખાની શક્તિ સ્ફૂર્તિનો ખજાનો ગજવે ભરી લેવા માટેની સુવર્ણતક! 'શિયાળાની સવારનો તડકો' નિબંધ વાંચ્યા પછી થાય કે લેખકની જમાત જેના પર આટલી વારી જાય છે એ તડકો પીવા વહેલું ઊઠવું જ રહ્યું, પણ ઓઢેલી રજાઈના સમ, જો કદી ઉઠાયું હોય તો! ગુલાબી ઠંડીમાં મોરપિચ્છની રજાઈ ઓઢી સૂતેલા બાળગોપાળને ઉઠાડતી જશોદાએ કૃષ્ણને ન ઉઠાડવાના બહાનાં જરૂર શોધ્યાં હશે. 'જો સોવત હૈ, વો ખોવત હૈ...'ની ઐસી તૈસી

યાર... શિયાળામાં જાતજાતનાં લીલાંછમ શાકભાજી બજારમાં ઠલવાય છે. એ જોતાં જ ઊંધિયું બનાવવાના ઉધામા ગૃહિણી આદરે. સુરતનું ઉંબાડિયું તો પ્રખ્યાત. ઘણા લોકો શિયાળામાં સૂકો મેવો, અડદિયા પાક અને જાતજાતનાં વસાણાંનું સેવન કરે છે. વહેલી સવારે ખાધેલો એક અડદિયો સ્વર્ગનો સ્વાદ આપે છે. વડીલો કહ્યા કરે કે, 'ખાધું ખંધોલે આવે' એ સત્ય છે. કવિ મીનપિયાસી મોજમાં આવી લખે છે કે...

'વહેલા ઊઠવું, કસરત કરવી, તેલ ચોળવું' કહેતાં,
મુરબ્બીઓને મોજ પડે છે, રોજ શિખામણ દેતાં.

શિયાળામાં ખાવા-પીવાની મજા નોખી અનોખી હોય છે. ખાણીપીણીના રસિયા સુરતીઓ શિયાળામાં ગરમ ગરમ પોંક, ઊંધિયું ને જલેબી ખાઈને ખુશીના ખોંખારાં ખાય છે. શિયાળામાં ગરમાગરમ જલેબી ખાવાની મજા કૈંક જુદી જ છે. વળી, ગળચટ્ટા ગાજરના હલવાનો સ્વાદ શિયાળામાં જ આવે હો. શિયાળાના સ્વચ્છ આકાશમાં આકાશદર્શનની મજા પણ અલગ હોય છે. હવા સૂકી અને ઠંડી હોવાથી આકાશદર્શન માટે આ સમય સૌથી સાનુકૂળ રહે છે. ખગોળશાસ્ત્રી ધનંજય રાવલ કહે છે કે, 'શિયાળામાં આકાશદર્શન ખૂબ સરસ રીતે થાય છે. રાત લાંબી હોવાથી તારાઓના અભ્યાસ માટે પૂરતો સમય મળી રહે છે.' વળી, આકાશ સ્વચ્છ હોવાથી બ્રહ્માંડમાં દૂરના તારાઓ સ્પષ્ટ જોઈ શકાય છે. શિયાળામાં સૂર્ય મોડો ઊગે છે, પણ જો વહેલા ઊઠીએ તો તે વખતે આકાશમાં અસંખ્ય ટમટમતા તારલા જોવા મળે છે. શિયાળાનાં તારા-મંડળો સૌથી સુંદર હોય છે. સાબરમતીની જેલની કોટડીમાં એક નાનકડા જાળિયામાંથી કાકાસાહેબે પ્રકૃતિની લીલાને માણી અને પ્રમાણી અને 'ઓતરાદી દીવાલો'નું સર્જન થયું. એક નાનકડા જાળિયાએ તેમને આખા કોસમોસ સાથે જોડેલા. એ પુસ્તકમાં તેમણે આકાશદર્શન અને પક્ષીદર્શનનું અદ્‌ભુત ચિત્રણ કરેલું છે. ત્યારે લાગે કે એક જાળિયાને હિસાબે જ જાણે તેઓ ટકી ગયા હતા. માણસ પાસે જો વિશાળ જીવનદૃષ્ટિ હોય તો એક અંધારિયા ઓરડાની બારી પણ એને અનંત આકાશ સાથે જોડે છે અને જીવનનો હકારાત્મક અભિગમ આપે છે.

શિયાળાની પેટાઋતુ એટલે હેમંત અને શિશિર. ગુજરાતી સાહિત્યમાં ઋતુઓનું વર્ણન વિધ વિધ રૂપે જોવા મળે છે. સારું છે કે વરસાદમાં વકરતી કવિઓની પેનને શિયાળામાંય કવિતાનો ગર્ભ તો રહે છે. આજે પણ કવિઓના શબ્દોથી ઋતુઓ રળિયાત છે. શિયાળા પર નર્મદ-દલપત યુગમાં ઘણાં સુંદર કાવ્યોની રચના થઈ છે. દલપતરામનું આ કાવ્ય ઘણા વડીલો ગુજરાતી શાળામાં ભણ્યા હશે...

'શિયાળે શીતળ વા વાય, પાન ખરે ઘઉં પેદા થાય;
પાકે ગોળ, કપાસ, કઠોળ, તેલ ધરે ચાવે તંબોળ.
ધરે શરીરે ડગલી શાલ, ફાટે ગરીબ તણા પગ ગાલ;
ઘટે દિવસ, ઘણી મોટી રાત, તનમાં જોર મળે ભલી ભાત.'

આ સરળ અને સુંદર પંક્તિઓમાં શિયાળાનું સંપૂર્ણ વર્ણન આવી જાય છે. કવિનું સંવેદનશીલ હૃદય દરિદ્રની પીડા પણ ઝીલે છે. એ જમાનાની કવિતાઓમાં શિક્ષણ એ મુખ્ય તત્ત્વ હતું. દલપતરામે બાળકોને શિયાળામાં હવામાન કેવું હોય, કયો પાક થાય વગેરે સુંદર રીતે શિખવવાનો પ્રયત્ન કર્યો છે. ઉમાશંકર જોષીએ શિયાળાની ઋતુનો અદ્‌ભુત ચિતાર આપ્યો છે. હેમંત માટે કવિ કહે છે...

'હેમંતમાં કોમળ સૂર્યતાપ,
વૃક્ષો મહીં વાયુ કરે વિલાપ.
ઝરે નિશાએ હિમ ભૂમિ-ખોળે,
લીલાં તૃણે ઝાકળબિંદુ ડોલે.'

ઠંડીની તીવ્રતા કવિ કેવી સચોટ રીતે વર્ણવે છે કે માણસ તો શું, પણ ઝાડ પણ ઠંડીથી વિલાપ કરે છે. કોમળ સૂર્યતાપ, હિમપાત અને ઝાકળ, કવિ કશુંય ભૂલ્યા નથી.

કોઈને ઠંડીનો ચમકારો ઊર્જાથી ભરપૂર લાગે તો કોઈને એ જ ઠંડી ચાબુકની જેમ ચામડી પર વાગી પણ શકે. ઠંડી ગુલાબી હોય ત્યાં સુધી વાંધો નહીં, પણ ઠંડી હાડ ગાળી નાખનારી કે ગાત્ર ગાળનારી હોય ત્યારે ચાની ચુસકીની ચાનક ન ચડે તો જ નવાઈ. સાથે ગરમાગરમ

ભાવનગરી ગાંઠિયા હોય તો તો જલસાઘર હોં. શિયાળાનો કુમળો તડકો સૌને ગમે છે. શિયાળામાં તાપણાં ફરતા બેઠેલા માણસવલ્લા લોકો વચ્ચે અલકમલકની હૂંફાળી વાતોનો પટારો ખૂલતો હોય છે. જ્યોર્જ માર્ટિન નામના લેખક કહે છે કે, 'ઉનાળાની મૈત્રી ઓગળી જાય છે, પરંતુ 'Winter friends are friends forever.' મુંબઈની મજામાં ગુજરાતનો તળપદિયો શિયાળો બંધબેસતો નથી. ત્યાં એને ચગળવો કેમ? શિયાળાની રાત ભલેને લાંબી હોય. શું કરવાનું? ફ્રેંચ કવિ, લેખક એન્ટોઇન ડી સેન્ટ-એક્સ્યુપરી 'Love does not consist of gazing at each other, but in looking outward together in the same direction.' જો કે એ દિશા એટલે 'ઇડિયટ્ બૉક્સ' (ટીવી) તો નથી ને એ જોવું રહ્યું. શિયાળાની ટાઢીબોળ રાતે સ્નેહીજન સાથે 'ટાઢા પહોરના ગપ્પા'માં ટેસડો તો આભને અડે. હૂંફાળા હૈયાનો સહવાસ વૂલનના બ્લેન્કેટ કરતાં વધારે હૂંફ આપે છે. તાપણાં સાથે 'આપણા'નો પ્રાસ એટલે શિયાળો. તાપણાંમાંથી બીડી સળગાવાની મોજ પણ જુદી હશે?

અનિલ જોશી કહે છે તેમ, 'જળની જન્મોતરીમાં બરફ નડે છે ને બરફની કુંડળીમાં પાણી' એમ આપણે પણ કહી શકીએ કે શિયાળાની જન્મોતરીમાં થર્મલ વસ્ત્રો ને રૂમ હીટર નડે છે... ગોદડીમાં ગોટમોટ વિંટાળેલું બાળક વધુ વહાલું લાગે છે.' રવીન્દ્ર જૈનના 'ઠંડે ઠંડે પાનીસે નહાના ચાહીએ...' ગીત ઉપર શિયાળામાં તો પ્રતિબંધ મૂકી દેવો જોઈએ. કાકાસાહેબ કાલેલકરે એમના 'હિમાલયના પ્રવાસ'માં કુમાંઉંના ભીમતાલ સરોવર વિશે વર્ણનમાં લખ્યું છે કે, 'એનું નિર્મળ નીર જોઈ એમાં ઊતરી નાહવાનું કર્યું, તો એ એવું ઠંડું લાગેલું કે કાકાને કહેવું પડેલું કે આ તે પાણી કે સહસ્ર વીંછી?' કુમાઉંનું અસલ રૂપ ભીમતાલ સરોવર પહોંચતાં જ પ્રકટ થાય છે.

શિયાળો એ ઋતુઓનો રાજા છે. શિયાળામાં કરેલી મહેનત આખું વરસ રંગ અને ઉમંગ લાવે છે. જેમ ઉનાળામાં છાશની બાદશાહી હોય એમ શિયાળામાં ગરમાગરમ કેસરિયા દૂધને દાદ મળે છે. તો ગાજર-આમળાંના રસને તો કેમ ભુલાય! અર્ધી રાતે સડક પર ધ્રૂજતા

લોકોને ધાબળો ઓઢાડી જતા લોકો માટે ભગવાનને પણ ગૌરવ થાય છે. ફ્રેંચ કવિ, નિબંધકાર અને નવલકથાકાર વિક્ટર હ્યુગોનું નૅગેટિવ વિધાન 'Winter changes into stone the water of heaven and the heart of man.'ને આવા પરોપકારી વિરલાઓ ખોટું પાડે છે. જેના હૃદય બીજાની વેદનામાં પીગળે છે. શિયાળાને ગુડ બાય કહેતાં પહેલાં આવો, હાડ થિજાવે તેવી ઠંડીમાં ગરમાવો આપે તેવી, ઝૂંપડામાં રહેતા એક નિર્દોષ બાળકના મુખેથી કહેવાયેલી નરવી વાતને વાગોળીએ અને સુખની વ્યાખ્યા બદલીએ...

બાળક : 'મા, આપણે કેટલાં સુખી છીએ. આપણી પાસે ઠંડીમાં ઓઢવા છાપાં તો છે! સામેની ફૂટપાથ પર સૂતેલા છોટુ પાસે તો કંઈ નથી.'

ધ્રુવ

યોદ્ધા દરેક સંજોગને પડકાર રૂપે લે છે અને સામાન્ય માણસ દરેક સંજોગને આશીર્વાદ કે શ્રાપ તરીકે લે છે.

– ડોન જુઆન

બટકણી ભાષાના ધાગાથી સીવતી કોટ રે
છે શિયાળો.

નિર્વસન, વસન આશાનું પકડી, એકાગ્ર આંખથી
દરજણ કવિતા સીવતી કોટ રે,
છે શિયાળો.

નથી માપપટ્ટી કે કાતર, કાનામાતરના રણકારે, કાન સહારે ગણગણતી.
વગર અણીની સોય લઈને કોડભરી ઉત્સુક સીવતી કોટ રે,
છે શિયાળો.

સીવતાં સીવતાં ધાગો બટકી જાય
પરોવતાં રે ગાંઠ વગરનો ધાગો સરકી જાય
શતકોનાં શતકો ઊંટોનાં, સોયના કાણામાંથી
સરક સરકી જાય રે.

વ્હાણાથી બેઠી બેઠી, કાણાને શોધી
મમળાવી ધાગો મોંમાં, ધીરજ ખંતથી પરોવવા તત્પર
દરજણ કવિતા, સફળ યત્નથી સ્મિતભરી, સીવતી કોટ રે,
છે શિયાળો.

કંપિત અંગ-આંગળાં, લયમાં
સંકોરી કાવ્યભાન, ખંતીલી તંતીલી
વેદના વારાથી, દરજણ કવિતા સીવતી કોટ રે,
છે શિયાળો.

— લાભશંકર ઠાકર

વૉટ એ વન્ડરફુલ ઍન્ડ કૂઉઉલ કૂઉઉઉલ સિઝન! ઓલ્ડ થઈ જનારાને કોલ્ડ થવું નહીં ગમતું હોય, પણ યંગબર્ડ્સ માટે તો આ પાંખો ફફડાવીને ઊડવાની મોસમ છે. ફ્લેશ ગોર્ડનના કૉમિક્સમાં 'ફ્રિજિયા' નામનો એક ગ્રહ આવતો, જેમાં બારેમાસ શિયાળો રહેતો! વાઉ! ત્યાં જઈને રહેવા માટે વિન્ટરલવરનું દલડું ધડામધડૂમ કરતું ધબકે એમાં કોઈનેય સરપ્રાઇઝ ન થવું જોઈએ! ઠંડા ઠંડા કૂલ કૂલ હોવાને લીધે જ તો પશ્ચિમના મુલકો જોઈને આપણું મનડું મલકાય છે.

ગુજરાતી સાહિત્યમાં શિયાળાની સવાર પર અફલાતૂન નિબંધો લખાયા છે. અંગ્રેજી સાહિત્યમાં શિયાળાની રાત પર બહેતરીન કવિતાઓ રચાઈ છે. અલબત્ત, બંનેના મૂડ અને ટેમ્પરામેન્ટ ડિફરન્ટ છે. શિયાળાની સવારના તડકાનું ગુજરાતી વર્ણન હંમેશાં ચીઅરફુલ હોય છે. વૃક્ષોનાં પર્ણોના મર્મર ધ્વનિમાંથી ચળાઈને આવતાં કૂણાં કૂણાં સૂર્યકિરણોની તાજગી ને એવું બધું! શિયાળાની ઠંડી રાતનું અંગ્રેજી વર્ણન નિત્ય સેડ રોડ હોય છે. સફેદ બરફમાં થીજી ગયેલી પ્રકૃતિ પૃથ્વીનું હાડપિંજર દર્શાવે છે. એટ સેટરા.

— જય વસાવડા

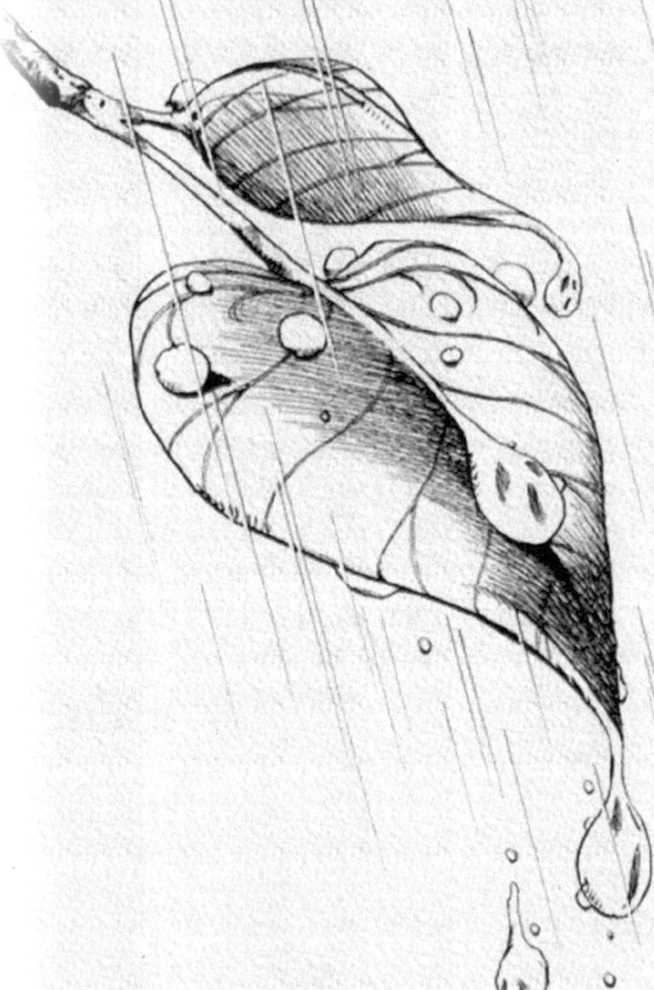

ચાલ, વરસાદની મોસમ છે, વરસતા જઈએ...

વરસાદી વાત હોય અને સ્નેહીનો સંગાથ હોય
પછી તો નેહની નદી બે કાંઠે

ચોમાસું આવે એટલે સૌનું ગજું મપાઈ જાય. જેવી જેની ત્રેવડ. વર્ષાને બાથમાં લો તો બહુમૂલી બક્ષિસ છે. સાથમાં લો તો સહૃદયી સખી છે. વરસાદ આવે ને ભાન ભૂલેલા પગ દોટ મૂકીને સીધા ફળિયામાં દોડે તો સમજવું કે સંવેદનાઓ અને અહેસાસો હજુ જીવે છે એટલે કે તમે પણ. પહેલા વરસાદ પછી માટીમાંથી આવતી મબલક મહેક સામે પાંચ હજારના સ્પ્રેનું પાંચિયું પણ ન આવે. જો મનજી વરસાદમાં પલળવાથી થતા ગેરફાયદાઓને આગળ કરી ભીંજાવાની વાતે ભાગેડુવૃત્તિ બતાવે તો કોઈની દેન નથી કે તમને ઘરડા થતાં અટકાવી શકે. પહેલા વરસાદનો છાંટો તો ગરમીથી બેહાલ બનેલા તનને અને ફેસબૂકિયા સંમોહનથી મૂર્છિત થયેલા મનને સુંઘાડાતી માટીના મઘમઘની શીશી છે. વરસાદનો એક છાંટો ચોમાસાનો કાંકરીચાળો છે જે જીવ સોંસરવો ઊતરી જાય ને શ્વાસમાં ડમરી ચડે. એવા સમયે 'મન ક્યૂં બહેકા રે બહેકા...?' પૂછતા શેરલોક હોમ્સ જેવા સવાલને બાજુ પર મૂકી 'મૂડ મૂડ કે ના દેખ મૂડ મૂડ કે'નો ડાંસ કરવો જોઈએ. પાછું વળીને જોયું કે મર્યા. સમય, સંજોગોની મર્યાદાના કંઈ કેટલાંયે વજનિયાં દોટ મૂકીને તમને વળગી પડશે. મનને જરા પણ મોં-મન દેશો તો એ તરત બહાનેબાજી શરૂ કરશે, 'No time, Yaar... હજુ ફલાં ફલાં કામ બાકી છે, અત્યારે તને નહાવાનું સૂઝે છે?' કે પછી 'પલળવાથી માંદા પડશો ત્યારે શું કરશો?' વગેરે વગેરે... પણ એમ માત્ર આંખોથી ચાખીને વરસાદને એંઠો થોડો કરાય? એને તો પહેરી લેવાય, ઓઢી લેવાય, પાથરી દેવાય ને પછી ભરચક ભીંજાયાનું ગાણું ગવાય. નહીં તો રમેશ પારેખના

શબ્દોમાં આવું મેણું મળે કે, 'આવો વરસાદ જેના માથે ન વરસ્યો એ માણસડો તદ્દન કંગાળ છે... એવા અક્કરમીના પડિયાનું કાણું કોણ પૂરે, જે સેવે છે ટી.વી.?' કવિઓની કલમ ચોમાસામાં ગાભણી થાય ત્યારે લેલૂમ વરસે છે તો ક્યાંક એ બેફામ બબડે છે. ફેસબૂક ફાટું ફાટું થઈને એટલું ઊભરાય કે સાચી કવિતા રાંક બનીને એક ખૂણે અવાક ઊભી હોય છે. આજે ફાંટમાં ભરીને મમળાવાય એવી કવિતા ઘાસમાંથી સોય શોધવા જેટલું અઘરું!

એક જમાનામાં વરસાદમાં થતાં ગારામાં સાંઠીકડું ખૂંતાડી કિશોરો પોતાના બાવડાંના જોરનાં પારખાં કરી બાયસેપ્સ બતાવતા. વરસાદ આવે એટલે જગજિતસિંગે ગાયેલું 'વો કાગઝ કી કશ્તી, વો બારીશ કા પાની...' તો સૌ ગણગણે જ. નાનપણમાં આભલું વરસે એટલે દોટ મૂકી, ઘરની બહાર નીકળી શેરીમાં વહેતા પાણીમાં હોડી તરતી મૂકવાની મજા જ મજા. જેની હોડી દૂર સુધી જાય એ હજુ ફાંકા મારવા શરૂ કરે ત્યાં એની હોડી પાણીમાં રફેદફે. એટલે જ કાગળની નાવથી ભવસાગર ન તરાય... એમાં તો સત્કર્મોની નાવ જ તારે. જે કાદવથી આપણે અકળાઈ જઈએ છીએ એવા કાદવમાં વિદેશોમાં 'મડ રેસ' યોજવામાં આવે છે. હવે તો કેટલીક સંસ્થા ખાસ મોનસૂન ગેમ્સનું આયોજન કરે છે. તેમાં હાર-જીતનું બહુ મહત્ત્વ હોતું નથી. એમાં મોસમની મજા જ લૂંટવાની હોય છે. એમ તો વરસાદમાં વૉલીબૉલ, ફૂટબૉલ કે ક્રિકેટ રમવાનો નોખો સ્વાદ છે. ઘરે પાછા ફરીએ ત્યાં મા કે દાદીએ ગરમાગરમ કાવો તૈયાર જ રાખ્યો હોય, પછી શરદી કે સેહતની ચિંતાની ઐસીતૈસી. વળી, એમાં ગરમાગરમ ભજિયાંની જયાફત માણવા મળે તો સોનામાં સુગંધ (ભજિયાંની હો) ભળે. સાહિત્યમાં દરેક સર્જકની કલમે વરસાદને ચાખ્યો જ હોય. વર્ષા-જળમાં ઝબકોળાઈને આવતા સર્જકના શબ્દોમાં ભીંજાવાની, તરવાની, ડૂબવાની કે દુઃખી થવાની પણ મજા છે. હરીન્દ્ર દવેને જુઓ, એ કહે છે...

'ચાલ, વરસાદની મોસમ છે, વરસતાં જઈએ,
ઝાંઝવાં હો કે હો દરિયાવ, તરસતાં જઈએ.'

રંકની જેમ વરસાદને બે હાથ પહોળા કરી ઝીલી ન શકતા આપણે આકાશમાં વાદળાં દેખાતાં જ છત્રી, રેઇનકોટ કે વરસાદી શૂઝ તૈયાર જ રાખીએ છીએ. ઘરમાં ભરાઈ જઈએ છીએ. આવા કંગાળને કોણ સમજાવે કે ધોધમાર વરસાદ એ તો પરમ કૃપાળુ ઈશ્વરની અમૃતમય કૃપા છે. કવિશ્રી હર્ષદ ચંદારાણા તો કહે છે કે...

'બરાબર એક સોનામહોર જેવો એક છાંટો છે,
ખજાનો એનો છલક્યો છે, વરસતું નાણું છે વર્ષા.'

આ કવિને છાંટાય નાગાપૂંગા નથી ગમતા એટલે ક્યાંક એને મેઘધનુનાં વસ્ત્રો પણ પ્હેરાવે છે. જો કે સૌ કોઈ માટે વરસાદ ગોળનું ગાડું ન હોય. ગાર-માટીના ઝૂંપડાંમાં જીવતા લોકો આવા વરસાદથી ઝૂંપડું તૂટવાની વાતે હેબત ખાઈ જતા હોય છે. જેનું પ્રિયજન દૂર છે એના માટે તો આવો ધોધમાર વરસાદ બહુ અળખામણો અને અકારો છે. ચાર્લી ચેપ્લિન કહે છે કે, 'I always like walking in the rain, so no one can see me crying.' એમ તો ઑફિસથી છૂટવાના સમયે વરસાદ ત્રાટકે તો અગમચેતી વાપરી પાસે પ્લાસ્ટિક બેગ ન રાખનાર મોં બગાડીને કહેવાનો તો ખરો જ કે, 'અરે, આ વાલીડોય અત્યારે જ ટપકી પડ્યો?' લો બોલો, તો ક્યારે આવે? આવા નવાબોને પોતાના આગમનની આગોતરા જાણ કરવા વરસાદે એકાદ યક્ષને મોકલવો રહ્યો. આવો અણધાર્યો આવતો વરસાદ અચાનક પડતી રેડની માફક સૌને દોડતા કરે છે. ટૅરેસ પર સૂકવેલું અનાજ કે કપડાં લેવા પતિદેવોએ પણ મેરેથોન દોડવીર સાબિત થવું પડે. બારીમાંથી દાદાગીરીથી પ્રવેશ કરતી વાછંટ સોફા જેવું ફર્નિચર ન પલાળે એટલે એ ખસેડવા પણ દોડવું પડે. પાણીની તંગી હોય તો નેવાં કે ધાબાના પાઇપ નીચે ડોલ કે તગારામાં વરસાદનું પાણી ભેગું કરવાય દોડવું પડે. અગાસીમાં મીઠી ઊંઘમાં મ્હાલતા હોઈએ ને કેટલાક છાંટા અદકંપાહળું છોકરું હોય એમ સળી કરી જાય ત્યારે જાણે બધાં અંગો બધિર હોય એમ થોડીવાર અચળ પડ્યા રહેવાનું. છાંટા અટકી જાય તો પથારી ઉપાડવાનું કષ્ટ ટળે, પણ પડખે સૂતેલાં ભાઈ-બહેનને

એ સ્થિતપ્રજ્ઞતાનો સદ્‌ગુણ જરાય અભિભૂત ન કરે એટલે પછી જાગે જ છૂટકો. વળી, કોઈ ધાડપાડુની જેમ વરસાદ ત્રાટકે ત્યારે તો ગાદલું ઉપાડી ભાગવું જ પડે... નો નખરાં. નહીં તો પલળેલું ગાદલું પિંજારા સુધી લઈ જવાની નોબત આવે, જેમાં સક્રિય થવાનું પાછું આપણા જ ભાગે અને ભોગે આવે.

વરસાદની વાત હોય ને પ્રેમીજનને સામેલ ન કરીએ તો તો ચોમાસામાં છલછલ થતી સંવેદનાનાં નદી-નાળાં ચોક્કસ સુકાઈ જાય. જાણે અર્ધા વરસેલા વાદળને કોઈએ 'stop'નો આદેશ આપી 'standstill' કરી દીધા હોય! મોનસૂનમાં પ્રેમિકાને જ નહીં, પણ પત્નીને પણ યાદ કરવી પડે જે કહેતી હોય કે, 'હાય હાય એ મજબૂરી, યે મૌસમ ઔર યે દૂરી, તેરી દો ટકિયા કી નૌકરી રે મેરા લાખોં કા સાવન જાયે...' બાત પતે કી હૈ. આકાશમાંથી રિમઝિમના રેલા ને ધારદાર ધધૂડા વછૂટ્યા હોય ત્યારે જો હૈયું હાથવગું રહે તો વરસાદને ઘોર અન્યાય થયો ગણાય. આપણા એક લોકગીતમાં પણ નાયિકા કહે છે કે, 'આભમાં ઝીણી ઝબૂકે વીજળી રે, ઝીણા ઝરમર વરસે મેહ, ગુલાબી, નહીં જાવા દઉં ચાકરી રે'. રેડિયો પર 'ટીપ ટીપ બરસા પાણી...' કે 'કાટે નહીં કટતે યે દિન યે રાત...' વાગતા હોય ને ગરમાગરમ ચાની ચૂસકી ભરતા કોઈ મદહોશ થતું હોય તો એને ખબર જ નથી કે સૂરીલું સંગીત અને એ પણ નૌશાદ, કલ્યાણજી કે મદન મોહનનું... એટલે શું! વરસાદી ગીતો અને એ પણ રફી, લતા, આશા, મૂકેશ કે તલતનાં... એટલે શું! એની ભૂરકી એટલે શું? એ તો એમાં ડૂબ્યા પછી જ સમજાય. એના સંગીત પાસે બધું જ તુચ્છ લાગે ને માત્ર ઈશ્વર પ્રત્યેના અહોભાવથી બે હાથ માત્ર ઊંચા થાય અને મન 'સાધુ, સાધુ...' પોકારે. 'અજહુ ન આયે બાલમા...', 'ગરજત બરસત સાવન આયો રે...', 'પ્યાર હુઆ, ઇકરાર હુઆ હૈ...,' 'બરખા બહાર આયી...' કે 'આહા, રીમઝીમ કે યે પ્યારે પ્યારે ગીત લિયે...' સાંભળીને કોઈ પણ ડોલી ઊઠે. આવાં ગીતોનું લિસ્ટ કરીએ તો પાર ન આવે.

પણ વૃક્ષોનું આડેધડ છેદન કરતા માણસે એક વાત શીખવી

જ પડે કે વૃક્ષોનું જતન કરશો તો વતન રળિયામણું થશે. વધુ ને વધુ વૃક્ષો વાવીશું તો જ એ આપણા પ્રાણરૂપ અને પ્રાણપ્રિય વરસાદને ખેંચી લાવશે. આ સત્ય સ્વીકારી એક નૈતિક ફરજ રૂપે અને જાહેર હિતના રક્ષણ માટે પણ દરેકે સજાગ થવું ઘટે. નહીં તો એનાં દુષ્પરિણામો આપણી પેઢી ભોગવશે. પછી માણસે કોરા વરસાદમાં નાહતાં શીખવું પડશે. પહેલાંના સમયમાં વરસાદ ન આવે તો વડીલો કહેતાં કે, વૃક્ષોના નામ બોલવા લાગો. એ સમયે સો જેટલાં વૃક્ષનાં નામ સૌને મોઢે હતા. એનું રટણ ચાલુ રાખે એટલે વરસાદ પડતો. આજે આપણને કેટલાં વૃક્ષનાં નામ આવડે?

છાંદ

नालसाः प्राप्नुवन्त्यर्थान्, न शठा न च मायिनः।
न च लोकरवाद्भीता, न च शाश्वत्प्रतीक्षिणाः।।
(આળસુ, લુચ્ચા, કપટી, ટીકાઓથી ડરનારા અને
હંમેશાં તકની રાહ જોતા લોકોને કદી ઇચ્છા
મુજબનું ફળ મળતું નથી.)

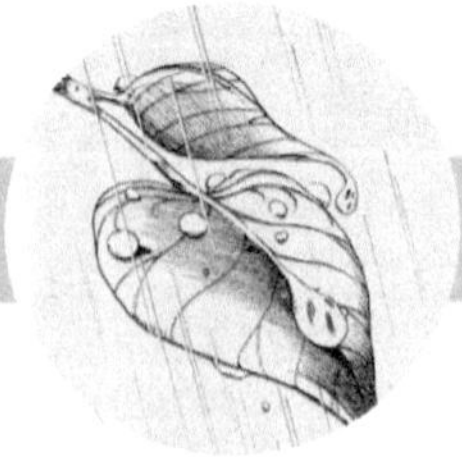

તીર ને તલવાર જેવો વાગતો વરસાદ છે,
આ વખત તો ખૂબ અઘરો લાગતો વરસાદ છે.

સહેજ ગોરંભાય સપનું, ત્યાં જ તો તૂટી પડે,
આંખનો આઠે પ્રહર બસ, જાગતો વરસાદ છે.

જો વરસવાનું કહો, વૈશાખ થઈ ઊભો રહે,
ને તરસ નામે સમંદર માગતો વરસાદ છે.

કોઈ ચાતકનું હૃદય નક્કી દુભાયું છે અહીં,
આપણા વિસ્તારમાંથી ભાગતો વરસાદ છે.

આભ પાણી, આંખ પાણી, પાણી પાણી સૃષ્ટિ છે,
માણસોના છેક તળિયાં તાગતો વરસાદ છે.

— હરદ્વાર ગોસ્વામી

જમણવારની પંગતમાં છેલ્લા બેઠા હોઈએ ને પીરસણિયા આપણા સુધી પહોંચે એની રાહ જોતા હોઈએ! વરસાદની હું પ્રતીક્ષામાં હોઉં છું... હિન્દીમાં ક્યાંક 'નીમ પાગલ' શબ્દ વાંચેલો. હું નવો શબ્દ બનાવું : 'મેઘ પાગલ'!... કાલે પડેલા નવા વરસાદમાં 'નવા' થવાની ભરપૂર મજા માણી. હવે આજે સવારની ઝરમરમાં 'નવો' થવા વળી વર્ષાબદ્ધ છું !

— મહેન્દ્રસિંહ પરમાર

વૃક્ષમંદિરની ઝાલરનો જયકાર

વિહ્વળ વૃક્ષ પૂછે છે,
'માણસે આંખ આડા પાન કેમ કર્યાં હશે?'

વૃક્ષો નીચે પથરાયેલો શીળો છાંયડો કોને ન ગમે? એની આંખોએ દૂરથી ઘેઘૂર વૃક્ષને જોયું ને પગમાં ગતિ આવી. શીળી છાંયડીએ પોપચાંને ભાર આપ્યો અને એ વૃક્ષ નીચે માણસ સૂઈ ગયો. જાગ્યો એટલે ઝાડ સાથે વાતોએ વળગ્યો... અને સ્વાર્થ સળવળ થતાં જ 'મારે રહેવાને ઘર નથી'ની અરજી પણ ધરી દીધી. વૃક્ષ તો 'પરોપકારાય ફલન્તિ વૃક્ષાઃ' મંત્ર યાદ રાખીને જ જીવતું હતું. એણે કહ્યું કે, 'મારી ડાળીઓ કાપીને ઘર બનાવ' અને ઘર તો બની ગયું, પણ હવે લાગી ભૂખ. વૃક્ષ તો ત્યાં પણ સેવામાં હાજર. તેનાં ફળ-ફૂલ, પાનનું મફતમાં મળેલું ભોજન ટેવવશ થોડું વધારે ખવાઈ ગયું અને પેટમાં ઊપડી અસહ્ય પીડા. મન અને શરીરથી ખમતીધર વૃક્ષે તો તરત લંબાવ્યા મૂળરૂપી હાથ. કહ્યું કે, 'મારાં મૂળ ઔષધિ જ છે. ખાઈશ તો અપચો મટી જશે.' અને એ મૂળ ખોદવા લાગ્યો, પણ માણસ જેની જાત. જરૂર કરતાં વધુ મૂળ લીધાં. એણે લાલચથી વિચાર્યું કે વધુ લઉં તો ક્યારેક કામ લાગશે. વૃક્ષ તો સ્થિતપ્રજ્ઞ... મૌન. એટલે તો સંસ્કૃતમાં કહ્યું છે કે...

છાયાં અન્યસ્ય કુર્વન્તિ તિષ્ઠન્તિ સ્વયં આતપે।
ફલાનિ અપિ પરાર્થાય વૃક્ષાઃ સત્પુરુષા ઇવ॥

વૃક્ષોનું આડેધડ નિકંદન કાઢતો માણસ પહેલાં છાયાંઓ વાઢી નાખે છે પછી ઓઢી લે છે છત્રી. વૉટ્સએપમાં 5મી જૂને આવતા મૅસેજમાં મોટી મોટી વાતો તો કરે છે, પણ તેમાં કોઈ પોતાની સમજ, પર્યાવરણ માટે કોઈ ચિંતા કે સક્રિયતા જેવું કશું જ હોતું નથી. 'વૃક્ષો વાવો, જીવન બચાવો', 'વૃક્ષ જતન, આબાદ વતન', 'એક બાળ, એક ઝાડ' જેવાં સૂત્રો ઉચ્ચારી માણસ મીડિયામાં દંભ આચરે છે, વાણીવિલાસ કરે છે, પણ પેલાં પંખીઓને એવી વાતુડી વાડ થોડી ફાવે? જંગલોનો

વિસ્તાર અને વૃક્ષો ઘટતાં ચાંચોમાં તરણું લઈને આકળ-વિકળ થતાં એ ભોળુંડા પંખીઓ આજે ઘાંઘાં છે, વૃક્ષોના લીલા લાડને શોધે છે, પણ એ વૃક્ષો ક્યાં? માળા બનાવવા માટે વૃક્ષો શોધતા, થાકેલા પંખીના ગળામાં પીડાની ચીસ પણ જાણે અટવાઈ ગઈ છે. કોઈ દધીચિને તેડાવીએ તો એ પણ માણસની નિમ્નવૃત્તિ પાસે લાચાર બની જાય. કોરોનાકાળે વાસ્તવનું વખ પીવડાવ્યા પછી પણ આંખો મીંચી બેઠેલા માણસની સ્વાર્થવૃત્તિ અને પ્રકૃતિની અવદશા જોઈને ઈશ્વરની આંખો નીચી થઈ હશે કે ભેજભરી? પર્યાવરણની જાળવણી કરવા માટેનું માણસને લાધેલું જ્ઞાન જાણે સ્મશાનવૈરાગ્ય જેવું નીવડ્યું, પણ ખરેખર તો પ્રકૃતિ સાથે અરસપરસ જિવાતા જીવનમાં દરેક નાનામાં નાના જીવની મહત્તા સમજવી રહી. આપણા પરિવારોમાં જ એવું વાતાવરણ સર્જાવું જોઈએ કે બાળકો પ્રકૃતિનું જતન કરતાં શીખે. વૃક્ષો ઉછેરે. ખુલ્લી જમીન દરેક પાસે ન હોય એ સ્વાભાવિક છે. તો વડીલોએ સંતાનોને કૂંડામાં કે ટેરેસ પર વિવિધ પ્રકારનાં ફળ-ફૂલ કે શાકભાજી ઉગાડી એની સંભાળ લેતાં અને પ્રકૃતિને પ્રેમ કરતાં શીખવવું જોઈએ. દરેક બાળક દર વર્ષે એક-એક વૃક્ષ તો ઉગાડે જ એવી કેળવણી આજે અત્યંત જરૂરી બની છે. શાળા કે સોસાયટીમાં દર વર્ષે વનમહોત્સવ યોજી કોઈ ખુલ્લી જગ્યા, રસ્તાની બંને તરફ કે કોઈ પડતર જમીનમાં વૃક્ષો વાવી તેના જતનનો સંકલ્પ બાળકો પાસે જ કરાવાય તો ઉત્તમ પરિણામ મળી શકે. પર્યાવરણની જાળવણી અને એનું મહત્ત્વ હવે સૌએ સમજવું જ રહ્યું.

પૃથ્વી પરની સજીવ સૃષ્ટિનો એક મહત્ત્વનો હિસ્સો એટલે વૃક્ષો. ભારતીય વિજ્ઞાની જગદીશચંદ્ર બોઝે પ્રથમ વાર દુનિયાને જણાવ્યું કે, વનસ્પતિમાં જીવ હોય છે. ઉપનિષદના ઋષિએ સદીઓ પહેલાં કહ્યું: 'વૃક્ષમાં જીવાત્મા રહેલો છે. વૃક્ષો ધરતીનો શણગાર તો છે જ, પણ એ ધરતીનું સંરક્ષણાત્મક ઢાંકણ પણ છે. વૃક્ષોને અને છોડને સંગીતની સુરાવલી સંભળાવતાં તેનો ઝડપથી વિકાસ થયાનાં ઘણાં ઉદાહરણ આપણી સામે છે.'

વૃક્ષ કે વૃક્ષનું કોઈ પણ સ્વરૂપ અત્યંત મોહક હોય છે. ખલીલ

જિબ્રાન કહેતા કે, 'Trees are poems that the earth writes upon the sky.' પાનખરનાં પીળાં પર્ણો પણ વહેતી હવા સાથે એક લયબદ્ધ નૃત્ય કરે છે. કોઈ જો ખરેલાં પર્ણોને મૃત કહેતું હોય તો એ એની દૃષ્ટિમર્યાદા હશે. તમે સુગંધને ખોબામાં ભરી છે કદી? જૂઈનાં ઝરી ગયેલાં ફૂલોને હળવેથી હથેળીમાં લેજો... થોડું નીરખીને જોજો... બે ઘડી વાત પણ કરી લેજો... પછી ખોબો ખાલી કરશો તો પણ એ સુગંધથી મહેકતો હશે. જ્યારે સઘળાં વૃક્ષો વસંતનાં વધામણાં ગાય છે ત્યારે 'ઋતુનામ્ કુસુમાકરઃ' કહેતાં હરિ આંગણે આવે છે. વહેલી સવારે મંદ મંદ વાયરો વાતો હોય ત્યારે વૃક્ષમંદિરની ઝાલર વાગતી હોય છે, ધીરેથી કોમળ પર્ણો ફૂટતાં હોય છે... ત્યારે થાય કે પરોઢ જાણે નરસૈંયાનું પ્રભાતિયું સંભળાવે છે.

બે પાંદડે થવું એટલે કે સુખી થવું. પ્રકૃતિ સાથે હોવું મતલબ સુખી હોવું. ધરતી પરની સમગ્ર સૃષ્ટિમાં વનસ્પતિ અગ્રજ છે. વૃક્ષો કે અન્ય વનસ્પતિઓ સાથે માનવજાતનો નાડીપ્રાણસંબંધ ગણી શકાય. બધા જીવોનું અસ્તિત્વ અરસપરસ જોડાયેલું, સંકળાયેલું છે. ભારતીય સંસ્કૃતિ વનો અને જંગલોમાં ઊછરી છે. વિકસી છે. આદિમાનવોએ વૃક્ષો સાથે, જંગલો સાથે ખૂબ સૌહાર્દપૂર્ણ વ્યવહાર કર્યો હતો જાણે વૃક્ષો પોતાના પૂર્વજો હોય. તેઓનું ખાવું-પીવું, રહેવું-ઓઢવું દરેક ક્રિયાઓ વૃક્ષો, વનસ્પતિ કે ઘાસ પર જ આધારિત હતી. એ આદિમાનવો નિષ્કપટ હતા. વૃક્ષને ચાહનાર માણસ કદી કપટ આચરી શકે ખરો? જેણે આંગણામાં પ્રેમથી વૃક્ષો ઉછેર્યાં હોય એ વૃક્ષો તેના સ્વજન સરીખાં હોય છે. વૃક્ષ અને માણસ વચ્ચે જેમ જેમ સંવાદ રચાતો જાય છે તેમ તેમ એની ભીતર પણ થોડું વૃક્ષત્વ ધામા નાખવા લાગે છે. એક ખ્રિસ્તી કહેવત છે, 'તમે ધરતી સાથે વાત કરો અને ધરતી તમારી સાથે વાત કરશે.' ધરતી કે વૃક્ષો પાસે કોણે કહ્યું કે, વાણી નથી? પંખીઓના ટહુકા એ વૃક્ષની જ વાણી છે. એની ડાળીઓ પોતાની બાંહ ફેલાવીને હરઘડી તમને આવકારે છે. એનું લયબદ્ધ લળીને ડોલવું એવું લાગે કે જાણે એ વેદમંત્રો ભણતું હોય. વૃક્ષના પ્રેમમાં પડવા જેવું ખરું! હમણાં જ કાને પડેલા વાક્યને મેગાસિટીના દરેક હોર્ડિંગ પર

લગાવવા જેવું ખરું કે, 'હે યુવાનો, વૃક્ષને પણ એટલો જ પ્રેમ કરજો જેટલો વૃક્ષ પાછળ બેસીને તમે કર્યો છે.'

કવિવર રવીન્દ્રનાથે ભારતીય સંસ્કૃતિને 'તપોવનની સંસ્કૃતિ' કહી છે. પ્રાચીનકાળથી મનુષ્ય વૃક્ષ-વનસ્પતિને દેવસ્વરૂપ માની પૂજતો આવ્યો છે. આપણાં શાસ્ત્રોમાં તો વૃક્ષોનું આગવું, આદરભર્યું સ્થાન છે. અનેક પર્વોની ઉજવણીમાં પણ વૃક્ષપૂજન મહત્ત્વનું છે. વૃક્ષ તો માણસના જીવનમાં જન્મથી લઈને મૃત્યુ સુધી વણાયેલું છે. જાણીતા ભજન 'જીતે લકડી, મરતે લકડી, દેખ તમાશા લકડીકા'માં એ વાત સુપેરે વણાયેલી છે. પારણાથી લઈને જીવ પ્રાણ ત્યાગે ત્યાં સુધી વૃક્ષનું લાકડું મહત્ત્વની ભૂમિકા ભજવે છે. ડાળીઓના દરબારમાં વૃક્ષનો વૈભવ અનેરો હોય છે. વૃક્ષો ભગવાન શિવ જેવા છે. બંને વિષપાન કરીને જગતનું કલ્યાણ કરે છે. વૃક્ષો ધરતીની ઝેરી પ્રદૂષણયુક્ત હવા પોતે પીવે છે અને સૃષ્ટિના જીવોને શુદ્ધ હવા પ્રદાન કરે છે. પર્ણમઢી ડાળીઓના દરબારમાં વૃક્ષનો વૈભવ અનેરો હોય છે.

પાંડુરંગ શાસ્ત્રીની 'છોડમાં રણછોડ'ની સમજ જીવનમાં વણી લેવા જેવી છે. વૃક્ષને તમે એક યુનિવર્સિટી ગણી શકો. જેમાં ચાલતા નિઃશબ્દ વર્ગોમાંથી એક પણ બંક કરી ન શકાય. એના રંગો, એની વિધવિધ છટા, એનું અદાથી લહેરાવું, એનું ઝૂલવું, ખીલવું, નમવું, એના પાનનું ખરવું બધું જ બધું એના પર વારી જવા મજબૂર કરે. પછી તો વૃક્ષ સાથેનો તમારો અફેર ક્રશ બની મહામૂલી કાયનાત બનશે.

વસ્તીવધારાને લીધે દેશમાં અનેક ગંભીર સમસ્યાઓ સર્જાઈ છે. વધુ જમીનની જરૂર પડી અને વૃક્ષોનું નિકંદન કાઢવામાં આવ્યું. બ્રસેલ્સ દુનિયાનું એકમાત્ર એવું મહાનગર છે, જેની મધ્યમાં વિશાળ જંગલ આવેલું છે. નેપોલિયને ત્યાં આક્રમણ કર્યું ત્યારે લશ્કરને સૂચના આપેલી કે જંગલને નુકસાન પહોંચાડવું નહીં. કુદરતે સર્જેલાં આ જંગલો બનતાં હજારો વર્ષ લાગે છે, પરંતુ માણસે માત્ર છેલ્લાં ૧૦૦ વર્ષમાં આ જંગલોનો વિનાશ કરી નાખ્યો. પૃથ્વીના ફેફસાં ગણાતાં એમેઝોનનાં જંગલ આજે ૮૦% કાપી નાખવામાં આવ્યા છે. આવાં અગણિત જંગલોનો વિનાશ થતાં

ભૂગર્ભજળનું સ્તર સતત નીચું ઊતરતું ગયું. હવા, પાણી અને અવાજનું પ્રદૂષણ પણ ભયજનક રીતે વધ્યું. ભયજનક પ્રદૂષણને નાથવાના આપણા દેશમાં અનેક ઉપાયો થઈ રહ્યા છે, જેમાં સૌથી મહત્ત્વનો ઉપાય છે વૃક્ષારોપણ. કોરોનાએ આપણો કાન બરાબર આમળીને સમજાવ્યું છે કે હવે વાણીવિલાસ નહીં ચાલે, પણ માણસ જેની જાત! અમેરિકન પ્રમુખ ફ્રેન્કલીન રુઝવેલ્ટ કહેતા કે, 'A nation that destroys its soils destroys itself. Forests are the lungs of our land, purifying the air and giving fresh strength to our people.' અનેક રીતે ઉપયોગી એવાં વૃક્ષો પોતાનાં પર્ણો થકી પ્રકાશસંશ્લેષણની ક્રિયા દ્વારા હવાને શુદ્ધ કરે છે. વૃક્ષો વિવિધ ફળો, અનાજ વગેરે તો આપે છે જ પણ મુખ્યતઃ તેનાં મૂળિયાં જમીનનું ધોવાણ અટકાવે છે, રણને આગળ વધતું અટકાવે છે. તેનાં મૂળિયાં, ફૂલો, ફળો કે પર્ણો ઔષધિ તરીકે વપરાય છે. વૃક્ષોની શીતળ છાયામાં પશુઓ, ખેડૂતો અને વટેમાર્ગુઓ વિશ્રામ કરે છે. કેટલાંક વૃક્ષોનાં પાન પડિયા-પતરાળાં બનાવવાના કામમાં આવે છે. વળી, વૃક્ષો ધરતીની શોભા છે. ધરતીનું એ ઢાંકણ છે. વૃક્ષો વિનાની સુક્કીભઠ્ઠ ધરતી કેશ વિહોણા મસ્તક જેવી ઉજ્જડ લાગે છે. ગીચ વૃક્ષો અને વેલીઓથી વીંટળાયેલ ગાઢ જંગલો વાદળાંને આકર્ષી વરસાદ લાવવામાં મદદરૂપ થાય છે. આવાં જંગલોમાં અનેક પશુ-પક્ષીઓ સહિયારું જીવન જીવતા. વાતાવરણમાં ઠંડક રહેતી. હવા શુદ્ધ રહેતી અને પુષ્કળ વરસાદને કારણે વૃક્ષો આપમેળે ઊગી નીકળતાં.

ક્યારેક કોઈ સુક્કુંભઠ્ઠ ઝાડ જોઈને થાય કે વસંતે કેમ વારોતારો કર્યો હશે? વિહ્વળ વૃક્ષ પૂછે છે, 'માણસે આંખ આડા પાન કેમ કર્યા હશે?' ફરી કોળવાની શક્યતાનો આમ સાવ છેદ થોડો ઉડાડાય? કહેવાય ઝાડ, પણ નસીબમાં મળે રાડ. તો પણ વૃક્ષ ઊભું હોય છે. સ્થિતપ્રજ્ઞતા ઓઢીને. એક પગે તપ કરતું. શું હશે એની એકનિષ્ઠ તપસ્યાનો હેતુ? વૃક્ષો આપણા મિત્રો જ નહીં, સંત પણ છે. તેનો કોઈ પણ ભાગ બિનઉપયોગી નથી. ટીમરૂના પાનમાંથી બીડી બને છે. પડિયા-પતરાળાં ખાખરાના પાનમાંથી જ બનાવવામાં આવે છે. તો ગુંદર કે રબર વગેરે જેવી ઉપયોગી વસ્તુઓ

પણ વૃક્ષોમાંથી જ મળે છે. સાગ, સાલ, ચંદન જેવાં વૃક્ષોનું અતિ કીમતી લાકડું મકાન કે હોડીઓ બનાવવા માટે ઉપયોગમાં લેવામાં આવે છે. પાનમાં લગાવાતો કાથો 'ખેર'નાં વૃક્ષમાંથી મળી આવે છે. આમ, એક-એક વૃક્ષનું મહત્ત્વ અને ઉપયોગ અવર્ણ્ય છે જેનું વર્ણન કરવા બેસીએ તો પણ સેંકડો પાના ભરાય. પહેલાના સમયમાં જ્યારે કપડાં ધોવા માટે સાબુ જેવી ચીજનું કોઈ અસ્તિત્વ જ ન હતું ત્યારે અમુક વૃક્ષનાં ફળોનો ઉપયોગ કરાતો હતો એવું પણ વાંચ્યાનું સ્મરણ છે. ઉપનિષદમાં વૃક્ષને વિશ્વપુરુષનું ઉપમાન આપેલું છે. અથર્વવેદમાં પીપળાના વૃક્ષ ઉપર દેવતાઓનો વાસ હોવાનું મનાય છે એટલે જ પીપળાના વૃક્ષના પૂજનનો ખૂબ મહિમા છે. આયુર્વેદનું તો આખું શાસ્ત્ર વનસ્પતિમાંથી મળી આવતી નૈસર્ગિક ઔષધિ પર જ આધારિત છે. વળી, નેચરોપથી પણ કુદરતમાંથી મળી આવતા તત્ત્વો પર ભાર મૂકે છે, તો એલોપથીની અનેક દવાઓ પણ કુદરતમાંથી મળતા પદાર્થો પર જ નભે છે. સુકાઈ ગયેલાં પાંદડાં ખાતર બને છે તો લાકડું બળતણ. વૃક્ષની અબોલ દેણગી પાસે માણસે નતમસ્તક બનવું પડે એટલી તેની પાત્રતા છે. વૃક્ષનાં પાંદડા તો રોજ ખરે છે, પણ તેણે પવનના નામની કદી પોક મૂકી નથી. વૃક્ષછેદન માટે કડક કાયદાઓ તો છે, પણ એ માત્ર કાગળ પર. માણસની હત્યા માટે ફાંસીની જોગવાઈ છે, પણ બેરહેમીથી સેંકડો વૃક્ષોનું નિકંદન કાઢનાર ખૂની ગુનેગારના લિસ્ટમાં જ આવતો નથી. બેતમા છે. કોઈ વૃક્ષ તૂટે છે ત્યારે સીમમાં પડેલો સોપો કોણ સમજે? આવાજોં કે બાઝારો મેં ખામોશી પહેચાને કૌન...?

ઉજ

"જૂઠું બોલવાની આદત પાડવા જેવી નથી.
જૂઠાબોલાનું સત્ય પણ અસત્યમાં ખપી જાય છે.
– આઈઝેક વોટ્સ"

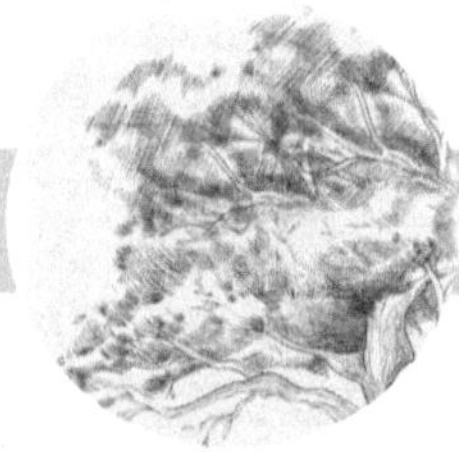

मोड़ पे देखा है वह बुढा-सा एक पेड़ कभी?
मेरा वाकिफ है, बहुत सालों से मैं उसे जानता हूँ
जब मै छोटा था तो एक आम उड़ने के लिए
परली दीवार से कंधो पे चढ़ा था उसके
जाने दुखती हुई किस शाख से जा पाव लगा
धाड़ से फेंक दिया था मुझे नीचे उसने
मैंने खुन्नस में बहुत फेंके थे पत्थर उस पर
मेरी शादी पे मुझे याद है शाखें देकर
मेरी वेदी का हवन गर्म किया था उसने
और जब हामला थी 'बीबा' तो दौपहर में हर दिन
मेरी बीबी कि तरफ कैरियाँ फैंकी थी इसी ने
वक़्त के साथ सभी फूल, सभी पत्ते गए
तब भी जल जाता था जब मुन्ने से कहती 'बीबा'
'हा, उसी पेड़ से आया है तू, पेड़ का फल है'
अब भी जल जाता हूँ, जब मोड़ गुजरते में कभी
खासकर कहता है, 'क्यों सर के सभी बाल गए?'
सुबह से काट रहे है वह कमेटी वाले
मोड़ तक जाने कि हिम्मत नहीं होती मुझको।

\- गुलज़ार

મને ફાગણનું એક ફૂલ આપો હો, રાજ મોરા...

ટીકટોકના તિકડમ ટમ્બલિંગથી થાક્યા પછી એકવાર પણ માણસ પ્રકૃતિનું પડખું સેવે તો પ્રકૃતિ જ સામેથી કહેશે 'Let's Party!'

ફાગણના ગમવા પાછળ કેસૂડો કારણ છે કે કેસૂડાંનું કામણ? એનો ઉત્તર શોધવા મનની અદાલત ન બેસાડાય. એના માટે વાસંતી વાયરાને સૂંઘવો પડે. ઘરનો ઉંબરો ઓળંગી કોઈ સરનામાં વગર સુગંધની આંગળી પકડી, આંખોમાં ભ્રમરની તરસ લઈ નીકળી પડીએ તો પણ કેસરિયા, પીળચટ્ટા ને રતૂમડાં ફૂલો સામેથી આવી વળગી પડે ને જવાબ મળી જાય. ગીરના જંગલમાં તો કેસૂડો ફાગણનાં ફટાણાં ગાતો બેફામ બેકાબૂ વિચરણ કરતો જોવા મળે. એ આવે છે તો ક્યાંય ઢાંક્યો રહેતો નથી. એટલે જ કવિ કહે છે કે...

'ફાગણ ફોરમતો આયો, આયો રે આયો... ફાગણ ફોરમતો આયો.
એના રંગે મલક રંગાયો રે આયો... ફાગણ ફોરમતો આયો.

લાલ લાલ લાલ લાલ રંગ પેલા કેસૂડાના સર સર અંગ પથરાયો,
ઋતુઓનો રાજા પેલો ફાગણ આંગણ આવી અલબેલો લહેરાયો...'

છ ઋતુઓમાં વસંતઋતુ શ્રેષ્ઠ છે, કારણ કે ત્યારે આબોહવા સમશીતોષ્ણ હોય છે. ફૂલોથી લથબથ ડાળીઓ જોઈ મન આનંદોત્સવમાં ડૂબે છે. આપણા ધાર્મિક તહેવારોની ઉજવણીમાં ઋતુઓ પ્રમાણેના રંગો જોવા મળે છે. હોળી-ધુળેટી પર ફૂલદોલ ઉત્સવનું મહત્ત્વ જુદું જ હોય છે. ગોકુલ, મથુરા ઉપરાંત સારંગપુર અને દ્વારકામાં પણ ફૂલદોલ ઉત્સવ અત્યંત ભવ્યતાથી ઊજવાય છે. કણકણમાં કૃષ્ણની અનુભૂતિ થાય તેવી મથુરાની હોળી કોઈ વાર માણવા જેવી ખરી. આ એ જ પવિત્ર ભૂમિ છે જ્યા રાધાકૃષ્ણે સ્વયં આ પર્વ માણ્યું હતું. એક અઠવાડિયાથી એની તૈયારીઓ ચાલે. એમાં વિધવિધ વિધિઓ દ્વારા

પ્રેમની અભિવ્યક્તિ થાય છે.

હોળીના તહેવારનો સંબંધ રાધા અને કૃષ્ણની પ્રેમકથા સાથે પણ છે. વસંતમાં એકબીજા પર રંગ નાખવાની તેમની લીલા અહીં વણાયેલી છે. ત્યાર બાદ આ પરંપરા બની ગઈ અને કદાચ એ જ કારણ છે કે મથુરામાં ફૂલોથી પણ હોળી રમવામાં આવે છે. હોળીનો તહેવાર વૃંદાવન, મથુરામાં તો વસંતપંચમીથી શરૂ થાય છે. ત્યાં ખૂબ ધૂમધામથી ઊજવવામાં આવે છે. રંગીન હોળી પહેલાં અહીં લાડુ, ફૂલો અને લાકડીઓ વડે હોળીની ઉજવણી કરવામાં આવે છે. લાડુ મારીને હોળી રમવાની આ પરંપરા એકદમ અનોખી છે. લાઠમાર હોળી મથુરા, વૃંદાવન, નંદગાંવમાં રમાય છે. ગોપીઓએ પ્રેમથી સખાઓને લાકડીઓ વડે માર માર્યો અને સખાઓએ બચવાનો પ્રયત્ન કર્યો. એની યાદમાં આ લાઠમાર હોળી રમાય છે. વિશેષતા એ છે કે અન્ય ગામડાંમાંથી આવેલા લોકો પર જ લાકડીઓનો વરસાદ કરવામાં આવે છે. વ્રજની હોળીમાં ભાગ લેવા દેશ-વિદેશથી ભક્તો આવે છે. ૨૦૨૦-૨૧માં હોળીની ઉજવણી માટે વિશ્વપ્રસિદ્ધ એવા વૃંદાવન અને મથુરામાં પણ કોરોના વાયરસનો કાળો કેર જોવા મળ્યો. નહીં, તો સામાન્ય રીતે મથુરા-વૃંદાવનમાં હોળી ખૂબ ધામધૂમપૂર્વક મનાવવામાં આવે છે.

સંસ્કૃત મહાકાવ્યોમાં ઋતુવર્ણન આવવું જ જોઈએ એવો સંસ્કૃત ગદ્યકથાકાર અને પ્રસિદ્ધ કાવ્યમીમાંસક દંડીનો ખાસ આગ્રહ હતો અને એથી ઋતુવર્ણન પરંપરા શરૂ થઈ. સંસ્કૃતનાં મહાકાવ્યો અને નાટકોમાં પણ મદનોત્સવ ઉજવવાનાં ખૂબ જ સુંદર વર્ણન છે. કાલિદાસ 'ઋતુસંહાર'માં વસંતના આગમનની અસર દર્શાવતા લખે છે કે...

द्रुमाः सपुष्पाः सलिलं सपद्मं
स्त्रियः सकामाः पवनः सुगंधिः।
सुखाः प्रदोषा दिवसाश्च रम्याः
सर्वं प्रिये चारुतरं वसन्ते ।।

'હે પ્રિયે, સર્વનું પ્રિય કરનાર વસંતના આગમનથી વૃક્ષો પુષ્પોવાળાં બન્યાં છે, સરોવર કમળોવાળાં બન્યાં છે, સ્ત્રીઓ કામનાવાળી બની છે,

પવન સુગંધવાળો બન્યો છે, દિવસ રમ્ય બન્યો છે અને સાંજ સુખમય બની છે!' ફાગુ એ કાવ્યમય રચના છે, જેમાં વસંતના સૌંદર્યનું વર્ણન કરવામાં આવે છે. તે પ્રેમના આનંદ, જુદાઈના ડર અને પુનર્મિલનની આશાને પણ વર્ણવે છે. 'ફાગુ'નો અર્થ જ 'ફાગણમાસ' એવો થાય. પ્રકૃતિને સોળ કળાએ ખીલેલી જોઈ પ્રાણીમાત્ર ગેલમાં આવી જાય. પોતાનો ભાવ વિવિધ રીતે વ્યક્ત કરે. જેમાં નૃત્ય પણ આવે. મધ્યકાળમાં એક કાવ્યસ્વરૂપ જોવા મળે છે તે 'ફાગુ કાવ્યો'. વસંતઋતુથી મદહોશ થઈ કવિઓ આવા શૃંગારપ્રધાન કાવ્યો લખતા. 'વસંતવિલાસ' એ કોઈ અજ્ઞાત કવિની સુંદર કૃતિ છે જે એક ફાગુ કાવ્ય છે. જેમાં વસંતને પ્રેમની ઋતુ તરીકે વર્ણવી છે. અમૃત ઘાયલ એની વિશિષ્ટ અદાથી કાવ્યપાઠ કરતા કે... 'એક રસનું ઘોયું એમ મને 'ટચ' કરી ગયું, ખંજરો હૃદયમાં જાણે કોઈ 'ખચ' કરી ગયું!'

પાનખર પછી વસંત આવતી હોય તો જીવનમાં દુઃખ પછી સુખ આવે જ. પાનખર એ વાસંતીદ્વાર ખોલવા માટેનું પ્રવેશદ્વાર છે. વૃક્ષ પરથી પાન ખરે-ખસે ને નવી, તાજગીભરી કૂંપળ આવે. એ વાતમાંથી માણસે બોધ લેવો જોઈએ કે આપણે જગ્યા છોડીશું નહીં તો સમાજ જડ બની જશે. નવા વિચારોને આવકારવા માણસે જડતા છોડવી જોઈએ. માણસની જિંદગી પણ નોખા નોખા રંગોની બનેલી છે. તેમાં ક્યારેક સુખનો સાગર હેલ્લારો ગાતો હોય તો ક્યારેક દુઃખનો દરિયો પણ દસ્તક દેતો હોય. ઊથલપાથલ વગરની જિંદગી જીવવાની તો મજા જ ક્યાં છે! દુઃખ છે તો સુખનું મૂલ્ય છે, પણ આપણે તો ઊથલપાથલનું નામ સાંભળીને જ શાહમૃગની માફક ભાગેડુવૃત્તિ (Escapism) અપનાવીએ છીએ... ખુમારીની ખલકતમાં પણ વિહાર કરવા જેવો છે. પાનખરને પચાવે એને જ વસંત વધાવે છે. ઋતુચક્રનો નિયમ સંસારચક્ર સાથે જોડાયેલો છે. દિલના દરવાજે ટકોરા દેતી ફાગણની ફોરમનું વૉર્મ વેલકમ ન કરી શકીએ તો ગયે કામ સે... જિંદગીના બધા રંગોને માણી શકે એ જ સાચી જીવનધુળેટી...

સાહિત્યનો કોઈ પણ જીવડો હશે તેને મનોજ ખંડેરિયા યાદ આવે

જ... 'આ ડાળ ડાળ જાણે કે રસ્તા વસંતનાં, ફૂલો એ બીજું કૈં નથી, પગલાં વસંતનાં.' વાસંતી ગઝલોની મેલોડી કરીએ તો મનોજ ખંડેરિયાની આ ગઝલ મોખરાનો મેડલ લઈ જાય અને પૂર્ણાહુતિની પાટે પણ બેસે. કૉલમિસ્ટ ડગ લાર્સન કહે છે કે, 'Spring is when you feel like whistling, even with a shoe full of slush.' હિલોળા લેતી વસંત સાથે મન હિલ્લોળે ન ચડે એને તૂરો તડકો તાણી જઈ શકે. ટીકટોકના તિકડમમાં ટમ્બલિંગ કર્યા પછી પણ આજે યુવા પેઢી કોઈ અજાણી તરસથી તરફડે છે, પણ એ જો પ્રકૃતિ પાસેથી સૌંદર્યબોધ લે તો પ્રકૃતિ જ એને સામેથી કહેતી સંભળાશે કે, 'Let's Party!' પિચકારીનું પ્રગટીકરણ થયું એના કારણમાં રંગોની બૌછાર લઈને આવતી વસંતને જ વરમાળા પહેરાવવી પડે. વસંતના રંગો તીખાતમ્મ તડકાનેય રંગી નાખે. પિચકારીમાંથી સરરરર... સરતા રંગો સાથે જોરાજોરી, પકડાપકડીમાં હાથ મરડાતાં પ્રિયતમા જો ગાળો આપે તો એ પણ મીઠી લાગે છે. વતનથી દૂર કામ કરતા લોકો હોળી પર અચૂક વતન જાય જ... પણ પિયુજી જ્યારે પરદેશ હોય ત્યારે દરેક પ્રિયતમા મીરાંની માફક પૂછી બેસે... 'केणु संग खेलू होली', પણ જેનો પિયુ પાસે છે એના પાસે લાડ કરવાનાં ઘણાં બહાનાં પ્રિયતમા શોધી કાઢે છે. આ જાણીતા ગીતમાં કવિ સુન્દરમ્ એ ભાવને અદ્ભુત વાચા આપે છે...

'મને ફાગણનું એક ફૂલ આપો, કે લાલ મોરા
કેસૂડો કામણગારો જી લોલ.

વનની વાટે તે વહાલા એક ફૂલ દીઠું લોલ,
એકલ હો ડાળ, એક એકલડું મીઠું લોલ.

મેં તો દીઠું દીઠું ને મન મોહ્યું, કે લાલ મોરા,
કેસૂડો કામણગારો જી લોલ.'

'મુઝે રંગ દે, મુઝે રંગ દે, રંગ દે, રંગ દે હાં રંગ દે...'ની તીવ્રતાનો ભાવ પ્રેમની પરાકાષ્ઠા સર્જે છે. 'રંગ દે'ની દ્વિરુક્તિ પ્રેમને પ્રગાઢ બનાવે છે. પછી તો એક હૃદય બીજા હૃદયને કવિ મેઘબિંદુની

જેમ પૂછી બેસે છે 'ફાગણનો ફાગ અને ટહુકાનો સાદ પછી મલક્યા વિના તે કેમ રહીએ?...' ફાગણી ફોરમની ફરમાઈશ જેણે ન કરી હોય એવો વ્યક્તિ જવલ્લે જ મળે. સોળે કળાએ ખીલેલાં કેસૂડાંના સાંનિધ્યમાં રંગોની રંગોળી ઉકેલતાં આવડે તો તો પછી મનમાં જ મેઘધનુષ્ય....

ક્ષણ

દરવાજે કે અંદર એક દરવાજા ઓર
છૂપા હુઆ હૈ મુઝ મેં જાને ક્યા ક્યા ઓર.
– રાજેશ રેડ્ડી

મને ફાગણનું એક ફૂલ આપો, કે લાલ મોરા,
કેસૂડો કામણગારો જી લોલ.

વનની વાટે તે વહાલા એક ફૂલ દીઠું લોલ,
એકલ કો કાળ, એક એકલડું મીઠું લોલ,
મેં તો દીઠું દીઠું ને મન મોહ્યું, કે લાલ મોરા,
કેસૂડો કામણગારો જી લોલ.

ઉત્તરના વાયરાએ ઢંઢોળ્યાં વન લોલ,
જાગી વસંત, કૈંક જાગ્યાં જીવન લોલ,
મેં તો સુખડાંની સેજ તજી જોયું, કે લાલ મોરા,
કેસૂડો કામણગારો જી લોલ.

રૂપલિયા વાટ મારી રૂપલિયા આશ લોલ,
સોનલ સૂરજ તારા, સોનલ ઉજાશ લોલ,
તારી વેણુમાં વેણ મેં પરોવ્યું, કે લાલ મોરા,
કેસૂડો કામણગારો જી લોલ.

— સુન્દરમ્

જેઓ મોસમના પહેલા વરસાદની
પ્રતીક્ષા નથી કરતા,
જેઓ ઊગતા સૂર્ય તરફ પીઠ ફેરવીને બેઠેલા રહે છે,
જેઓ કોયલના ટહુકા સંભળાતા હોય ત્યારે પણ
કામમાં રોકાયેલા રહે છે
અને જેઓ સુંદર કાવ્યપંક્તિ
વાંચ્યા પછી પણ કોરા ને કોરા
રહી જવા જેટલા ચાલાક છે
તેઓ ખૂબ લાંબું જીવવાનો
અભરખો શા માટે રાખતા હશે?

— ગુણવંત શાહ

પાની રે પાની તેરા રંગ કૈસા...!

નમણું યૌવન જ્યારે પાણીમાં ડૂબકી મારે છે
ત્યારે બે કાંઠાનાં ગામો ડૂબી જાય છે.

સંસ્કૃત સુભાષિતમાં કહેવાયું છે કે, 'આકાશમાંથી વરસાદને લીધે મળનારું પાણી, નહેરોમાંથી મેળવેલું પાણી, ઝરણાં અને નદીઓમાં વહેતું પાણી અને સમુદ્ર તરફ જતું બધું પાણી, અમારા સુખને વધારનારું છે.' પાણી બોલે તો જળ, સલિલ, નીર, ઉદક, તોયમ્, વૉટર વગેરે. વેરી સિમ્પલ... બે ભાગ હાઇડ્રોજન અને એક ભાગ ઑક્સિજન. જેને પોતાનો કોઈ સ્વાદ, ગંધ કે રંગ હોતા નથી. જો કે સ્વાદ તો હોય છે એવું મેં અનુભવ્યું છે. ડંકીનું, ડારનું કે કૂવાનું પાણી સ્વાદમાં ઘણું જુદું પડે છે. અમુક પાણી સાવ જ મોળું લાગે છે, પણ બે રંગ અને પારદર્શક હોવાથી કહી શકાય કે 'જિસમેં મિલા દો લગે ઉસ જૈસા...' પીતાં આવડે તો અમૃત અને ન પીતાં આવડે તો ઝેર. જે પાત્રમાં ઢાળો એ જ એનો આકાર. કેટલી સ્થિતિસ્થાપકતા અને નરમાશ! માણસ પ્રેમ વગર જીવી શકે, ખોરાક વગર જીવી શકે, પણ પાણી વગર નહીં જ. પાંચ તત્ત્વોથી બનેલા આપણા શરીરમાં પણ જળતત્ત્વ અતિ મહત્ત્વનું છે.

પ્રકૃતિનું એક મહત્ત્વનું અને અનિવાર્ય અંગ એટલે પાણી. પાણીની પ્રકૃતિ વહેવાની છે. ઢાળ મળ્યો ને દોડવાનું શરૂ. ચંદ્રકાંત શેઠના શબ્દોમાં 'જળ ચાલ્યું ત્યાં રેલો ફૂટ્યો, જળ નાચ્યું ત્યાં ઝરણું'. અમુક વ્યક્તિ પાણી જેવી પારદર્શક હોય છે જેમાં એનું તો ઠીક સામેવાળા વ્યક્તિનું પ્રતિબિંબ પણ કોઈ ડાઘ વગરનું અને સ્પષ્ટ ઊભરાઈને આવે છે. શાસ્ત્રોમાં કહ્યું છે કે, 'પાણીને ખાવું અને ભોજનને પીવું. પાણીને મમળાવીને પીવાથી તેમાં લાળતત્ત્વ ભળતું જાય છે જે પાચન માટે ખૂબ ઉપયોગી હોય છે.' મહર્ષિ વાગ્ભટ્ટજીએ લખેલા સૂત્રમાં પ્રથમ સૂત્રમાં લખ્યું છે કે, 'ભોજનાન્તે વિષં વારિ' મતલબ કે, ભોજનના અંતે પાણી પીવું વિષ સમાન છે.

વાદળ ભારે પગલે થાય ત્યારે જળને ચોમાસું બેસે છે. યુવતીઓને પણ જાણે ત્યારે જ સોળમું બેસે છે. એનું પગલું પડે ને એ પગલાંની છાપમાં ભરાતા પાણીમાં કૈંક યુવાનોનાં દિલ ડૂબે છે. શ્રાવણમાં મહુડા-પીધેલ સપનાંઓ ધસમસ દોટ મૂકે છે અને નવાં સગપણો પણ ફૂટી નીકળે છે. આંખ મીંચી જળમાં નખાતા પાસા સાથે પ્રેમીઓ વગર તરાપે તરે છે... ભીંજાય છે. ટીપાંનું તોરણ એને લગ્નમંડપની ફેન્ટસી સુધી દોરી જાય છે. નમણું યૌવન જ્યારે પાણીમાં ડૂબકી મારે છે ત્યારે બે કાંઠાના ગામો ડૂબી જાય છે. આપણે સૌએ પાણીમાં આપણું પ્રતિબિંબ કોઈ વાર તો જોયું જ હશે. કોઈએ અત્યંત સુંદર વાત કરી છે કે, 'પાની જો સો ગયા, આયના હો ગયા.' ઠંડા પાણી માટે ફ્રીઝ પાસે દોડતી નવી પેઢીને કદાચ માટીની મીઠી સોડમવાળા માટલાના ઠંડા પાણીનો સ્વાદ ખબર જ નથી. તો 'પાણિયારું' શબ્દ તો ક્યાંથી કાને પડ્યો હોય! આપણી સંસ્કૃતિમાં પાણિયારાનું નોખું જ મહત્ત્વ છે અને હતું. કવયિત્રી ગાયત્રી ભટ્ટ એની એક ગઝલમાં પાણિયારાનું માહાત્મ્ય દર્શાવતાં કહે છે કે, 'સગપણો શીખી લઉં છું પાણિયારે, આખું ઘર સીંચી લઉં છું પાણિયારે.'

પાણી બોલતાં જ મોં અને મન તરસ્યાં થઈ જાય છે. પાણી બોલે તો નિર્મળ... નિરાકાર. એટલે જ એનો જયજયકાર હોય છે. એટલે જ એના નામે દરિયો બોલે છે અને નદિયું ડોલે છે. તરતાં શીખવું હોય તો એનું પુસ્તક ન વાંચવાનું હોય, દિલ અને ડિલ સાથે પાણીમાં ધુબાકો મારવો પડે. કહેવાય છે કે શાંત પાણી ઊંડા હોય. નીરવતામાં પથ્થરો વચ્ચે વહેતા પાણીમાંથી ફૂટતાં શાંત સૂરીલું સંગીત નિષ્પન્ન થાય છે એને કદી ચાખ્યું છે? એ ખૂબ સુકુનભર્યું હોય છે. આંસુ પણ પાણી સ્વરૂપે જ છે. આંસુ વહેવાની સાથે જાણે દર્દનો મોક્ષ થાય છે. તલત મહેમૂદનું જાણીતું ગીત યાદ આવે, 'આંખ મેં બૂંદભર જો પાની હૈ, પ્યાર કી એક યહી નિશાની હૈ'. ગની દહીંવાલા તો કહે છે કે...

'નર્યું પાણી જ મારા દર્દનો ઉપચાર લાગે છે,
રડી લઉં છું, મને જ્યારે હૃદય પર ભાર લાગે છે.'

જો કે થીજેલી વેદના આંસુ સાથે પણ પીગળીને વહી જતી નથી. પાણી વચ્ચે કોરું કોરું તરફડવું આને જ કહેવાતું હશે! તરસ અને પાણી અરસપરસ છે. યુગોથી ધખેલા સહરાના રણની તરસ લઈને જ્યારે ઝંખનાઓ આવે છે ત્યારે એ સુરેશ દલાલની કવિતામાં શબ્દરૂપે પ્રગટે છે. તેલુગુ કવિ ડૉ. એન. ગોપી રચિત ૧૦૬ પાનાંનું દીર્ઘકાવ્ય 'જલગીતમ્'માં એ જળનાં વિવિધ રૂપોને આલેખે છે. જે એક મોટી સાહિત્યિક ઘટના છે. અહીં જળના ઝળહળ રૂપની વિધવિધ વ્યંજના ભાવકને ભીંજવી જાય છે. 'જીવ-કોષ હૈ અમૂલખ!... ભર્યાં જળાશય જે જે તેં, એ બની ગયાં ગર્ભાશય, તારી નિત્ય પ્રવાસે થઈને નિર્ઝર.' ડૉ. એન. ગોપી કુલપતિ હતા. તેઓ કહેતા, 'કવિ હોવું એ મારે મન વાઇસ ચાન્સેલરના પદ કે ડૉક્ટરેટની પદવી કરતાં વિશેષ મહત્ત્વનું છે.'

જૂના વખતમાં પાણીના સોર્સ તરીકે કૂવો કે નદી જ હતા. જ્યાં રોજ દૂરના કૂવેથી પાણી ભરીને લાવવું પડે એવા ભાલ જેવા નપાણિયા પ્રદેશમાં ત્યારે કોઈ દીકરી દેવા રાજી ન થતું. માથે બેડું મૂકીને પાણી ભરવા જતી નમણી નારીનું દૃશ્ય હવે આંખને દોહ્યલું છે. પહેલાના સમયમાં કૂવો કે નદીકાંઠાનાં સંદર્ભો સાથે અસંખ્ય ગીતો કવિની કલમેથી સરી આવતાં, જેમાં કોઈ વહુવારું લાડમાં કહેતી હોય કે, 'સાહ્યબા, હું રે ત્રાંબાની હેલે પાણીડાં નહીં ભરું'. એનું કારણ પણ કેટલું રૂપાળું કે એને રૂપાના બેડાની હોંશ છે. અહીં આ વાત ઘરકામ નહીં કરવાનું કોઈ બહાનું કે ભાવના નથી. કૂવાના કાંઠડે જ અલ્લકમલ્લકની વાતો નીકળતી. વહુવારુઓ ખાલી બેડામાં પિયરનાં મીઠાં સંભારણાં, પિયુ સાથેની રમતિયાળ ગોઠડી કે સાસરિયા તરફથી અપાતી પીડા ભરીને કૂવાકાંઠે કે નદીકાંઠે લાવતી. પનિહારીઓ સહિયરો પાસે ખાલી થતી. પછી ખાલી બેડામાં પાણી ભરાતું. અનિલ જોશી સરસ વાત કહે છે કે, 'બરફનો ભૂતકાળ પાણી અને એનું ભવિષ્ય પણ પાણી છે.' તો બરફને પાણી સામેના ખુલ્લા બળવા તરીકે જોતા રમેશ પારેખ કહે છે કે...

'બરફ એટલે સૂરજ સામે જળસર્જ્યું ઉખાણું.
બરફ એટલે સૂરજગઢમાં જળે કરેલું કાણું.'

પાણી ક્યાંય બાંધ્યું ન રહે. પાણીનું પોત એટલું પાતળું હોય છે કે એક નાનકડી તિરાડ કે છિદ્ર પણ નજરે ચડે તો પણ એની ભાગેડુવૃત્તિ તરત જોર કરે અને એ છટકે. જો કે ભાગીને એ કોઈ કૌભાંડ કરવા નથી માગતું. એનો સ્વભાવ અંતે તો વહેવાનો જ એટલે વહેવા માટે દોડે. પાણીની આવી ઘૂસણખોરીથી કેવાં ભયાનક પરિણામ આવે તે આપણે 'ટાઇટેનિક' ફિલ્મમાં સુપેરે જોયું છે. બોલિવુડની સુંદર ફિલ્મ 'જલ'માં પાણીની અછતને કેન્દ્રમાં રાખી વાર્તા રચાઈ છે. પાણી આપણી જીવાદોરી સમાન હોવા છતાં જ્યારે પોતાનું અતિ રૌદ્ર અને વિનાશક સ્વરૂપ દર્શાવે છે ત્યારે ઘાતક સુનામી કે પૂરરૂપે ભયંકર કટોકટી સર્જે છે. કચ્છમાં વિવિધ લોકેશન પર નિર્માણ પામેલી, મોરબીમાં સર્જાયેલી મચ્છુ જળ હોનારતની ઝાંખી કરાવતી 'મચ્છુ ઍક્ટ ઑફ ગોડ' નામની ફિલ્મ પણ બની છે. ૧૧ ઑગસ્ટ, ૧૯૭૯માં મોરબીનો મચ્છુ ડેમ તૂટ્યો હતો. આ જળહોનારતમાં ૨૦,૦૦૦થી વધુ લોકોનાં મોત થયાં હતાં. એ જ મોરબીમાં ઝૂલતો પુલ તૂટવાથી અનેક લોકોના પાણીમાં ડૂબવાથી જીવ ગયા હતા, ત્યારે આખું ગુજરાત ધ્રુસકે ચડ્યું હતું.

'ખારા જળનો દરિયો ભરિયો, મીઠા જળનો લોટો, તરસ્યાને તો દરિયાથીયે લોટો લાગે મોટો...' આ પંક્તિઓ તો સૌના કાને યાદ રાખી હોય. એ શબ્દોને સુપેરે સમજીને દરિયામાં વ્યર્થ વહી જતા પાણીને ડેમ વગેરે બાંધી, વેડફાઈ ન જાય તેમ રોકવું જોઈએ. 'પાણી બચાવો, પૃથ્વી બચાવો' સૂત્ર યાદ રાખવું જોઈએ. ખેડૂતોની ખેતી માટે પાણી એકમાત્ર અને અત્યંત જરૂરી સાધન છે. પાણીનાં સ્વરૂપો વિશે વિચારીએ ત્યારે અનેક નામ દોડીને આગળ આવે – ટીપું, ઝાકળ, વરસાદ, ભેજ, બરફ, વમળ, વાદળ, વરાળ, તરંગ, ફીણ, મોજાં, પરપોટો, ફુવારો, સેર, સીકર, ઝીલ, છાંટા, છાલક, છોળ, ધોરિયો, ધધુડિયો, ધાર, ધારા, હેલી, પૂર વગેરે.

ગીતકારની કવિતામાં 'ન ભૂતો ન ભવિષ્યતિ'ની જેમ સ્નાન કરતી કોઈ રૂપસુંદરી જ્યારે 'પાની મેં જલે મોરા ગોરા બદન' ગાતી હોય

ત્યારે પાણીમાં આગ પણ લાગતી હોય છે એ સ્વીકારવું રહ્યું. 'મોહરા' ફિલ્મમાં રવીના ટંડન 'ટીપ ટીપ બરસા પાની, પાની ને આગ લગાઈ' ગાઈને એ વાતની સત્યતા પર ફરી મહોર લગાવે ત્યારે દાઝી ન જવાય એનું જ ધ્યાન રાખવું. પાણીથી વધુ કોઈ પાણીદાર નથી. 'આવો, બેસો, પીવો પાણી... આ ત્રણ વસ્તુ મફત આણી...' 'પાણી જાય એળે... દુઃખ આવે આપમેળે...' જેવાં નાનાં સૂત્રો લખનાર ઘણા ઊંડા અર્થવાળો અને મહત્ત્વનો સંદેશ આપે છે. પાણીને વેડફીશું તો એક દિવસ આપણે નપાણિયા થઈ જઈશું.

> જે વ્યક્તિ કોઈની નિંદા નથી કરતો, પણ
> જેને બીજાની નિંદા સાંભળવી ગમે છે
> તે બંને સરખા જ કહેવાય.
> — ઋગ્વેદ

સૈ, મેં તો પાણીમાં ગાંઠ્ય પડી જોઈ.
ડેલી ઉઘાડ... મારું બેડું ઉતાર...
કાળ ચોઘડિયે સુધબુધ મેં ખોઈ,
સૈ, મેં તો પાણીમાં ગાંઠ્ય પડી જોઈ.

પહેલાં તો એકધારી વહેતી'તી ગંગા ને પાણીનો રજવાડી ઠાઠ,
ઓણસાલ નદિયું નજરાઈ ગઈ એવી કે પાણીમાં પડી મડાગાંઠ.
મરચાં ને લીંબુ કોઈ નદીએ જઈ બાંધો,
પાણીમાં હોય નહીં બખિયા કે સાંધો.
ડાકલાં બેસાડીને ભૂવા ધુણાવો કે પાણીને સીવી ગયું કોઈ.
સૈ, મેં તો પાણીમાં ગાંઠ્ય પડી જોઈ.

જાણતલ જોશીડા ઘાટે પધાર્યા ને ટીપણું કાઢીને વદ્યા વાણી,
જળની જન્મોતરીમાં બરફ નડે છે ને બરફની કુંડળીમાં પાણી.
હવે નદિયુંની જાતરામાં નડતર બરફ,
હવે પાણી પણ કાઢતું નથી એક હરફ.
તમે ફળિયામાં સાદડી બેસાડીને પૂછો કે આંખ્યું મેં ક્યાં જઈ ધોઈ?
સૈ, મેં તો પાણીમાં ગાંઠ્ય પડી જોઈ.

— અનિલ જોશી

રાજા (જોગનો ધોધ) દૃષ્ટિને અદ્ભુત રીતે રમાડે છે. એના મસ્તક પર આપણી નજર પડે છે, પણ એ પડી ન પડી ત્યાં તો પાણીની અંદર જ ગૂંચાઈ જાય છે અને પડતાં પાણી કોઈ અદ્ભુત રીતે અવતરણ પામે છે. વનનાં પુષ્પોને વર્ણવતાં વાલ્મીકિ કહે છે તેમ પતિતૈશ્ચ, પતદ્ભિશ્ચ, પાણી પડી પડીને પાછાં પડે છે. ઉપરનો પ્રવાહ થોડે આવીને જાણે વેરાઈ જાય છે અને પાછાં તેમાંથી ફરીને પાણી બંધાય છે. તે પાછાં વેરાય છે ને પાછાં બંધાય છે. મોટી મોટી ગુલાંટો ખાતાં એ પાણીમાં કોઈ અતુલિત ધવલતાની અનેક ઝાંય પ્રગટી રહે છે. અને એ અવર્ણ્યવર્ણી સલિલના ચલિત સ્તંભની કેડ આગળ પડખેથી રુદ્રનો પ્રવાહ આવીને ભળી જાય છે. એ બંનેના પ્રપાતને ઝીલનારી નીચેની જમીન વજ્રવક્ષસા જ હોવી જોઈએ.

— સુન્દરમ્

વહેતી નદીમાં કદી લીલ બાજતી નથી

નદી શિયાળામાં બાળક, ચોમાસામાં યુવાન અને
ઉનાળામાં વૃદ્ધ જેવી લાગે છે.

નીરવ વહેતી નદી એટલે એક શાંત સૂરીલી સરગમ. એના કિનારે બેઠેલું શાંત મન ક્યારેક લવારીએ ચડે છે. નદીને ન કાંઠાની મમત, ન કશે પહોંચવાની ઉતાવળ. ન કંઈ આપ્યાનો ભાર કે ન હોવાનું અભિમાન. 'નદિયાં ચલે, ચલે રે ધારા... તુઝકો ચલના હોગા...'નો સંદેશ આપતી એ અલબેલી અપ્સરા વહ્યા જ કરે. પહાડોમાંથી સરી આવતા પાણીનો એ પ્રવાહ અને એના કમનીય વળાંકો જોઈને તો કોઈ અપ્સરા જ યાદ આવે. નદી તો બહુરૂપા. ક્યારેક રમતિયાળ કે નખરાળી, તો ક્યારેક અલ્લડ, મુગ્ધ કિશોરી જેવી, ક્યારેક સૌમ્ય, તપસ્વિની તો ક્યારેક રૌદ્ર કે સ્વચ્છંદી દીસે છે. એનું રૂપ ગમે તે હોય, એ છે મોહિની-જાણે નવોઢા. સર્જકની આંખે એ કોઈ માનુની રાજકન્યા કે ગંભીર કુલવધૂ પણ લાગી શકે. નદીની સંનિધિ જ નખરાળી અને નિરનિરાળી. પરગજુ નદીને જોતાં જ ભીતર દરિયાદિલી ઊછળવા લાગે, નદીની રેત પર નામ લખીને અમર થવાના અભરખાઓ આસમાને પહોંચવા લાગે.

પાળિયાદ પાસે અને બોટાદમાં આવેલી 'ઉતાવળી' નામની નદીઓને કોઈ વાર ગોકળગાય જરૂર પૂછી બેસશે કે, 'તને સાગરને મળવાની આટલી ઉતાવળ શાને છે? મારી જેમ ટાઢો કોઠો રાખતાં શીખ.' એક નદી... કેટલી સુંદર અને અનોખી હોય છે. એક જ નદીમાં તમે બે વાર પગલું મૂકી શકતા નથી, કારણ કે નદી તો જ્યાં છે ત્યાં હંમેશાં હોય છે જ, પરંતુ એનું પાણી કદી એક જ હોતું નથી. વહી જતી ક્ષણોની માફક એ પળેપળ બદલાય છે. એથી નદી પોતે પણ બદલાય છે, નદી એક જાદુ છે – જાણે ધરતીનો પોતાનો જ એક હરતો-ફરતો જીવંત ટુકડો. નદીના પ્રવાહમાં વહેવું અને નદીને કિનારા પર રહીને નિરપેક્ષભાવે નીરખવી એ બંને અલગ અનુભૂતિ છે. એલિસ હોફમેન કહે

છે કે, 'The only way to understand a river is to jump into it.' વહેતી નદી કિનારાની ચટ્ટાનોને પૉલિશ કર્યા કરે. એક ચળકાટ પણ આપે. સતત વહેતી નદીના લીધે આ જ ખડકોનું ધોવાણ થાય અને સુંદર ચમકતા પથ્થરો આકાર લે છે અને બાળકોના ખજાનામાં એન્ટિક પાંચીકાનો ઉમેરો થાય છે. બાળકોને મન એ સેન્સેક્સના ઉછાળાથી કમ નથી. બાળપણમાં સૈયર સાથે જે પાંચીકાથી રોજ રમતા હોઈએ એ સાસરે જઈને પણ યાદ આવે છે જેમ વિનોદ જોશી કહે છે, 'કોઈ મીંઢળની મરજાદા લઈ, મને પાંચીકા પકડાવો...' કિનારે બેસી પથ્થર જ્યારે નદીમાં ફેંકીએ ત્યારે ઊભા થતા તરંગો નદીના પાણીને પંપાળતા હોય છે. સામાન્ય રીતે નદી સરીખી નારી પતિમાં, એના પરિવારમાં હળીભળી જવા આતુર હોય છે, પરંતુ વાતે વાતે વાંકુ પાડી પત્નીને રંજાડતા પતિ માટે પત્ની જરૂર કહેતી હશે કે, 'આજ નદીને જવું નથી રે દરિયે. ખારા ખારા પાણી માટે ઓળખ ભૂંસી ફરિયે?'

દુનિયાના નકશાને જોતા વાંકીચૂંકી અનેક નદીઓ જોવા મળે. જે મેદાનો, પર્વતો, રણપ્રદેશ અને જંગલોમાંથી પસાર થતી હોય. આ નદીની ધારાઓ પૃથ્વીની ધમનીઓ જેવી લાગે. દુનિયાના નકશાને જોતાં વાંકીચૂંકી અનેક નદીઓ જોવા મળે. જે મેદાનો, પર્વતો, રણપ્રદેશ અને જંગલોમાંથી પસાર થતી હોય. આ નદીની ધારાઓ પૃથ્વીની ધમનીઓ જેવી લાગે. આપણા પ્રાચીન સમયમાં આપણી લોકસંસ્કૃતિ નદીઓના કિનારે જ પાંગરી અને વિકાસ પામી. નદી નાની હોય કે મોટી એ સજીવોના જીવનનિર્વાહ માટે અગત્યની જ છે. આપણી સંસ્કૃતિમાં નદીને માતાનો દરજ્જો અપાયો છે. જે સર્વે જીવોને સમાનરૂપે પોષે છે. એના કિનારે રહેતા લોકોની જાહોજલાલી એ નદીને જ આભારી હોય છે. આપણે ગમે ત્યાં ફરતા હોઈએ, પણ અચાનક કોઈ નદીનાં દર્શન થાય... નદી દેખાય તો આપણે ખુશીથી છલછલ થઈએ છીએ. નદી શિયાળામાં બાળક, ચોમાસમાં યુવાન અને ઉનાળામાં વૃદ્ધ જેવી લાગે છે. ઊછળતી નદીનું મનોહારી દશ્ય આજે નગરજનો માટે દોહ્યલું છે. આજે બાળકોને ઊડઝૂડ ઊગતી, વહેતી, પાંગરતી, નાચતી પ્રકૃતિ બતાવવાની

જરૂર છે. નદી પર્વતની દીકરી પણ મનાય છે. જે અંતે સમુદ્રને મળે છે. કવિ જલન માતરી તો નદીને દીકરીનું પ્રતીક આપી પૂછી બેસે છે કે, 'કેવા શુકનમાં પર્વતે આપી હશે વિદાય, નિજ ઘરથી નીકળી નદી પાછી વળી નથી'. સાગર જેવા પ્રેમાળ પિયુને મળ્યા પછી નદીને પાછા ફરવાની ઇચ્છા ન જ થાય એ સ્વાભાવિક છે.

તમસા, સરયૂ કે ગંગા નદીની વાત આવે એટલે આપણને વાલ્મીકિ, આદર્શ રાજા રામ કે કેવટ યાદ આવે. રામવનવાસનાં કરુણ સંભારણાં મનને ઘેરી વળે. યમુનાના નામોલ્લેખથી મન મથુરા-વૃંદાવનની ગલીઓમાં ટહેલવા લાગે જ્યાં શ્રીકૃષ્ણની બાળલીલા અને રાસલીલા હવામાં રસાયેલા છે. યમુનાકિનારે ગેડીદડે રમતા કૃષ્ણ આંખ સામે પ્રગટ થાય ન થાય ત્યાં કાલીયનાગનું દમન કરી એની ફેણ પર વાંસળી વગાડતા જોવા મળે. યમુનામાં સ્નાન કરતી ગોપીઓના વસ્ત્રહરણની નિર્દોષ રમત પણ યાદ આવે.

કાલેલકર કહે છે કે, 'બે મહાન વિભૂતિઓ જેમ એકાએક એકબીજાને ઝટ્ટ મળતી નથી એવું બ્રહ્મપુત્રા અને ગંગાનું થયેલું છે. બ્રહ્મપુત્રા હિમાલયની પેલી પારનું બધું પાણી લઈને આસામમાંથી પશ્ચિમ તરફ આવે છે અને ગંગા આ બાજુથી પૂર્વ તરફ જાય છે, તેમનો સામસામો મેળાપ કેમ થાય? કોણ કોને પ્રથમ નમે અથવા કોણ કોને મારગ આપે? આખરે બંનેએ નક્કી કર્યું કે બંનેએ દાક્ષિણ્ય કેળવી સરિત્પતિનાં દર્શને જવું અને ભક્તિનમ્ર થઈ, જતાં જતાં જ્યાં બને ત્યાં રસ્તામાં એકબીજાને મળી લેવું, આમ, બે નદીઓનાં સંગમસ્થાનમાં નહાવાનું પુણ્ય છે. પરંતુ વૌઠા ગામ પાસે સાબરમતી, હાથમતી, મેશ્વો, ખારી, વાત્રક, શેઢી અને માઝુમ એમ સાત નદીઓના પાણી એક સાથે વહે છે જેને સપ્તસંગમ કહેવામાં આવે છે. દર વર્ષે કારતક સુદ અગિયારસથી કારતક સુદ પૂનમ સુધી પાંચ દિવસ માટે અહીં વૌઠાનો પ્રખ્યાત મેળો ભરાય છે. આ મેળાની વિશિષ્ટતા એ છે કે અહીં પશુઓની લે-વેચ થાય છે. એમાં પણ પાંચથી છ હજાર ગર્દભના સોદા થતા હોવાથી આ મેળો ગર્દભમેળા તરીકે વધુ પ્રખ્યાત છે. તદુપરાંત આપણાં ધાર્મિક પર્વોમાં

નદીઓના ત્રિવેણી સંગમમાં નહાવાનો ખૂબ મહિમા થયેલો છે. ગંગા, યમુના અને સરસ્વતી નદીઓનો સંગમ (ત્રિવેણી સંગમ)નું સવિશેષ મૂલ્ય છે. આ કારણે હિંદુઓ માટે એનું વિશેષ મહત્ત્વ છે. હિંદુઓની જૂની પરંપરા અનુસાર દર ૧૨ વર્ષે કુંભ મેળાનું આયોજન કરવામાં આવે છે. નદીકિનારે જ માણસ પિતૃદોષના નિવારણ સહિતની પૈતૃક વિધિ પણ કરે છે. તો ગણેશ-વિસર્જન જેવા પ્રસંગે જળપ્રદૂષણનો યક્ષપ્રશ્ન આપણી સામે આવે છે. સ્વચ્છતાના નામે કંઈક પૈસા ખવાય છે. સાચો એક્ટિવિસ્ટ એ નથી જે કહે કે 'નદી મેલી કે ગંદી છે'. એ તો કંઈ પણ બોલ્યા વિના નદી સ્વચ્છ કરવામાં લાગી જાય છે.

ગુરુત્વાકર્ષણને લીધે નદીઓ ઉપરથી નીચે તરફ વહે છે. નીચે ખીણ હોવાથી એ ધોધ રૂપે વહેતા અદ્ભુત દૃશ્યો સર્જે છે. નદી પોતાનું સમગ્ર અસ્તિત્વ સાગરમાં સમાવે છે. ગુણવંત શાહ કહે છે કે, 'કોઈ પણ નદી સમુદ્રને મળતી નથી. એ તો સમુદ્રમાં વિલીન થાય છે.' આવું નિઃશેષ વિલીનીકરણ એ જ તો છે નદીનું બ્રહ્મનિર્વાણ! નદી પવિત્ર છે કારણ કે પ્રાણીમાત્રની તરસ પવિત્ર છે. શિક્ષક નદીની વાત સમજાવે ત્યારે અચૂક કહે કે, દરેક નદી સાગરને મળે છે – 'आकाशात् पतितं तोयं सागरम् प्रति गच्छति' પરંતુ પહાડોમાંથી નીકળતી 'લૂની' નદી અરવલ્લી પર્વત પાસેથી ઉત્પન્ન થઈ દક્ષિણ પશ્ચિમ ક્ષેત્રમાં પ્રવાહિત થતી કચ્છના રણમાં જઈને મળે છે. વળી, બાડમેરથી પસાર થયા પછી તે ખારી થઈ જાય છે. જેને અપવાદ ગણાવી શકાય. મેઘાલયની ઉમંગોટ નદી દેશની સૌથી સ્વચ્છ નદી છે. કાચની આરપાર જોઈ શકાય તેમ આ નદીની નીચેના એક-એક પથ્થર ક્રિસ્ટલની જેમ ચોખ્ખા જોવા મળે છે. તેમાં ધૂળનો એક કણ પણ નથી. તેમાં હોડી જાણે કાચ પર તરતી હોય તેવું લાગે છે. વહેતી નદીમાં લીલ બાજતી નથી એમ કર્મઠ વ્યક્તિ કદી વૃદ્ધ થતો નથી.

પ્રકૃતિપ્રેમી અમૃતલાલ વેગડ નર્મદાકિનારે ચિત્રસર્જન અર્થે નીકળેલા. ત્યાં એમને શબ્દો લાધ્યા અને આપણને નર્મદા નદી પરનાં ઉત્તમ પુસ્તકો મળ્યા. 'સૌંદર્યની નદી નર્મદા'ના લેખકે નર્મદાનાં વિવિધ રૂપને અતિ

સુંદર રીતે વર્ણવ્યાં છે. એ પછી તો તેના ઉત્તરાર્ધ રૂપે એમની પાસેથી આપણને 'પરિક્રમા નર્મદા મૈયાની' અને 'તીરે તીરે નર્મદા' નામે બે અદ્ભુત પુસ્તકો પણ મળ્યાં. તેઓ કહેતા કે, 'જે દિવસે આ નર્મદા આપણી ભીતર પ્રવાહિત થશે તે દિવસ આપણો દૃષ્ટિકોણ જ બદલાઈ જશે. આપણે લેવા નહીં, દેવા ઇચ્છીશું. જીવવા નહીં, જિવાડવા ચાહીશું. નદીઓની જેમ પારકાને માટે જીવવું સહેલું નથી. એમાં બહુ કષ્ટ છે, પણ સ્વેચ્છાએ આપણે જે કષ્ટ વેઠીએ છીએ એ મધુર પણ લાગે છે. આપણે આવું જીવન જીવી શકીએ તો આપણું જીવન સાર્થક થયું ગણાય.'

> "કોઈ પણ કુટેવને એકાએક બારીમાંથી બહાર ફેંકી શકાતી નથી. એને તો ફોસલાવી-પટાવીને એક-એક પગથિયું નીચે ઉતારવી પડે છે."
>
> **– માર્ક ટ્વેઇન**

નદીમાં પૂર આવ્યું છે, લોકો પૂર જોવા ઊમટ્યા છે.
કોઈકે કહ્યું કે
ષોડ્શી સુંદરીના છણકા જેવું
નદીમાં પૂર આવ્યું છે,
કોઈકે કહ્યું કે ના,
ધાવણા બાળકને સવારે ઘેર મૂકી
ખેતરે ગયેલી મા આરતી ટાણે ઘેર પાછી ફરે
ત્યારે તેને ચઢેલા ધાવણ જેવું
નદીમાં પૂર આવ્યું છે.

કોઈકને લાગ્યું કે પહેલ વેતરી ભગરી ભેંસ
ભાદરવામાં આખો દિ' ચરીને આવી હોય
અને તેને દોહતી વખતે
બોઘરણામાં દૂધ પર ફીણ વળે તેવું
નદીમાં પૂર આવ્યું છે.

કોઈકને લાગ્યું કે
પારકાં દળણાં દળી
મોટો કરેલો અને ભણાવેલો દીકરો
તેની પહેલી બધી કમાઈ
વિધવા માના હાથમાં મૂકી દે
તે સમયે માની આંખમાં આવેલાં આંસુ જેવું
નદીમાં પૂર આવ્યું છે.

— રમેશ આચાર્ય

પહાડોનાં જંગલોમાંથી જ્યારે કોઈ નદી નીકળે છે ત્યારે કવિઓ કહેવાના કે, "શિવજીની જટામાંથી ગંગા નીકળી." કેટલાક લોકો તો પહાડમાંથી સરી આવતા પાણીના પ્રવાહને અપ્સરા કહે છે. કેટલાક તો પર્વતની આવી તમામ દીકરીઓને પાર્વતી કહે છે. મને હંમેશાં લાગ્યું છે કે હિંદુસ્તાનનો ઇતિહાસ પ્રાંતવાર કે રાજ્યવાર લખવાને બદલે નદીવાર લખાયો હોત તો એમાં પ્રજાજીવન કુદરત સાથે વણાયું હોત અને દરેક પ્રદેશની પુરુષાર્થી જાહોજલાલી નદીના ઊગમથી મુખ સુધી તણાયેલી જડી હોત.

— કાકા કાલેલકર

દરિયાએ કીધું'તું કાનમાં...

નદીઓ પોતાની ઓળખ ભૂંસી દરિયામાં વૃદ્ધિ કરે છે
જેમ સ્ત્રીઓ સાસરિયાના સગપણની સમૃદ્ધિ વધારે છે.

'પાયરેટ્સ ઑફ કેરેબિયન' ફિલ્મમાં સમુદ્રને જે વિશાળ કદમાં પિક્ચરાઇઝ કરાયો છે એનાથી સમુદ્ર અનેકગણો વિશાળ છે. એના તળ-અતળને પામવા વર્ષોથી મથામણ થઈ છે, પણ હજુ પૂર્ણતયા પામી શકાયા નથી. દરિયાના કિનારે મધ્યરાત્રીએ ભરતીના ટાણે એકલા ઊભા રહીએ ત્યારે આપણી તુચ્છતા અને કુદરતની ભવ્યતા અનુભવાય છે. ડૉ. અબ્દુલ કલામ આત્મકથા 'ધી વિંગ્ઝ ઑફ ફાયર'માં લખે છે કે, 'દરિયાકિનારે ચાલવાથી મને અનેક ઉત્તમ વિચારો મળ્યા છે.' સાંજનો સમય હોય, દરિયાકાંઠો હોય અને કોઈ ગમતીલો સાથ હોય એનાથી ઉત્તમ સુખ બીજું કશું ન હોઈ શકે. દરિયા જેવા દરિયાને પણ ભરતી-ઓટ હોય તો માણસના જીવનમાં ભરતી-ઓટ જેવાં સુખ-દુઃખની સંતાકૂકડી હોવાની જ. આપણે સવારે સાંભળેલી વાતનું સાંજે લાઇવ ટેલિકાસ્ટ કરનારી જમાત છીએ. સાગરપેટા થવાનું સૌભાગ્ય બધાને નથી મળતું.

પ્રેમશંકર ન. ભટ્ટ કહે છે તેમ તરસ્યાને દરિયા કરતાં મીઠા જળનો લોટો મોટો લાગતો હોય છે. પરંતુ મછવારા જાતિ માટે તો દરિયો જ સર્વસ્વ હોય છે. ઊઠતાં, જાગતાં, સૂતાં, ખાતાં-પીતાં દરિયાને જ ઓઢતા અને પાથરતા માછીમારો માટે દરિયો એ દેવ છે. નાળિયેરી પૂનમનો મેળો હોય ત્યારે મછવારા કોમ નવાંનક્કોર રંગીન કપડાંમાં દરિયો પૂજવા નીકળે. દંપતી ઉભડક પગે બેસી દરિયાલાલને પૂજે છે. લીલા નાળિયેરથી દરિયાને વધાવી એની કૃપા માગે છે. સાંજે વિશિષ્ટ માછીનાચ થાય છે જે માણવા જેવો હોય છે. દૂરથી જોનારને એમ જ લાગે કે કોઈ નવી નાવ છે. બસો-ચારસો માછીઓનો આ નાચ જાતજાતના અવાજો સાથે આગળ વધે છે. હાલતી-ચાલતી એ માનવ-નાવમાંથી હલેસાંથી કપાતા પાણીનો સળવળાટ, ખળખળાટ,

પવનના સપાટા સાથે સઢનો ફફડાટ, દરિયાની છોળો વગેરે અવાજો સાંભળીને કોઈ માની જ ન શકે કે એ બધા અવાજો માનવસર્જિત છે, મછવારાઓનું કૌશલ્ય છે, જેણે દરિયાને સાચા અર્થમાં પીધો છે, પચાવ્યો છે. પછી તો વાદળો ઘેરાવા સાથે થતો દરિયાનો ભયાનક ઘુઘવાટ અને દરિયાઈ તોફાનનો અવાજ વગેરે વાતાવરણને ભરી દે છે. આ સઘળા અવાજો એના અનુભવી કાનમાંથી નીપજેલા છે. શાસ્ત્રો કે સાહિત્યમાં દરિયાને અનેક સ્વરૂપોમાં વર્ણવાયો છે. સંસ્કૃતમાં સમુદ્રને એક વિશાળ ખડિયારૂપે કલ્પીને કહેવાયું છે કે...

असितगिरिसमं स्यात् कज्जलं सिन्धुपात्रे,
सुरतरूवर शाखा लेखनी पत्रमुर्वी ।

लिखति यदि ग्रहीत्वा शारदा सर्वकालं,
तदपि तव गुणानाम् ईश पारं न याति ।।

સમુદ્ર જેટલા પાત્રમાં અસિત પર્વત જેટલું કાજળ હોય અને કલ્પવૃક્ષની ડાળીમાંથી કલમ કરીને સરસ્વતી દેવી સદાકાળ વર્ણન કરે તો પણ હે ઈશ્વર, તારા ગુણોનો પાર પામી શકાતો નથી. દરિયાકાંઠે ઠલવાતા પ્રેમીઓના સનેપાત અને વલોપાતને લીધે જ દરિયામાં ભરતી આવતી હશે. દરિયાખેડુ માછીમાર જ્યારે ખેપમાંથી પાછો નથી ફરતો ત્યારે મછવારણની આંખમાંથી વહેતાં આંસુઓથી જ કદાચ દરિયો ખારો બનતો હશે. એ આંસુઓને પોતાના ખોળે સંઘર્યા પછી દરિયો એનો મલાજો પણ જાળવે છે. આંસુની ખારપને એ સંઘરે છે અને લોકોના ભોજનને સ્વાદિષ્ટ બનાવે છે તો નદિયુંના પાણીની મીઠપને ફરી ફરી વર્ષા રૂપે ધરતી પર વરસાવે છે. દરિયાદેવની દરિયાદિલી એવી કે એ બધું સ્વીકારે છે. ક્યારેક લાગે કે વિરહિણીને આશ્વસ્ત કરવા જ દરિયો સામેથી એને આજીજી કરી કહેતો હોવો જોઈએ કે, 'નદીઓનું પાણી મને ઓછું પડે, તારા આંસુઓ આપ મને દાનમાં.' એ સાચુકલાં આંસુઓની ઝળહળ પાસે મોતીઓ પણ ઝાંખાં પડે. દરિયાકિનારે માત્ર બેસી રહેવાથી પણ મનના મહેલમાં દિવ્યતાના દરવાજા ખૂલે છે. મન

મૌનના રવાડે ચડે છે. નદીઓ પોતાની ઓળખ ભૂંસી દરિયામાં વૃદ્ધિ કરે છે, જેમ સ્ત્રીઓ સાસરિયાના સગપણની સમૃદ્ધિ વધારે છે. ટીંપાં જેવી વાત પ્રિયપાત્રના સુખથી જ દરિયો દરિયો થતી હોય છે. રમેશ પારેખ તો એવો પ્રશ્ન પણ પૂછી બેસે છે કે, 'દરિયામાં હોય એને મોતી કહેવાય, તો આંખોમાં હોય એને શું?' આપણી સંસ્કૃતિની ધરોહર કહેવાય તેવા એક ગરબામાં દરિયાનો સુંદર ઉલ્લેખ છે...

'દરિયો ડોળીને મોતી લાવજો, ફૂલડાંને ફોરવા મનાવજો,
આંસુડાં સુકાવતા, હસવા હુલાવતા, ગરબો કો ગાંધીડાનો ગાવ જો...'

કવિએ અહીં ગાંધીબાપુને લાડથી 'ગાંધીડો' કહીને એમના નામને ગરબામાં વણી લીધું છે એ બતાવે છે કે દરિયાદિલ બાપુ સૌને કેવા વહાલા હતા! દરિયાકાંઠે રેતીમાંની કીટક સૃષ્ટિની પણ એક અજાયબ દુનિયા છે. ભરતીમાં રેતી સાથે બાજરાના દાણા જેવા અસંખ્ય ઈંડાંઓ કિનારે ફેલાઈ જાય છે. સતત આવતાં મોજાંમાં કોઈ પાણીની બહાર ફેંકાઈ જાય તો કોઈ અંદર ધકેલાઈ જાય... કેટલાય જીવી જાય છે, કેટલાય મૃત્યુ પામે છે. પૂનમ આવે ને ભરતી હેલે ચડે. દરિયો ગાંડો થાય. 'આસોમાસો શરદપૂનમની રાત જો' જેવાં ગીતો કાનમાં પડે ને મન શીતળ રૂપેરી ચાંદનીમાં તરબતર થતું રહે છે. જલધિજલની મહારાશિ જોઈને કવિ 'કાન્ત'નું 'સાગર અને શશી' કાવ્ય દિલ પર દસ્તક દેવા લાગે અને ઝૂલણા છંદના પ્રલંબ લયમાં હૈયું ડોલવા લાગે. દરિયાકાંઠે વેળુમાં રમતાં ભૂલકાંઓને જોઈને આપણે પણ ક્યારેક રેતી પર પ્રિયજનનું નામ લખી હરખાઈએ છીએ. દરિયાની રેતી પગલાંને સાચવે છે, પણ મોજાં એને ભૂંસે છે. જો કે કિનારા પર એક પછી એક આવતાં મોજાં એટલા સુંદર લાગે છે કે જાણે ગારના લીંપણમાં થતી ઓકળીની ભાત! ક્યારેક એ ઝાલર કે તોરણ જેવાં પણ લાગે છે. ઊંચે ઊછળતા રાક્ષસી કદનાં મોજાં યમદૂત જેવા જ ભાસે છે. જે સર્ફર્સ સિવાય સૌને ડરાવી દે છે. અમેરિકા, યુરોપ અને ઑસ્ટ્રેલિયા જેવા દેશોમાં જ્યારે દરિયાનાં મોજાનો મિજાજ અનુકૂળ હોય ત્યારે સર્ફર્સ પોતાનું સર્ફિંગ બોર્ડ લઈને નીકળી પડે છે અને દરિયાના વિશાળકાય મોજાંઓ પર આ બોર્ડની

મદદથી સવારી કરીને એક અનોખો આનંદ મેળવતા હોય છે. ભારત પણ ઇચ્છે તો ગોવા કે તેના અન્ય સમુદ્રકિનારે સર્ફિંગને આગળ લાવવા વિચારી શકે. જો આમ થશે તો ભારતમાં વિદેશી ટૂરિસ્ટોની સંખ્યા વધી શકે. સુરતમાં ડુમસના દરિયાકિનારે ૨૦૧૮માં રેતીશિલ્પ મહોત્સવ યોજાયો હતો. રેતીમાંથી રચાતાં આ શિલ્પો અસ્થાયી હોવા છતાં કલાકાર અત્યંત નિષ્ઠા અને લગનથી એ શિલ્પોનું સર્જન કરે છે. ઓરિસ્સાના જગન્નાથપુરીના સુદર્શન પટનાયક દરિયાકિનારાની ઝીણી રેતીના શિલ્પ બનાવવા માટે ખૂબ જ પ્રખ્યાત છે. તેઓ અત્યાર સુધીમાં હજારો રેતીનાં શિલ્પ પૂરીના દરિયાકિનારે બનાવીને પોતાની આ વિશેષ સિદ્ધિને પ્રદર્શિત કરી ચૂક્યા છે. ગુણવંતરાય આચાર્યની કલમે સાગરખેડુઓના જીવનની સંવેદનાઓ અને સંઘર્ષો સુપેરે આલેખાયા છે. સાગરખેડુઓની જીવનશૈલી અને જદ્દોજહેતનું નમણું નકશીકામ તેમની દરિયાઈ નવલકથાઓને જીવંત બનાવે છે.

એવાં ઘણાં શિવલિંગ છે, જે દરિયામાં ઓટ હોય ત્યારે દેખાય છે. ગુજરાતના ભરૂચ જિલ્લામાં આવેલ જંબુસર તાલુકાના કંબોઈ ખાતે આવેલ શિવમંદિર તેના પૌરાણિક અને સ્વયંભૂ પ્રગટ થયેલા શિવલિંગ માટે દેશ-વિદેશના ભક્તોમાં પ્રખ્યાત છે. આ મંદિરની ખાસિયત એ જ છે કે અહીં આવેલ શિવલિંગનાં દર્શન પણ ફક્ત દરિયામાં ઓટ આવે ત્યારે જ થાય છે, તેથી તે 'ગુપ્તતીર્થ' તરીકે પણ ઓળખાય છે. અંગ્રેજીમાં કહેવાયું છે કે, 'He that will learn to pray, let him go to sea.' લોકવાયકા પ્રમાણે સમુદ્રમંથન વખતે નીકળેલું અમૃત દેવતાઓ ભાગે આવ્યું. પરંતુ ખરેખર જોઈએ તો આજે પણ સાગર અનેક અણમૂલા અમૃતમય તત્ત્વોને ભીતર સંગોપીને બેઠો છે. રાહ છે માત્ર મંથન કરનારની-મથનારની. દરિયો પોતાના પેટાળમાં અનેક રહસ્યોની સાથે ડૂબી ગયેલા જહાજોનો કાટમાળ અને અતિ મૂલ્યવાન જર-ઝવેરાત કે સોનું પણ સંઘરીને બેઠો હોય છે. જેને શોધવા માટે વર્ષો સુધી કુશળ ગોતાખોર મથે છે. આજે પણ ૧૯૧૨માં ડૂબેલા 'ટાઇટેનિક'ના અમૂલ્ય કાટમાળને શોધવા કંઈ કેટલાયે સાહસિકો જીવસટોસટના પ્રયત્નો કરે

છે. મરજીવાઓને મોતી અને ચાતકને સ્વાતી(બિંદુ) મળી જ રહે છે, પણ દરિયા વિશે લખવા બેસીએ ત્યારે સમજાય કે દરિયો પોતે જ એક પુસ્તક છે. દરિયાને ઉકેલવા બેસીએ તો વરસોના વરસ લાગે અને પંડિતોની કૈંક પેઢીઓ ઊકલી જાય...

ઉક્તિ

"દરેક ઉત્તમ પુસ્તક એક ચમત્કાર છે અને દરેક ઉત્તમ લેખક એક જાદુગર છે."

– મેક્સિમ ગોર્કી

અમે શ્વાસ ભરીને દરિયો પીધો, આભ ભરીને વાદળ,
અમે ખોબલિયે તડકાને પીધો, પીધું ઝરમર ઝાકળ.
અમે ઘેઘૂર સૂરની મહેક કાનમાં ખોસીજી,
અમે થયા'તા દરિયાના પાડોશીજી.

અમે મોજાં સાથે વાત કરીને વાતવાતમાં જાણી લીધું
દરિયાને શું દુઃખ પડે છે,
અમે કાળમીંઢ પથ્થરને પણ પંપાળીને પૂછી લીધું,
આ લહેરો શાથી બાથ ભરે છે.
અમે પામ્યા ઉત્તર : ચાંદ-ચાંદની દોષીજી
અમે થયા'તા દરિયાના પાડોશીજી.

દરિયાનું રડવાનું પાછું છીપલાંઓની ગોદે,
છાનું છાનું ને દરિયાના જેવું.
માણસ એનાં આંસુ મોતી નામ કહીને લૂંટે ને
દરિયાને લાગે બનવા જેવું.
માણસ નામે ધરી અમે ખામોશીજી,
અમે થયા'તા દરિયાના પાડોશીજી.

અમે વહાલ કરી દરિયાને કીધું જનમ ધર્યાની સાથે
ભઈલા દુઃખો વળગે.
અને પછી દરિયો બોલ્યો કે આટઆટલાં જળની
વચ્ચે છાતી મારી બળતી ભડકે.
તમે શીતલ ચંદનલેપ કર્યો છે જોશીજી,
અમે પામ્યા ઉત્તર : ચાંદ-ચાંદની દોષીજી.

— મૂકેશ જોશી

લખતાંની સાથે જ અક્ષર પાણીના રેલામાં તણાઈ જાય છે. હવા પણ જાણે લપસણી થઈ ગઈ છે. શબ્દો ઉચ્ચારાતાં જ સરકી જઈને પાણીના પરપોટામાં પુરાઈ જાય છે... કેટલીક વાર લાગે છે કે જળ શૂન્યનું જ બીજું નામ. જળનો સ્વભાવ બધું ભૂંસી નાખવાનો છે, પોતાનામાં ઓગાળી નાખવાનો છે, તાણીને દૂર લઈ જવાનો છે, આ બધું એ દસ્યૂની જેમ ચોરપગલે કરે છે, કારણ કે શૂન્ય એટલે જ અનન્ત. એથી જ તો શૂન્ય અને બ્રહ્મ પણ પર્યાય. જીવ બ્રહ્મમાં વિલય પામે, સૃષ્ટિ જળપ્રલયમાં શમી જાય. વિલય અને પ્રલય એક જ. જળ જ સૃષ્ટિનું પૂર્ણવિરામ. એટલે જ ભગવાનનું એ વિશ્રામસ્થાન, માટે તો એ કહેવાયા નારાયણ.

— સુરેશ જોશી

મને પાનખરની બીક ના બતાવો

પતઝડ કે પીલે પત્તોં ને પ્રિય, દેખા થા મધુમાસ કભી...

પ્રકૃતિનાં અનેક તત્ત્વોમાં વૃક્ષો એક જ એવાં છે જેની સાથે માણસને સૌથી ઘનિષ્ઠ સંબંધ છે. દરેક ઋતુમાં 'V ફૉર વિક્ટરી'ની વિજયપતાકા સાથે એ ગર્વિષ્ઠ ઊભાં હોય છે. એના દરેક સ્વરૂપ માણસ માટે આશીર્વાદ બની આવે છે અને અડીખમ સાથ નિભાવે છે. 'ઋતુસંહાર'માં કાલીદાસે બધી જ ઋતુઓને સુપેરે પોંખી છે. મહિમાવંત બનાવી છે. પાનખર ઋતુ પણ વસંતની જેમ જ વૃક્ષોના આત્માની મોસમ છે. વિરહિણીઓ માટે કાલીદાસે પાનખરના આ કાળને 'ચિત્તસંતાપહેતુ' – ચિત્તના સંતાપનું કારણ કહ્યો છે જ્યારે એનો પ્રિયતમ એનાથી દૂર હોય છે. વસંત ભલે પ્રકૃતિના પટાંગણમાં પોતાની ભીતર પડેલા સૌંદર્યને પ્રગટ કરે, પરંતુ પાનખર પોતાનાં પર્ણો ખેરવી નવસર્જનની શક્યતાને આછી ઠેસ આપે છે... સર્જનનો મારગ મોકળો આપે છે, પાનખરના દિવસોમાં ટ્રેનનો એક ગોરો કંડક્ટર નોર્થ-ઈસ્ટર્ન, USમાં આવેલા, પ્રાકૃતિક સૌંદર્ય માટે જાણીતા રાજ્ય વર્મોન્ટ પાસેથી પસાર થતાં ટ્રેનના પેસેન્જર્સને રોબર્ટ ફ્રોસ્ટની કવિતા સંભળાવી દે ત્યારે સાહિત્યપ્રેમીઓ અને પ્રકૃતિપ્રેમીઓની દાદનો એ આપોઆપ હક્કદાર બને છે. એ કહે છે કે, "...આપણે આ પાનખરના સમયમાં હવે વર્મોન્ટ પાસેથી પસાર થવાના છીએ. આથી એને લાગતું આ કાવ્ય આપ સૌ સાંભળો...

To yield with a grace to reason,
And bow and accept the end
Of a love or a season?"

ઋતુના કે પ્રેમના અંતને સહજપણે સ્વીકારી લેવાની ભલામણ કરતી રોબર્ટ ફ્રોસ્ટની આ પંક્તિઓ પાનખર સાથે આપણને પૂર્વગ્રહોને ફગાવી પ્રકૃતિ સાથે જોડે છે. મન સતત કહે છે કે પાનખરોની વચ્ચે પડાવ નાખવા જેવો ખરો. પાનખરનો સૂર્યપ્રકાશ એક પળ માટે પણ ગુમાવવા જેવો નથી.

તેનું મૂલ્ય જાણનાર ઘરમાં બેસી ન રહેતા ખુલ્લામાં એને ભરપૂર માણે છે. પાનખરના ટૂંકા દિવસો શિયાળાની તૈયારી કરવાનો સંકેત આપે છે.

કોઈ એવું વિચારે કે વૃક્ષનાં ખરી ગયેલાં પાન નિર્જીવ છે... તો મને લાગે છે કે તેમણે પવનમાં લહેરાતાં, નૃત્ય કરતાં એ પાંદડાંઓને નહીં જ જોયા હોય. નિર્મોહીની અદાથી પાન ખેરવી નાખતું વૃક્ષ જાણે એક સંતની માફક કંઈક કહેવા માગે છે. વૃક્ષો કોઈ યોગી કે ફિલસૂફની અદાથી ઊભાં હોય છે. લીલાં પાન સામાં મળે તો એને ઉખાણું પૂછવા જાણે તૈયાર. પાનખરનાં નિર્વસ્ત્ર વૃક્ષો જરા પણ વરવા લાગતાં નથી... કોઈ દિગંબર સાધુ સરીખા નિર્વિકાર ભાસે છે. આપણે પણ વૃક્ષોની માફક સમય આવે બધું ખેરવીને વિરક્ત થઈ શકીએ તો ભયો ભયો. સુક્કાં પાંદડાંઓની તામ્રવરણી જાજમ ક્યારેક હવાની ભારે લહેરખી આવતા આખેઆખી ઊંચકાય છે. હવાનો હાથ ઝાલી પાંદડાં થોડું ઊંચે આમતેમ ઊડે છે... પણ વળી પાછા મૂળની માયા મેલી ન શકતા એ ધરતી પર પાછા આવી ખડ ખડ હસતાં બેઠક જમાવે છે. અમેરિકન લેખક અને પ્રાણીશાસ્ત્રી ડેલિયા ઓવેન્સ એટલે જ લખે છે કે, “Autumn leaves don’t fall, they fly. They take their time and wander on this their only chance to soar.” સમય આવે પાન ખેરવી નાખતાં વૃક્ષોને ‘પર્ણપાતી’ વૃક્ષો પણ કહે છે. પણ કેટલાંક વૃક્ષો એવાં પણ હોય છે જેના પર આખું વર્ષ, દરેક ઋતુમાં પાન રહે છે. આવાં વૃક્ષો ‘અપર્ણપાતી’ કહેવાય છે. જેને ‘સદાબહાર વૃક્ષો’ પણ કહેવામાં આવે છે. સદાબહાર વૃક્ષોનાં પાન પણ ખરે તો છે જ, પણ તે એકીસાથે ખરી પડતાં નથી અને પાંદડા ખરી જવાની સાથે તેના પર નવાં પાંદડાં પણ આવ્યા કરે છે. લીમડો, દેવદાર, પીલુ, કપૂર, લીંબુ કે ચીકુ જેવાં વૃક્ષો સદાબહાર વૃક્ષોનાં કેટલાંક ઉદાહરણો છે.

ખરેખર તો પાનખર કોને કહેવાય એ આપણે જાણતા જ નથી. એનાં બદલાતાં મનોરમ્ય રૂપો આપણે હકીકતમાં જોયાં જ નથી. એ માટે ઠંડા પ્રદેશમાં રહેતા કોઈ NRI કે વિદેશીને પૂછો. કેનેડા જંગલોથી ઘેરાયેલો અને અસંખ્ય રાષ્ટ્રીય ઉદ્યાનો ધરાવતો દેશ છે જ્યાં પાનખરના ચળકતા

લાલ, પીળા, લીલા, સોનેરી, કેસરી કે ભૂખરા જેવા વિધવિધ રંગોથી પ્રકૃતિ સાથે પ્રવાસીઓ પણ ઝૂમી ઊઠે છે. શેતૂર, દાડમ, આમળાં, બિર્ચ, રોઝવૂડ, અંજીર, તેનું ઝાડ, સફરજન, વાંસ, સાલ, અમલટા વગેરે પાનખર વૃક્ષોનાં કેટલાક ઉદાહરણો છે. પરંતુ આ સર્વેમાં મેપલ વૃક્ષોનો દબદબો વળી સાવ નોખો હોય છે. ઘણા પ્રદેશોમાં પાનખર ઋતુ સાંસ્કૃતિક રીતે ખૂબ મહત્ત્વપૂર્ણ છે અને તેને કલા અને સાહિત્યમાં આગવી રીતે દર્શાવવામાં આવે છે. મોટાભાગના ઠંડા પ્રદેશોમાં પાનખર એ વર્ષનો સૌથી સુંદર અને આહ્‌લાદક સમય મનાય છે. ઉનાળો પૂરો થવાની વાતે લોકોને થોડો અફસોસ હોય છે છતાં પાનખર એટલી જ ગમતીલી છે. તેઓ પોતાને ભાગ્યશાળી માને છે કે ઑક્ટોબર મહિનો છે એવી દુનિયામાં તેઓ જીવે છે. ખૂબ વહેલો આથમતો સૂર્ય આકાશમાં અદ્‌ભુત દશ્યો સર્જે છે. જો કે એ સૌને ગમતી વાત ન પણ હોય. વૃક્ષો ત્યારે વાઘા બદલે છે. પાંદડાં લીલામાંથી પીળાં, કેસરી, કથ્થઈ, લાલ કે સોનેરી રંગોમાં સજીધજીને કોઈ ભૂરકી છાંટે છે અને આપણે આશ્ચર્યથી અવાક! જો કે ઘણાં વૃક્ષો પાંદડાની માયા મૂકી ન શકતાં કાબરચીતરા વેશે ઊભા હોય છે. આ એ જ દિવસો છે જ્યારે તમે સારા ફોટોગ્રાફર ન હો તો પણ પ્રકૃતિપ્રેમી તરીકે પાનખરના ભવ્ય રંગોને આંખોમાં ભરી શકો. આનાથી વધુ રિફ્રેશિંગ કોઈ ઋતુ નથી જ્યારે તમે વૃક્ષો સાથે તમે પણ કાયાપલટ થતી અનુભવો છો. મેપલનાં વૃક્ષો તેના લાલ-પીળા-સોનેરી રંગોના 'ટ્રી સ્ટાર' પાંદડાંઓ સાથે સૌથી સુંદર લાગે છે. આગ ઝરતા ઉનાળા અને કાતિલ શિયાળા વચ્ચેનો આ સમય ખૂબ ખુશનુમા હોય છે. પરિવાર કે મિત્રો સાથે અહેતુક રઝળપાટ કરવાની નોખી જ મજા આ સમયે માણી શકાય. શરત એટલી કે પાનખરની લિપિ ઉકેલતાં આવડવી જોઈએ. ઉમાશંકરની પંક્તિઓ આપણી નજર સામે પાનખર ઋતુનું સીધાસાદા શબ્દોમાં સુંદર ચિત્ર ખડું કરે છે ત્યારે ખળામાં પડેલા સોના જેવા પાકને પણ તેઓ ભૂલ્યા નથી. એ લખે છે...

"ખરત પાન, રહ્યાં બસ ડાંખળાં,
સભર ધાન્ય થકી સુહતાં ખળાં."

પાનખરમાં વાતા પવનો કવિ ઉમાશંકરને તો 'વિલાપ' કરતાં પણ

લાગ્યાં છે. 'પાનખર' શબ્દ બોલતાં જ મન પર વૃક્ષો પરથી ખરતાં સુક્કાં પાનના ધ્વનિ સાથે હવા સાથે ગેલ કરતાં, ગમ્મત માંડતાં પાંદડાંઓનું એક દૃશ્ય-શ્રાવ્ય ચિત્ર ઊભું થાય છે. ખરવાની આખી પ્રક્રિયા અનુભવાય છે. વિલિયમ વર્ડ્ઝવર્થ તો કહે છે કે, "Wild is the music of the autumnal winds amongst the faded woods." ઝાંખા થઈ ગયેલા જંગલો વચ્ચે વાતા પાનખરના પવનોનું ઊડઝૂડ સંગીત ભલે અણઘડ હોય, પણ એ લાગે છે મીઠું. જંગલોમાં, વન-વગડામાં કે બાગ-બગીચાઓમાં કોસમોસ સાથે તાલ પુરાવતું એક લયબદ્ધ સંગીત સતત ગુંજતું હોય છે પણ એને સાંભળવા માટે આપણું હૃદય પ્રશાંત હોવું ઘટે... બધા ઉધામાના ઓટલાથી દૂર અને પ્રકૃતિની પાસે...

પાનખર એ આમ તો બીજી વસંત છે જ્યારે ફૂલની માફક ડાળીઓ પર કૂણાં પાન ફૂટી નીકળે છે. વસંતને પાનખર સાથે સહોદર જેવું સખ્ય છે. કુદરતમાં જુઓ, ક્યાંય વિરોધને સ્થાન નથી. માત્ર ને માત્ર સ્વીકાર છે. સુમેળ છે. વસંતને સુપેરે જાણ છે કે પાનખરનું હોવું પણ અનિવાર્ય છે. એટલે જ કેટલાંયે વૃક્ષોમાં આપણે આ બંને ઋતુઓનું સખ્ય જોઈ શકીએ છીએ. 'ખરું ખરું' થતાં પાંદડાં વચ્ચે 'ફૂટું ફૂટું'નો પ્રાસ સધાતો રહે છે. જે પૉઝિટિવ હોય છે, જેની દોટ અજવાળાં તરફની હોય છે તેને એ પાનખરના પીળા પચરક કિસ્સા વચ્ચે અધખૂલેલું કૂંપળનું બારણું પણ દેખાઈ જાય છે... ને એમાંથી ડોકિયાં કરતી વસંત પણ. વસંતના વધામણાંનો પગરવ સંભળાતાં જ પાંદડાની જાળીએથી ભાગી જતી પાનખરને જોઈ 'દે તાલ્લી' કહેતા અનિલ જોશી તેના બીજા એક કાવ્યમાં ખુવારી પછી પણ ખુમારીની ખલકત ધરાવતો માણસ કહે છે કે...

મારી કોઈ ડાળખીમાં પાંદડાં નથી
મને પાનખરની બીક ના બતાવો!

જેના ગજવે કશું છે જ નહીં એ શું ગુમાવવાનો? મડાંને વળી વીજળીનો શો ભય? અખો એ જ વાત કેટલી સરળતાથી કહે છે કે "કને નહીં તે કો શું ખુવે?"

અંગ્રેજી શબ્દ 'ફોલ'માં ખરવું કરતા 'પડતી' કે 'પતન'નો ભાવ વધુ

અભિપ્રેત થાય છે. પાનખરઋતુમાં વૃક્ષની શોભા વધારતાં પાન-ફળ ડાળી પરથી ખરી પડે છે ત્યારે વૃક્ષ કદાચ વેદના અનુભવતું હશે, એને મૂંગું આક્રંદ ફૂટતું હશે, પરંતુ તે નિરાશ થઈ પડી ભાંગતું નથી. જીવવાનું છોડી દેતું નથી. તે જાણે છે કે પાનખર પછી વસંત આવવાની જ હોય છે. એ નવી નવી આશાઓ લઈને આવે છે. જો કે મુકેશ જોશીના કવિહૃદયને પાનખરમાં વૃક્ષનો આખો વાન ખરી પડવાની વાત ખૂબ આઘાતજનક છે. તેઓ લખે છે 'પાનખરોમાં પાન ખરે ને, ઝાડનો આખો વાન ખરે ને, ત્યારે સાલું લાગી આવે. જંગલને બાઝીને બેઠું, વ્હાલકડું એકાંત ખરે ને, ત્યારે સાલું લાગી આવે'. પરિવારમાં કોઈ બીમાર હોય ત્યારે આપણે ઘાંઘા થઈ દોડવા માંડીએ છીએ, પણ આંગણામાં કોઈ વૃક્ષ મૂરઝાતું હોય તો આપણે તેને સહજતાથી સ્વીકારી લઈએ છીએ, ઝાઝી ચિંતા નથી હોતી. હિન્દી સાહિત્યના પ્રખ્યાત સાહિત્યકાર પદ્મભૂષણ ભગવતીચરણ વર્મા વૃક્ષના વિલાતા જતા વાનથી એટલા જ વ્યથિત છે. તેઓ લખે છે...

પતઝડ કે પીલે પત્તોં ને પ્રિય, દેખા થા મધુમાસ કભી,
જો કહલાતા હૈ આજ રુદન, વહ કહલાયા થા હાસ કભી.

પાનખરને કેન્દ્રમાં રાખીને આપણે ત્યાં ઘણું સાહિત્યસર્જન થતું રહે છે જેમાં કાજલ ઓઝા વૈદ્યની 'પોતપોતાની પાનખર', સુધા મૂર્તિની 'બોરસલ્લીની પાનખર', ચંદ્રકાંત બક્ષીની 'લીલી નસોમાં પાનખર' કે ખલીલ ધનતેજવીની 'લીલા પાંદડે પાનખર' જેવી અનેક કૃતિઓ નોંધપાત્ર ગણાવી શકાય. જીવનની પાનખરમાં પરપોટા જેવા સંબંધો પણ હોય છે જે બહુ પીડાદાયી હોય છે. પણ એ પરખાઈ જતા માણસને વૃક્ષોની માફક એને ખેરવી નાખતાં પણ આવડવું જોઈએ. આવી પળે ઈશ્વરના કૃતજ્ઞ હોવું ઘટે કે વધુ નુકસાન થવામાંથી બચી ગયા. અમેરિકન લેખક-કવિ આલ્ફ્રેડ કિલ્મર તેના પ્રખ્યાત કાવ્ય 'Tree'માં વૃક્ષો માટેનો પક્ષપાતી પ્રેમ દર્શાવતાં કહે છે કે...

A tree that looks at God all day,
And lifts her leafy arms to pray;

Poems are made by fools like me,
But only God can make a tree.

અહીં કેટલી અદ્‌ભુત વાત કવિ કરે છે કે એના જેવા કેટલાક મૂર્ખ કવિઓ દ્વારા કવિતાઓનું સર્જન ભલે થયું હોય, પણ વૃક્ષો જેવું અદ્‌ભુત અને અનન્ય સર્જન તો માત્ર ને માત્ર ઈશ્વર દ્વારા જ થઈ શકે. એટલે જ પર્યાવરણને બચાવવા અને આત્મીય આપ્તજન જેવા આ વૃક્ષો માટે ચાલો, આપણે દૃઢ સંકલ્પ લઈને કહીએ કે, 'હમ સભી ને યહ ઠાના હૈ, હર ઘર પેડ લગાના હૈ...'

પાનખર પછી જ વસંતનું વહાલ વરસે છે. વૃક્ષ આ પ્રકૃતિના ક્રમને સહજભાવે સ્વીકારે છે, પણ આપણે વચ્ચે આવેલી આફતને જીરવી શકતા નથી. અરે, વૃક્ષ તો પાનખરનીય મજા લે છે. જે સમયસર ખરે છે એ જ નવાં પાન પામી શકે છે.... હરદ્વાર ગોસ્વામીનો સુંદર શેર એ જ વાત કરે છે કે...

'એ જ પામશે પાન નવા ને નવી હવા,
જેણે શીખ્યું દોસ્ત, સમયસર ખરવાનું.

ઉક્તિ

"એમ માનીને પ્રાર્થના કરો કે બધું ઈશ્વર પર નિર્ભર છે અને કામ એમ માનીને કરો કે બધું માણસ પર નિર્ભર છે.

– ફ્રાન્સિસ સ્પેસમેન"

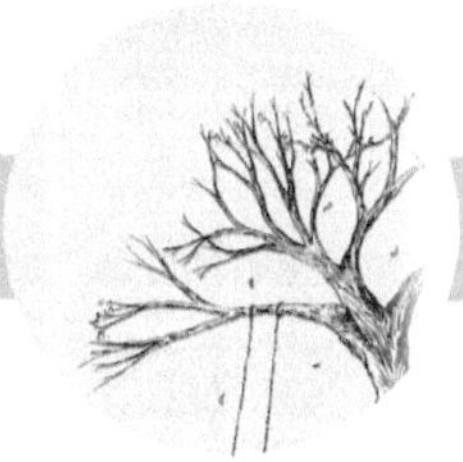

હવા ફરી ઉદાસ છે, ચમન ફરી ઉદાસ છે,
નિગૂઢ સ્પર્શ પાનખર તણો શું આસપાસ છે!

વિલુપ્ત ગુંજનો થતાં રહ્યાં પ્રસન્ન રાગનાં,
લહર ગઈ સમેટી શ્વાસ મ્હેકતા પરાગના.

છેલ્લું આ કિરણ જતાં સુધી જ બસ ઉજાસ છે,
નિગૂઢ સ્પર્શ પાનખર તણો શું આસપાસ છે!

હવે બિડાય લોચનો રહેલ નિર્નિમેષ જે,
રાત અંધકારથી જ રંગમંચને સજે,

હૃદયમાં ભાર ભાર છે, અધર પે પ્યાસ પ્યાસ છે,
નિગૂઢ સ્પર્શ પાનખર તણો શું આસપાસ છે!

— હરીન્દ્ર દવે

તમે ઊંચક્યો'તો પહાડને...!

ઉનાળામાં તપીને, શિયાળામાં ઠરીને કે ચોમાસામાં વહીને પહાડ તેની લવચીકતા સાબિત કરે છે...

લોકક્રાંતિના સાચા દર્શક અને કસુંબલ રંગના ગાયક, રાષ્ટ્રીય શાયર ઝવેરચંદ મેઘાણી ગૌરવપૂર્વક કહેતા કે, "હું પહાડનું બાળક છું, મારું જન્મસ્થાન છે કંકુવરણી પાંચાળ ભોમનું કલેજું ચોટીલા. ચામુંડી માતાના ચોટીલા ડુંગરની લગભગ તળેટીમાં એજન્સી પોલીસના એ વેળાના અઘોર-વાંસ લેખાતા થાણામાં મારો જન્મ થયેલો. બચપણમાં મારા પિતા મને તેડીને એ ડુંગરની આસપાસ ફેરવતા." પિતા બ્રિટિશ એજન્સીમાં પોલીસ અમલદાર હોવાને કારણે નિમણૂકનાં એવાં સ્થળો મળ્યાં જ્યાં ઝરણાં, ઝરા, ડુંગરાળ વિસ્તાર કે ગીરના જંગલ જેવો વિસ્તાર હોય, જ્યાં તેનામાં પ્રકૃતિના જ સંસ્કાર ઝિલાયા. જન્મ, ઉછેર બધું જ પ્રકૃતિ વચ્ચે થતા તેમણે પીધેલા અને શ્વસેલા પ્રાકૃતિક વાતાવરણની ઊંડી અસર મેઘાણીના પુસ્તકોમાં ઝિલાઈ છે. મેઘાણીએ પ્રકૃતિને જ સેવી અને તેમાં જ મ્હોર્યા. સંત ઑગસ્ટિન કહે છે કે, "આ દુનિયા એક પુસ્તક છે અને જે પ્રવાસ નથી કરતો એણે એનું એક જ પાનું વાંચ્યું ગણાય."

પહાડો પર હોઈએ ત્યારે વિચારો પણ ઉન્નત રહે છે. જેમ અબ્દુલ કલામ કહેતા કે, "હું દરિયાકિનારે હોઉં ત્યારે વ્યાપક વિચારો આવે છે." પ્રકૃતિપ્રેમીઓ કે પિકનિક માણવાના શોખીનો પોતાને નજીક પડતી ટેકરીઓ વચ્ચે ઊંચાઈ પર આવેલાં સ્થળો પર પસંદગીનો કળશ વધુ ઢોળે છે. લદ્દાખ, કુંમાઉં, અલ્મોડા, કૌસાની, રાનીખેત, નૈનીતાલ, કાલિંગપોંગ, મનાલી, પહાડોની રાણી મસૂરી, કાશ્મીર, મુન્નાર, માથેરાન, મહાબળેશ્વર, લોનાવાલા, સાપુતારા, આબુ કે મનાલી જેવા બીજા અનેક પહાડી વિસ્તારોનો દબદબો જ નોખો છે. ઉત્તરાખંડમાં આવેલા ગોવિંદઘાટથી થોડા કિલોમીટર દૂર આવેલ વેલી ઓફ ફ્લાવર્સનાં વિવિધ ફૂલોના અદ્ભુત રંગો અને સુગંધ માણીને માણસ આશ્ચર્યચકિત ઊભો રહે છે

અને ઈશ્વરની એ અણમૂલી દેણગી પાસે એ નતમસ્તક બને છે. પહાડો હંમેશા અવનવા, સુંદર નજારાઓથી પર્યટકોને આકર્ષે છે. વૃક્ષો વચ્ચે ઊંચાનીચા ઢોળાવો પર વસેલા શિલોંગ જેવાં પહાડી નગરો અત્યંત રમ્ય લાગે છે. ભોળાભાઈ પટેલ તેમના પુસ્તક 'તેષાં દિક્ષુ'માં લખે છે, "અહીંની આદિમ કથાઓ કહે છે કે આ શિલોંગના પહાડ પર આકાશથી દેવો રમવા ઊતરી આવતા. એક વેલ હતી, આકાશમાંથી શિલોંગના પહાડ સુધી પહોંચેલી. એ વેલ પકડીને દેવો અહીં આવતા. દેવોની આ ક્રીડાભૂમિ હતી. એક ઈર્ષાળુ દેવતાએ વેલ કાપી નાખી. પછી જે કેટલાક દેવો ધરતી પર રહી ગયા તેમનાથી સૃષ્ટિ શરૂ થઈ. પણ પછી દેવતાઓ પૃથ્વી પર ઊતરતા રહી ગયા." પહાડના ઢોળાવો પર પડતો સવારનો તડકો, સાંજે તેને આવરી લેતો કેસરવર્ણો તડકો નોખી જ આભા વેરે છે. માર્ગની એક બાજુ કરાલ, બીજી બાજુ ઊંડી થતી જતી ખીણો એક ડર સાથે પણ આંખોને અસીમ સુખ આપે છે. લીલા પહાડો વચ્ચે ભૂરાં પાણી અને પહાડો પર છવાતા ઘટાટોપ વાદળો તો અત્યંત નયનરમ્ય ભાસે. આ વાદળોનો સ્પર્શ અવર્ણ્ય હોય છે. પહાડના ઢાળે છૂટાંછવાયાં ઝૂપડાંનાં ઝૂમખાં એની રમણીયતામાં ચાર ચાંદ લગાવે છે.

પહાડો એ તપસ્વીઓની તપોભૂમિ ગણાય છે. ચિંતન કરવા માટેનું પહાડ સરીખું નીરવ, એકાંત સ્થાન બીજે ન મળી શકે. પહાડો એ સાધકોનું મોસાળ છે તો અવધૂતની પથારી છે. પશુ-પક્ષીઓ માટે પણ પહાડો અપૂર્વ આધાર છે. સાગરને મળનારી અનેક નદીઓનો પિતા પહાડ છે. ભૂલોકનું સ્વર્ગ એટલે પહાડોનો પ્રવાસ. વહેતો પવન પહાડો પર એક લયબદ્ધ કવિતા રચી પોતાના હસ્તાક્ષરમાં પહાડોની છાતી પર ખાસ લિપિમાં તેને આલેખે છે. અસીમ આકાશ નીચે પથરાયેલા પહાડો જગતનાં સર્વ દુઃખોને પોતાની આગોશમાં સમાવી લે છે. વૅકેશન ગાળવા હિલસ્ટેશન પર જવું એટલે હિલ પર હેલ્લારો ગાવો. એક ભવ્ય, વિશાળ વિસામે વિરામ લેવો.

ક્ષણે ક્ષણે રૂપ બદલાતા ચંચળ સાગર સામે પહાડો એકદમ સ્થિર. અચળ ભલે ઊભા હોય, પણ આ પહાડોનું પણ એક રહસ્યમય ખેંચાણ

હોય છે. એટલે જ કેટલાયે પર્વતારોહકોને જાણે પહાડોની એ ઊંચાઈ, એ ભવ્યતા, એ દુર્ગમ ખીણો પડકાર ફેંકતાં લાગે છે અને પછી સર્જાય છે અનેક રેકોર્ડ્ઝ. અહીં માઉન્ટન બાઇકિંગ, રિવર રાફ્ટિંગ, રિપેલિંગ, પેરાગ્લાઇડિંગ અને બ્રિજ સ્લીથરિંગ જેવી સાહસિક રમતો પણ સાહસવીરો માટે મુખ્ય આકર્ષણ સમાન છે. ટ્રેકિંગના શોખીનો માટે મહારાષ્ટ્રની સહ્યાદ્રિ પર્વતમાળા હિમાલયની જેમ જ 'સમૃદ્ધ' ગણાય છે, પરંતુ ઉત્તર ભારતમાં રહેતા લોકો માટે હિમાલયની તળેટીમાં આવેલી લલચામણી ટેકરીઓ ટ્રેકિંગ માટે 'બેસ્ટ સ્પોટ' ગણાય છે. જીભના ચટકા અને બિનજરૂરી સામાનને જે અવગણી શકે એ જ ટ્રેકર પહાડને હંફાવી શકે છે. એક આદર્શ પર્વતારોહક 'ચલાવી લેવું'ના મંત્રની રોજ માળા કરી માદળિયામાં પહેરી રાખે છે. શેરપા તેનઝિંગ, પદ્મશ્રી બચેન્દ્રી પાલ કે સંતોષ યાદવ એવા જ ભારતીય મહિલા પર્વતારોહકો છે જેને પહાડોએ સાદ દીધો અને મોહિત કર્યાં. બચેન્દ્રી પાલ માઉન્ટ ઍવરેસ્ટના શિખર પર પહોંચનારા પ્રથમ ભારતીય મહિલા બન્યાં. 'પંગું લંઘયતે ગિરીમ્'ની સંસ્કૃત ઉક્તિને અરુણિમા સિન્હા જેવી મૂઠી ઊંચેરી દિવ્યાંગ હસ્તી સાર્થક કરે છે. એવરેસ્ટના શિખર પર પહોંચનારી વિશ્વની સૌપ્રથમ દિવ્યાંગ મહિલા તરીકેનો વિશ્વવિક્રમ સર્જનારી ભારતની અરુણિમા સિન્હાએ ઍન્ટાર્ક્ટિકાના સૌથી ઊંચા શિખર 'સેંટ. વિન્સન' સર કરીને નવો ઇતિહાસ રચી દીધો. વિજ્ઞાને પણ સાબિત કરેલું છે કે, 'What doesn't kill you makes you stronger'. પરંતુ માઉન્ટ ઍવરેસ્ટ પછી વિશ્વમાં સૌથી ઊંચો ગણાતો પાકિસ્તાનનો K2 પહાડ દુનિયાનો સૌથી ખતરનાક પહાડ ગણાય છે, કારણ કે એવરેસ્ટની સરખામણીએ અહીં હિમસ્ખલન ઘણું વધુ થાય છે. એવું મનાય છે કે ૨૦માંથી માત્ર એક પર્વતારોહક સફળ થાય છે. ૨૦૦૮માં અહીં દુનિયાની સૌથી દુઃખદ ઘટના બની હતી. એક જ દિવસમાં એકીસાથે ૧૧ પર્વતારોહકો ચઢાણ કરતી વખતે મૃત્યુ પામ્યા હતા.

પહાડોને આગવું સૌંદર્ય આપતાં ચીડ કે દેવદારનાં વૃક્ષો તેના પર મોહી પાડવા માટે પૂરતા છે. પહાડી રસ્તે ખળખળ વહેતી ભાગીરથી

કે અલકનંદા જેવી નદીઓ, પહાડી ઢોળાવ પર સર્પાકારે લોભાવતી રમણીય પગદંડીઓ, ઊંડી ખીણો, બરફ આચ્છાદિત પહાડો, ઊંચી કરાલ ભેખડો, આભમાં બિન્દાસ તરતાં વાદળાઓ, ઘેઘૂર અંધકારમાં રાત્રિનું તારામઢ્યું આકાશ, સરોવરોના સાથે સૂર મિલાવતાં મનોરમ દૃશ્યોને આંખોમાં ભરવાના સુખની તોલે દુનિયાનું ભાગ્યે જ કોઈ સુખ આવી શકે. પહાડો પરથી કૂદી પડતાં ઝરણાંઓ જાણે ઓગળતા પહાડો છે. ઉપરથી કઠોર દેખાતો પહાડ અને તેને ચીરીને વહેતી નદી જોઈને થાય કે પહાડ ભીતરથી સાવ નરમદિલ હોવો જોઈએ. તો પછી આપણે માત્ર ઝરણાંના સૌંદર્યનો મહિમા જ શા માટે કરીએ છીએ એ વિચારણીય ખરું. ઉનાળામાં તપીને, શિયાળામાં ઠરીને કે ચોમાસામાં વહીને પહાડ તેની વ્યક્તિત્વની લવચીકતા સાબિત કરે છે. આપણને પણ જીવનના દરેક પડાવે અનુકૂલન સાધી અડીખમ ઊભા રહેતાં શીખવે છે. મહાપુરુષો એટલે જ બહારથી પહાડ જેવા લાગે છે, પણ અંતે તેમના કઠોર વાણી-વર્તનથી આપણને પોષે છે, ઘડે છે.

પહાડો સાથે વાતો કરતાં વાદળો, પહાડો પરથી નિર્ભિક કૂદી પડતી, ધોધરૂપે શીતળતા વેરતી જળરાશિનું મંત્રમુગ્ધ કરતું આહ્લાદક સૌંદર્ય અને તેનો જાદુ હંમેશાં બરકરાર છે. ક્યાંક વાંચેલી સરસ વાત યાદ આવે છે કે, “If the spring wants to be hidden in the rocks, where will it get the strength to break the rock and flow?” કોઈ નાનકડો, નિર્બળ જીવ પણ પોતાના દૃઢ મનોબળથી પહાડ જેવા મોટા વિઘ્નને પણ પાર કરી શકે છે. પ્રવાસ વેળાએ ભોળા-ભદ્રિક પહાડી લોકોને મળવાની અને તેમની લોકસંસ્કૃતિ, ગીતો, રીત-રિવાજો અને પરંપરાઓને જાણવાની જુદી જ મજા હોય છે. પહાડ પર આવેલાં અનેક પર્યટન-સ્થળો, મઠો, મંદિરો, પાઠશાળાઓ કે ધર્મશાળાઓની મુલાકાત પણ માણવા જેવી હોય છે. પરંતુ પહાડી પ્રદેશોમાં વસતા લોકોને પ્રકૃતિના ખતરનાક પ્રકોપ વચ્ચે અણધાર્યાં ભૂસ્ખલન, વાદળ ફાટવું કે બરફનાં ભયંકર તોફાનોનો સામનો કરવા પણ સાબદા રહેવું પડે છે. આદિકાળમાં પ્રકૃતિને જ દેવ માની જીવતો મનુષ્ય જ્યાં રહેતો હોય તે

જગ્યામાં આવેલ નદી, પહાડ, જંગલ, પશુ-પંખીઓ કે મધમાખી જેવા નાના કીટકો જેવા બધા જ જીવોનું પ્રેમથી જતન કરતો અને સંરક્ષણ પૂરું પાડતો. આદિમાનવ પ્રકૃતિનાં તત્ત્વોને અત્યંત શ્રદ્ધાથી પૂજતો.

પ્રાચીનકાળમાં થઈ ગયેલ ચાઇનીઝ ફિલસૂફ અને લેખક લાઓ ત્ઝુ કહે છે કે, "A good traveller has no fixed plans, and is not intent on arriving." પ્રવાસની અદમ્ય ઇચ્છા, અદમ્ય ઝંખના માણસને શાશ્વત પ્રવાસી બનાવે છે. આમ પણ 'चरन् वै मधु वदन्ति' – જે સતત ચાલતો રહે છે, કર્મશીલ છે તેને જીવનનું મધુ મળે છે. સાચો આનંદ મળે છે. એ સફળતા રૂપે હોય કે સૌંદર્યલક્ષી. આપણા પ્રવાસસાહિત્યમાં ઘણું કરીને હિમાલય જેવા પહાડની યાત્રા કરનાર લેખકો વધુ છે. આવા સાહિત્યમાં મોટાભાગે જે તે સ્થળની પ્રકૃતિ, લોકજીવન કે સંસ્કૃતિ વણાયેલાં હોય છે. જેમાં લેખકની નિજી રસ-રુચિ પ્રમાણેની અનુભૂતિઓ, અવલોકનો, ચિંતન કે સંસ્મરણોની અભિવ્યક્તિ હોય છે. આપણી ભાષામાં નર્મદ-દલપતના સુધારાયુગથી શરૂ કરીને સાક્ષરયુગ, ગાંધીયુગ અને સ્વાતંત્ર્યોત્તર યુગમાં ગુણવત્તાની દૃષ્ટિએ ઉત્તમ કહી શકાય તેવું ઘણું નોંધપાત્ર પ્રવાસસાહિત્ય મળી આવે છે. રખડવું કે સહેતુક ભ્રમણ કરવું એટલે શું એ કોઈ અજંપ પ્રવાસભૂખ્યા જણને પૂછો. એને પહાડો, નદીઓ, ઝરણાંઓ, વૃક્ષો, જંગલો સતત સાદ કરી બોલાવતા હોય છે જે એની સૌંદર્યપિપાસા અને ચિંતનશીલતાને નિરંતર ઢંઢોળે છે. ઇંગ્લિશ લેખક અને પત્રકાર જેરાલ્ડ ગુડ પણ એના કાવ્ય 'Wander Thirst'માં 'come I may, but go I must' પર ભાર મૂકતા તેની પ્રવાસભૂખ વિશે બહુ અદ્ભુત વાત કહે છે કે...

BEYOND the East the sunrise, beyond the
West the sea,
And East and West the wander-thirst that
will not let me be;
It works in me like madness, dear, to bid
me say good-bye;

For the seas call, and the stars call, and oh!
the call of the sky!

ગાંધીયુગમાં સામર્થ્ય અને ગુણવત્તાની દૃષ્ટિએ અતિ સમૃદ્ધ પ્રવાસસાહિત્ય મળી આવે છે જે ખૂબ આસ્વાદ્ય અને કલાત્મક છે. કાકા કાલેલકરને પ્રવાસસાહિત્યના ઉત્તમ પ્રવાસલેખક કહી શકાય. 'હિમાલયનો પ્રવાસ' તેમની ઉત્તમ અને યશસ્વી કૃતિ છે. ભારતીય સંસ્કૃતિના પરિવ્રાજક આચાર્ય એવા કાકાસાહેબ પ્રકૃતિઘેલા છે. સીધી રીતે એમને રખડુ મનીષી કહી શકાય. હિમાલયપ્રેમી આ લેખકે હિમાલયનાં અનુપમ શબ્દચિત્રો આપ્યાં છે જેને આપણે તેમનાં પ્રેમચિત્રો કહી શકીએ. સમર્થ ગદ્યસ્વામી, મૂર્ધન્ય સાહિત્યકાર, સૌંદર્યાનુરાગી અને સંવેદનશીલ હોવા છતાં તેઓ વિનોદવૃત્તિવાળા પણ છે. કાલેલકર જો આપણને મળ્યા હોય તો 'કેટલું ભણ્યા છો' એવું નહીં, પરંતુ 'કેટલો પ્રવાસ કર્યો છે' એવું જ પૂછે. કાકાસાહેબે ઈ.સ. ૧૯૧૨માં અનંતબુવા મરઢેકર અને સ્વામી આનંદની સાથે હિમાલયનો પગપાળા પ્રવાસ કર્યો હતો. સ્વામી આનંદ પણ હિમાલયના પહાડોને પારાવાર પ્રેમ કરનાર મોટા ગજાના પ્રવાસસાહિત્ય લેખક છે. 'બરફ રસ્તે બદરીનાથ' એ તેમના 'ઍક્રૉસ ગંગોત્રી ગ્લૅશિયર્સ' પુસ્તકનો ગુજરાતી અનુવાદ છે. તેમની પ્રવાસકથા અવનવી ભાષાભંગિઓવાળા ભાતીગળ ગદ્યનો થાળ લઈને આવે છે જે ગુજરાતી સાહિત્યશૈલીનું નજરાણું છે. 'હિમાલયની પત્રયાત્રા'માં કિશનસિંહ ચાવડાના પ્રવાસના કલાત્મક નિબંધો છે. ઉમાશંકર જોશી તો પ્રવાસને એક પ્રકારની અંતરયાત્રા જ કહે છે. મહેન્દ્રસિંહ પરમારના નિબંધસંગ્રહ 'રખડુનો કાગળ'માં પર્વતપ્રેમનાં પ્રવાસવર્ણન સીધા હૃદયના તાર ઝણઝણાવે છે. ઉમાશંકરને મન પ્રવાસ એક પ્રકારની અંતરયાત્રા છે.

સુરેશ દલાલના ગીત 'મારી ગાગર ઉતારો તો જાણું કે કહાન, તમે ઊંચક્યો 'તો પહાડને!'માં કૃષ્ણની ગોવર્ધન ઉપાડ્યાની વાત પર શંકા કરતી અને તેનું પ્રમાણ માગતી ગોપીની વાત આપણા હોઠ પર મરકલડું લાવે છે. અને વાત મુદ્દાની પણ છે કે કૃષ્ણપ્રેમથી છલોછલ

ભરેલ ગાગરનો ભાર વહેવા કૃષ્ણ પણ સક્ષમ નથી. ગોપીઓના નિઃશંક પ્રેમ અને સમર્પણભાવ પાસે કૃષ્ણએ હંમેશાં હથિયાર હેઠાં મૂક્યાં છે અને એટલે જ એ આજે પણ આધુનિક ગોપીઓને ઘેલી કરે છે. કોઈ કવિ પણ ગોપીજન જેવી જ વાત કરતાં કહે છે કે...

પર્વત ઊંચક્યાની વાત સપનું લાગે,
મારે કલમ ઉપાડવાના સાંસા.

પહાડ શબ્દની કેટકેટલી અર્થછાયાઓ આપે છે. અનેક સંદર્ભમાં એ વપરાય છે. પહાડની વાત આવે ત્યારે પણ પહાડી અવાજના ધણી મેઘાણી યાદ આવે જેઓ લાઉડસ્પીકર વિના સભાઓ ગજવતા. એમાં પણ લયબદ્ધ રીતે 'ચારણકન્યા' બોલાતું હોય ત્યારે મેઘગર્જનાનો અહેસાસ અનુભવાતો. પહાડ જેવો પિતા દીકરીને વળાવતો હોય ત્યારે ભાંગી પડતો હોય છે. એનું મૂંગું રોણું જોયું છે કદી? બાપની એ પીડા જોઈને કોઈ પણ ભીતરથી હલબલી જાય. શકુંતલા વિદાય વખતે "જાશે આજ શકુન્તલા! હૃદયને લાગ્યો અજંપો જ શો, રોક્યાં અશ્રુથી સાદ ગદ્‌ગદ થતો. ચિંતાથી ઝાંખું સૂઝે" એવું બોલતા કણ્વ જેવા ઋષિ પણ ગૃહસ્થ પિતાની પીડા અનુભવે છે. માણસ જો હિંમત હારી જાય તો દુઃખની નાની નાની ઘટનાઓ પણ માણસને પહાડ જેવી લાગે છે. રાઈનો પહાડ કરનારથી ગળે આવી કોઈ કવિ કહે છે કે, "તિલ કો ભી તાડ બના દેતે હૈં લોગ, હરકોઈ છોટી સી ભૂલ કો ભી પહાડ બના દેતે હૈં લોગ." સરદારનું વ્યક્તિત્વ પહાડ જેવું અચલ જ હતું એટલે તેઓ લોખંડી પુરુષ કહેવાયા.

રાયમાંથી પહાડ બની માણસના ભીતરને ખોખલો કરતી પીડા જાનલેવા હોય છે. પેલી બાળવાર્તામાં કહેવાયું છે તેમ પહાડોને ઉંદરની બીક લાગતી તો હોવી જોઈએ, કારણ કે એક નાનકડો ઉંદર ગમે તેવા પહાડને પણ ધીરે ધીરે ખોદી શકે છે, ખોખલો બનાવી શકે છે. એ નાની વાતનું તારતમ્ય એટલું જ કે જીવનમાં કોઈને નાના કે હલકા ગણવા નહીં. આવતીકાલે જો પહાડ ખસેડવો હોય... તો આજે જ પથ્થરો ખસેડવાની શરૂઆત કરવી પડે. કોઈ પણ મોટા કામની શરૂઆત

નાના પગલાથી જ થાય. 'शनैः शनैः'નું પણ આગવું મહત્ત્વ છે. ઘોર અંધકારમાં પણ માણસ ધીરે ધીરે આખો પહાડ ચડી શકે છે જો એના હાથમાં રહેલું નાનકડું ફાનસ એના એક નાનકડા પગલાંને અજવાળતું હોય. ઋષિમુનિઓએ કહે છે કે, "પહાડ, નદીઓ અને જંગલ પ્રકૃતિની એવી મોંઘી અને લાડકી જણસ છે કે એ બધાને માણવા માણસે પોતે તેની પાસે જવું પડે. કેવળ પશુઓ અને વૃક્ષો જ એવાં છે જેને આપણા ગૃહઆંગણે લાવી શકાય."

રાગ પહાડી આધારિત તો અસંખ્ય ફિલ્મી ગીતો મળી આવે છે. આજના ઘોંઘાટિયા સંગીત વચ્ચે ઓલ્ડ ઈઝ ગોલ્ડ સાબિત કરતાં આવાં ગીતો દિલને સુકૂન આપે છે. ચૌદવી કા ચાંદ હો, દો સિતારો કાં જમીં પર, જાનેવાલો જરા, મૂડ કે દેખો મુઝે, ચલો દિલદાર ચલો, લગ જા ગલે, કભી કભી મેરે દિલ મેં, સુહાની રાત ઢલ ચૂકી, જો વાદા કિયા વો, રહે ના રહે હમ... જેવાં અનેક ગીતોએ આપણા કાનને મધમીઠી ધૂનોથી પવિત્ર કર્યા છે. એ ગીતો સાથે આપણે જીવ્યાં છીએ, ઝૂમ્યાં છીએ, ઝૂર્યાં છીએ. પહાડોની વાત આવે એટલે 'હીના', 'રામ તેરી ગંગા મેલી', 'હિમાલય કી ગોદ મેં' કે 'મધુમતી' જેવી ફિલ્મો નજર સામે આવે, જેમાં નદી જેમ કૂદતી, ઊછળતી નાયિકા હીરોના દિલ પર જાદુ કરે છે. પહાડી સફર પર જતા હીરોને સાવચેત કરતો (કે ધમકી આપતો) અને હિરોઇનના મુખે બોલાતો પ્રખ્યાત ડાયલોગ પણ યાદ આવે... "કિસી કો દિલ મત દે દેના. સૂના હૈ કી પહાડી લડકિયાં જાદૂ-ટોના જાનતી હૈ." ભાગ્યેશ જહાના પુસ્તકનું તો નામ જ 'પહાડ ઓગળતા રહ્યા' છે. કબીરવડને જોતાં જ કવિ નર્મદને એ પહાડ સરીખો લાગે છે અને આપણને અદ્ભુત પંક્તિઓ મળે છે કે...

ભૂરો ભાસ્યો ઝાંખો, દૂરથી ધૂમસે પહાડ સરખો,
નદી વચ્ચે ઊભો, નિરભયપણે એકસરખો.

દીસ્યો હાર્યો જોદ્ધો, હરિ તણું હ્રદે ધ્યાન ધરતો,
સવારે એકાંતે, કબીરવડ એ શોક હરતો.

ત્રિપુરા રાજ્યમાં ઉનાકોટી જિલ્લાના મુખ્ય મથક કૈલાશહેર પાસે એક પુરાતત્ત્વની પ્રચુર એક ડુંગર છે, જેમાં ૯૯ લાખ ૯૯ હજાર ૯૯૯ મૂર્તિઓ છે. આટલી વિશાળ સંખ્યામાં મૂર્તિનું નિર્માણ કોણે કર્યું હશે? એ એક આશ્ચર્યનો વિષય છે. ઈરાનના વાયવ્ય ખૂણે આવેલા આલાડાગ્લાર માઉન્ટસ ખાતે રંગબેરંગી પર્વતો આવેલા છે. ખનીજ અને ખડકનું એક અદ્‌ભુત મિશ્રણ આ પર્વતોમાં જોવા મળે છે. ઊંચો ગઢ ગિરનાર કે આસ્થાનું અજવાળું ફેલાવતાં હિમાલયનાં ઉત્તુંગ શિખરો માનવજીવનને ઊર્ધ્વગતિ માટે પ્રેરણા આપતા રહ્યા છે. દાર્જિલિંગની પર્વતમાળા સૌંદર્યનો સંદેશ આપે છે તો માઉન્ટ આબુના પ્રવાસમાં સપ્તરંગી સુખ સામે મળે છે. તાજેતરમાં આવેલી ફિલ્મ 'ઊંચાઈ'માં અભિનય કર્યા પછી અનુપમ ખેર કહે છે કે, 'પહાડોનો પ્રવાસ કરવાથી માણસને સમજાય છે કે આપણું અસ્તિત્વ આ ધરતી પર, પૃથ્વી પર શૂન્ય જેવું છે.' થોડા સમય પહેલાં નખત્રાણા-કચ્છ પાસેના અદ્‌ભુત રંગબેરંગી કોતરોના ફોટોગ્રાફ્સ વરુણ સચદેએ લીધા હતા. પહેલીવાર કોઈએ આ કોતરોની આટલી સુંદર તસવીરો લઈને આ સ્થળને ઉજાગર કર્યું હતું. 'ન્યૂયૉર્ક ટાઇમ્સે' એમની વિશેષ પૂર્તિમાં આ ફોટોગ્રાફ્સને આગવું સ્થાન આપ્યું હતું. આવો જ એક વિશિષ્ટ પહાડ ચીનમાં આવ્યો છે. ઝાંગાઈ ડેનક્સિયા નેશનલ જિયોગ્રાફિક પાર્કમાં રંગબેરંગી પહાડમાં પ્રવેશો એટલે તમને પળે પળે એમ લાગે કે કોઈ બાગબાગ કરી દે એવા બાગમાં પ્રવેશ્યા છો. દરેક પહાડની અલગ અલગ વિશેષતાઓ હોય છે. દરેક પહાડની એક ભાષા છે, જો તમે તે ઉકેલી શકો તો તમે પણ પહાડનું બાળક...

ધ્રુવ

"જેને મિત્રો નથી એને દુનિયા જંગલ
જેવી લાગે છે.
– બેકન"

हो गई है पीर पर्वत-सी पिघलनी चाहिए
इस हिमालय से कोई गंगा निकलनी चाहिए।

आज यह दीवार, परदों की तरह हिलने लगी
शर्त थी लेकिन कि ये बुनियाद हिलनी चाहिए।

हर सड़क पर, हर गली में, हर नगर, हर गाँव में
हाथ लहराते हुए हर लाश चलनी चाहिए।

सिर्फ हंगामा खड़ा करना मेरा मकसद नहीं
मेरी कोशिश है कि ये सूरत बदलनी चाहिए।

मेरे सीने में नहीं तो तेरे सीने में सही
हो कहीं भी आग, लेकिन आग जलनी चाहिए।

— દુષ્યંતકુમાર

પહાડી વળાંકે વળાંકે ઊભા રહીને અમે ભૂદશ્યોને તાજ્જુબ થઈને તાકી રહીએ છીએ. ભૂ-તળ અને વાદળદળ વચ્ચે અમે પ્રાકૃતિક પરિસરને પ્ર-માણતા મૌન ઊભા છીએ. મોટાં ને કરકરાં પાનથી શોભતાં આ સાગવનો ઘડીક લીલી છત્રીઓ ઓઢીને છુપાતાં લાગે છે, પણ તડકો પ્રગટે છે ને સાગવનો ખુલ્લાસથી હસી પડે છે જાણે! બધાં જ ઝાડ જાણે એકસાથે શિસ્તમાં ઊછર્યાં ન હોય! વરસાદની ફુહારો ઝીલતાં પાંદડાં છમછમતું ગાન સંભળાવે છે. ઊંડી ખીણોમાં દડતાં ઝરણાં ને ધોધના ખળખળતા ઓછા ને કલકલતા વધુ એવા સ્વરો પણ કાનને પ્રસન્ન કરે છે. હવા ઉન્મુક્ત બને છે ને વન-પરિસર જરાક ઊંચકાય છે. કંદરાઓ ઘટાઓ ઘેરી હોવાથી વધુ રહસ્યમય લાગે છે. રોમાંચ અને ભય બંનેનો અનુભવ કરાવતાં ચઢાણો-વળાંકો વટાવતા અમે જાણે તનથી ને મનથી પણ ઊર્ધ્વારોહણ કરતા હતા. અંદર-બહાર કોઈ અપૂર્વ સ્વરે મંદ મંદ ગાય છે ને અમે એમાં લયલીન છીએ.

— મણિલાલ હ. પટેલ

બાવળને મેં પાણી પાયું

સુખના સુખડ જલે ત્યારે તેમાંથી સુગંધી ભસ્મની ઢગલી મળે છે અને દુઃખનાં બાવળ બળે છે ત્યારે કાળા કોયલા...

બાવળના કાંટાએ પણ ત્યારે એ તેર વીરાંગનાઓના વૃંદને તેર તાલીની સલામી આપી હતી એનો સાક્ષી આપણો સૂરજદાદો છે. મળો યા લખો એ દાદાને. વાત છે ફિલ્મ 'હેલ્લારો'માં તરખાટ મચાવનાર તેર વીરાંગનાઓના વૃંદની જેણે 'વાગ્યો રે ઢોલ, બાઈ વાગ્યો રે ઢોલ' જેવો ઝકઝોળી નાખનારો ધમાકેદાર ગરબો કર્યો હતો. દેશની બધી જ ભાષાઓમાં મોખરે રહીને આ ફિલ્મે પોતાની શ્રેષ્ઠતા સાબિત કરી જેમાં આ તેર નાયિકાઓની ટકોરાબંધ ટોળકીને સ્પેશ્યલ જ્યૂરી પ્રાઇઝ પણ મળ્યું. ફિલ્મની વાર્તા ૧૯૭૫ના ગાળાની હોવાથી તત્કાલીન અવિકસિત ભારતની પછાત અને રૂઢિચુસ્ત ગામના પુરુષોની જોહુકમી બતાવતી આ ફિલ્મમાં ચાર મિનિટના એ ગરબાની ઉત્તમ કલાકૃતિ માટે એ બહેનોએ કોઈ તીન-પાંચ કર્યા વગર, વરણાગિયાવેડા ફગાવીને, કચ્છના ઉનાળાના ધગધગતા રણ વચાળે, પિસ્તાળીસ ડિગ્રીના તાપમાનમાં ખુલ્લા પગે ત્રીસેક કલાકનું શૂટિંગ કરી બતાવી આપ્યું કે 'હમ ભારતકી નારી હૈ. કોમલ કોમલ ફૂલ નહીં, હમ જ્વાલા હૈ ચિનગારી હૈ'. તેમના પગ ત્યારે સખત દાઝતા હતા. એટલું જ નહીં, બાવળના કાંટા પણ પગમાં ભોંકાતા હતા. પાટા તો બંધાય નહીં, કારણ કે તે કૅમેરામાં આવે, એટલે પારદર્શક સેલો ટેપ જ લગાવીને ચલાવી લેવું પડતું.

બાવળ ક્યાંય પણ આસાનીથી ઊગી જાય છે. કાંટા એનું સુરક્ષા કવચ છે. એનાં લાકડાં પણ સહજ સાધ્ય. જો તમે પ્રકૃતિપ્રેમી હો અને પીળાં ટીનકુડાં ફૂલોથી શોભતો બાવળ જુઓ તો જરૂર એ આંખમાં અડ્ડો જમાવે. વળી, ફૂલો કરમાય છે, પણ કાંટા કદી નહીં. ફૂલો વગરનો કાંટાયુક્ત બાવળ પણ ખૂબ નયનરમ્ય લાગે છે. ઝડપથી ફેલાતા, આડેધડ ઊગનારા આ વૃક્ષમાંથી પશુઓ માટેનું ખાદ્ય બની શકે છે. પ્રાણીઓ

અને ખાસ કરીને બકરી આનાં પાંદડાં અને શિંગોને ખાય છે. બાવળમાં કાંટા ઊગતા હોવાથી તેનો ખેતરના શેઢે વાડ તરીકે ઉપયોગ થઈ શકે છે. તેમાંથી ફર્નિચર કે રમકડાં પણ બની શકે. વળી, ગાંડા બાવળનો સૌથી મહત્ત્વનો ઉપયોગ તો તેમાંથી વિદ્યુતઊર્જા ઉત્પન્ન કરવાનો છે. જો બાવળના લાકડાને પાણી પ્રક્રિયા દ્વારા કમાવવા (પકવવા)માં આવે તો તે ટકાઉ લાકડું સાબિત થાય છે. તેનો ઉપયોગ વિવિધ ઓજારોના હાથા અને વહાણ બનાવવા માટે થાય છે. બળતણ તરીકે તો એની બોલબાલા છે. બાવળ એક આક્રમણકારી પ્રજાતિ મનાય છે. તેના થડમાંથી લાલશ પડતા રંગનો, નીચી ગુણવત્તા ધરાવતો ગુંદર નીકળે છે. કહેવાય છે કે તેનાં પાકટ વૃક્ષોમાં કાંટા હોતા નથી. દરજીડા કે સુગરી જેવા પંખીઓ સામાન્ય રીતે બાવળની ઝાડી કે ઝાંખરામાં માળા કરે છે. જેથી તેની પાતળી, કાંટાળી ડાળીઓ પરના માળા સુધી સાપ જેવો કોઈ જીવ પહોંચી ન શકે. ઘડિયાળમાં કાંટા હોવાથી આપણે કેટલા વાગ્યા એમ પૂછીએ છીએ.

'બાવળની કાંટમાં તીનપત્તીનો જુગાર રમતા પકડાયા'ના સમાચાર વાંચી ઘણીવાર વિચાર આવે કે આ તીનપત્તીનો જુગાર રમતા જુગટિયાઓને બાવળની કાંટ્યમાં જ કેમ જલસો પડતો હશે! નર્સરીમાં બાવળ જલદી મળે નહીં. એ બિચારા આફૂડા છે એટલે જાતે જ બધે ઊગ્યા કરે. બાવળનાં વૃક્ષ એકવાર ઊગ્યા પછી ગરમી, ઠંડી, પાણીની તંગી, આગ વગેરે સામે ખૂબ સહનશીલ હોય છે. બાવળ જેવાં બળવાન અને કઠોર ઝાડ તો પાણી વિના ઊઝરે. એટલે જ રણ બાવળ જેવા સાલસ અને હરખુડાં વૃક્ષથી સમૃદ્ધ હોય છે. એક ચારણી દુહામાં કહેલું છે તેમ "બાવળ ને ઝાડ જ બિયાં, વાધે નીર વન્યા, કેળ્યું કોળે ના, પાણી વણ્યાની, પોરહા!" થોડા વરસાદમાં પણ ભરપૂર ઊગી નીકળતા ગાંડા બાવળની ઘેઘૂર ઝાડીના કારણે રણ લીલી ચુંદડી ઓઢેલી કોઈ કચ્છી કન્યા સરીખું શોભી ઊઠે છે. રણનો તો વૈભવ જ ગાંડો બાવળ, પગને દઝાડતી રેતી અને તીખોતમ્મ તડકો છે. તો પણ રણ કોઈ અફસોસ વગર અડીખમ ઊભું હોય છે. રણની એ ખુમારી કચ્છી માડુમાં પણ ઊતરી હોય એમ લાગે છે. સામા પાણીએ તરનારી કચ્છી પ્રજાનું ખમીર જગપ્રસિદ્ધ છે.

કચ્છમાં દરિયો અને રણ આગળ ન વધે તે માટે વર્ષો પહેલાં ઉગાડાયેલો ગાંડો બાવળ આજે ઉપજાઉ જમીનને બેકાર બનાવતી સમસ્યા બની ગયો છે. ગમે ત્યાં ખેતર, બાગ બગીચા, ગામડાં કે શહેરમાં ઊગી નીકળી જાતે ફેલાતી આ વનસ્પતિ અન્ય બીજી કોઈ વનસ્પતિને ઊગવા દેતી નથી. લોકો તેનાથી છુટકારો મેળવવા તેને કાપવા લાગ્યા છે, પરંતુ ખરેખર જો આ ગાંડા બાવળનો યોગ્ય ઉપયોગ કરી શકાય તો રણપ્રદેશની નજીક રહેતા બેરોજગાર લોકો માટે એ આર્થિક ઉપાર્જનનો સારો સ્રોત બની શકે તેમ છે.

માણસ જેવું વાવે તેવું લણે એવું આપણી રોજિંદી વાતચીતમાં આપણે કેટલીયે વાર ઉચ્ચારતા હોઈએ છીએ. ને વાત પણ સાચી છે. 'બોયા પેડ બબૂલ કા, તો આમ કહાં સે હોય'. માણસ કામ જ ખોટાં કરે, બાવળ જ વાવે, તો કેરી થોડી ઊગે? સત્કર્મ રૂપી આંબા વાવો તો મીઠાં ફળ મળે. માણસના સ્વભાવની તાસીર એ છે કે, 'બાવળ વાવી બારણે, ખાવી મીઠી આમ'. માણસ પોતાના કર્મોનું સરવૈયું કદી માંડતો જ નથી. પોતે બાવળ જેવો કે કડવો હોય તો પણ એ સામા માણસ પાસે ગુલાબની આશા રાખે છે. સજ્જન માણસે પોતાના વ્યક્તિત્વનો હ્રાસ કરીને પણ તેની સામે મીઠા બનવું પડે છે ત્યારે એની ભીતર તો તિરસ્કારનો લાવા જ ઘૂઘવતો હોય છે.

'નિરસ્ત પાદપે દેશે એરંડ: અપિ દ્રુમાયતે'ની જેમ બધે ઉજ્જડ જ હોય ત્યારે બાવળને પણ વૃક્ષ તરીકે સ્વીકારવો પડે. ક્યારેક એની ઊડઝૂડ છાયામાં બેસવું પણ પડે. દુલા ભાયા કાગ કહે છે કે...

શીળો સારો હોય તો, બાવળનેય બેસાય;
પણ શૂળું નો સંઘરાય, કોઠી ભરીને કાગડા!

એનો અર્થ એવો નહીં કે કાંટાનેય કોઠી ભરી સંઘરવા. એને તમે નકારી શકો. એટલે કે હંમેશાં કોઈ માણસમાં રહેલા સારા ગુણ જોવા અને એના અવગુણને અણદેખા કરવા. આપણી પૂર્વગ્રહો રૂપી ફાંસુ ઊંચી ડોક કરી જ્યારે સંબંધો આડે આવતી હોય ત્યારે બાવળના કાંટા વડે જ એને દૂર કરવી રહી.

રેલવેમાં નોકરી કરતા જનક ત્રિવેદીએ 'બાવળ વાવનાર અને બીજી વાર્તાઓ' નામનો વાર્તાસંગ્રહ આપ્યો હતો. નોકરી દરમ્યાન એમને જે

અનુભવો થયા એ બધા વાર્તાસ્વરૂપે આપણને મળે છે. 'બાવળ વાવનાર' ઉત્તમ વાર્તા છે. સૌરાષ્ટ્રમાં 'બાવળ વાવનાર' એટલે ખરાબ કર્મો કરતી કોઈ વ્યક્તિના સંદર્ભમાં વપરાતો એક રૂઢિપ્રયોગ પણ અહીં આ પ્રયોગ વ્યંગ્યાત્મક રીતે કરવામાં આવ્યો છે. લેખક આ વાર્તામાં રેલવેના એક અધિકારી દ્વારા સત્યને નિષ્ઠાપૂર્વક વળગી રહેલો માણસ કેવો હોય તેનું આપણને યથાર્થ દર્શન કરાવે છે. વાર્તામાં વારંવાર પ્રયોજાતી પંક્તિ 'સાહેબ, તમે તો બધે બાવળ જ વાવ્યા'થી રહીને રહીને એવું ફલિત થાય છે કે સાહેબે બાવળ નહીં પરંતુ આંબાવાડી ઊભી કરી છે.

વેણીભાઈ પુરોહિત તેમના એક કાવ્યમાં કહે છે કે સુખના સુખડ જલે ત્યારે તેમાંથી સુગંધી ભસ્મની ઢગલી મળે છે અને દુઃખનાં બાવળ બળે છે ત્યારે કાળા કોયલા. બાવળની સરખામણી હંમેશાં નકારાત્મક સંદર્ભે થતી આવી છે. જીવનની ઘટમાળમાં આવતાં દુઃખ માણસને બાવળના કાંટાની માફક ચૂભે છે, પીડા આપે છે. પણ ભાગ્યે જ કોઈ સમજે છે કે બાવળના કાંટાની જેમ ખટકતાં દુઃખ કે સંઘર્ષ વ્યક્તિના વિકાસ માટે ખૂબ જરૂરી છે. સૌ કોઈ જાણે છે કે કોશેટામાંથી બહાર આવવા મથતા પતંગિયાને મદદ કરવા માણસે જ્યારે કોશેટાને જ કાતરથી કાપી નાખ્યો ત્યારે માણસની અપેક્ષા વિરુદ્ધ બહાર આવેલા પતંગિયાએ ન પાંખો ફેલાવી, ન એ ઊડી શક્યું. ઊલટાનું એ પતંગિયું પોતાના નબળા, ક્ષીણ શરીર અને ચીમળાયેલી પાંખો સાથે જમીન ઉપર ફક્ત ઢસડાયા કર્યું. તેની પાંખો તૂટી ગયેલી, અવિકસિત અને ખૂબ કમજોર હતી. એ પછી ક્યારેય ઊડી જ ન શક્યું. કોશેટો તોડતી વખતે વિકસિત થવા માટે તેને મળતું કુદરતી પ્રવાહીનું પોષણ એને મળ્યું જ નહોતું. બહાર આવવા માટે તેણે જાતે સંઘર્ષ કરવો જરૂરી હતો. બાવળના કાંટા જેવા લાગતા સંઘર્ષ બાળક માટે એક મોટી યુનિવર્સિટી છે જે તેને જીવનના અગત્યના પાઠ શીખવે છે. સૃષ્ટિની આ જૈવિક સાઇકલમાં આપણે એટલી જ મદદ કરવાની છે કે 'કંઈ જ ન કરવું', તેમાં કોઈ હસ્તક્ષેપ ન કરવો. એવું કરવાથી સંઘર્ષ દ્વારા થતો એનો વિકાસ આપણે રૂંધીએ છીએ. જાણીતા ફૂટબોલર રોબર્ટ ટ્યુ સરસ લખે છે કે, "The struggle you're in today is developing the strength you need for tomorrow. Don't give up."

કાંટા વાગવાના ડર કરતાં તમારો ગુલાબ પ્રત્યેનો પ્રેમ ચડિયાતો હશે તો જ તમે સુંદર બગીચો ઉછેરી શકો એ જ રીતે સમાજમાન્ય ન હોય એવા બળૂકા પ્રેમસંબધને ઉછેરવા બાવળના કાંટા જેમ ઊઠતા વિરોધો વચ્ચે બોરસલ્લી ઉગાડવી પડે છે. 'હું અને તું', 'અમે અને તમે'ને વીંટળાઈને આવતી અનેક કવિતાઓ પ્રેમીઓની શરણાગતિ, કબૂલાત કે સામા પાત્ર માટેનો અહોભાવ પ્રગટ કરે છે. કવિ અનિલ જોષી પ્રિયપાત્રની એક નજર માત્રનો જાદુ દર્શાવતાં કહે છે કે...

અમે વૈશાખી તડકામાં બાવળની હેઠ પડ્યા,
પડતર જમીનનાં વેરાણ,
તમે આવળનાં ફૂલ સમું એવું જોતાં કે,
સૂકી ડાળખીને ફૂટી જાય પાન.

કવિ કૃષ્ણ દવે મોજમાં આવી, પ્રકૃતિને માણતા રહી માણસને બિન્દાસ જીવવાનો મંત્ર આપતાં લખે છે કે સમાજ કે દુનિયાએ નક્કી કરેલા મર્યાદાના અને પરંપરાના વજનિયાં ગળે લટકાવીને જીવવાની કોઈ જરૂર નથી. માણસે તો આવળ ને બાવળની જાત જેવા રહેવું. કોઈ ઉગાડે તેમ નહીં, પણ પોતાની મોજ, પોતાનું ગજું કે 'મારી મરજી'નો મંત્ર ગાંઠે બાંધી જીવવું. મેઘાણીના લોકગીત 'ચારણકન્યા'માં ગીરનો સાવજ 'ક્યાં ક્યાં ગરજે?'ના જવાબમાં 'બાવળના જાળામાં ગરજે' બોલતા જ ગીરના જંગલની બાવળની કાંટ્ય નજર સામે જીવંત દશ્ય ઊભું કરે છે. કવિ મનોહર ત્રિવેદી બાવળ કે કાંટાળી વનસ્પતિના નરવા કર્મને અને મહત્ત્વને સુપેરે બિરદાવતાં કહે છે કે...

થૉર કાંટાળી બોરડી કરંજ કેરડો બાવળ,
કૈંકને ભોળાભાવથી પેલો સાચવે શેઢો,
જાગતી નજર દસ દિશામાં આવ-જા કરે,
વગડાને એ પળ એકે ના મૂકતો રેઢો.

માણસને જરા જેટલું દુઃખ પડે ત્યાં એ દુનિયા પાસે એને ગાયા કરે છે. હરીન્દ્ર દવે કહે છે તેમ લીંબુઉછાળ જરા વેદના મળી ને કર્યો

દેકીરો જીવનમાં કાંઈ નથી. પરંતુ જીવનમાં ઘટતી દરેક ઘટનાઓને માણસે સાક્ષીભાવે સ્વીકારવી જોઈએ. Denying the sky and accepting the sun, how is it possible? denying the sea and accepting the water how is it possible? અઢારમી સદીના રોમૅન્ટિક કવિ શેલીને 'I fall upon the thorns of life, I bleed' કહ્યા પછી સમજાય છે કે સૃષ્ટિના જીવનચક્રમાં, ઋતુચક્રમાં જેમ વિનાશ વણાયેલો છે તેમ નવજીવન પણ. તેની પાસે જીવનને હણવાની શક્તિ છે તો જીવન બક્ષવાની પણ તાકાત છે. એટલે જ પછી કવિનું અંતમાં આશાવાદી વલણ સામે આવે છે.

આયુર્વેદની દૃષ્ટિએ બાવળનું વૃક્ષ ખૂબ જ ફાયદાકારક ગણાય છે, જે અનેક રીતે ઉત્તમ ઔષધ છે. કમર દર્દ, શરીરમાં દાહ, દાદર કે ખૂજલી, ઉધરસ, પેટના રોગો, મોંમાં ચાંદી, ગળાનો દુખાવો, માથાનો દુખાવો, વજન ઘટાડવું, દાંતની પીડા, ડાયાબિટીસ, શ્વસનતંત્રના રોગો કે રક્તસ્રાવ જેવી અનેક સમસ્યામાં બાવળની શીંગો, તેની છાલ કે તેના પાનનો ઉપયોગ થાય છે. કોઈ જાણકાર વૈદની સલાહ પ્રમાણે આ ઉપાયોને અજમાવી શકાય. પહેલાંના સમયમાં લખવા માટે પેન કે પેન્સિલ ન હતાં. દીવાની મેશમાંથી શાહી બનાવી, બાવળ જેવા ઝાડની ડાળીની કલમ બનાવી મહામહેનતે તાડપત્રીઓ પર મહાન ગ્રંથો તૈયાર થતા. લખનાર પાસે જો અત્યંત ધીરજ, મહેનત, લગન, નિષ્ઠા અને ભક્તિભાવનો અખૂટ પટારો હોય તો જ આ વાત શક્ય બને. ધન્ય છે આ મહાન ગ્રંથો દ્વારા આપણી મહાન સંસ્કૃતિને જીવંત રાખનારને. આજનું બ્રશ અગાઉ બાવળનું દાતણ હતું. એ જ દાતણને ચીરી ઉલ કરાતી હતી. બાવળના અનેક ફાયદાઓ છે, પણ હાજર હથિયાર જેવા ટૂથબ્રશ સુલભ હોવાથી એનો બહુ મહિમા થયો નથી.

છાંદ

> માફ કરી દેવાની મીઠાશ ન જાણતો પ્રેમ,
> એ ભાગ્યે જ પ્રેમ હોય છે.
> – જોન વિટિઅર

આપણે આવળ બાવળ બોરડી, કેસરઘોળ્યા ગલના ગોટા જી;
હલકાં તો પારેવાંની પાંખથી, મ્હાદેવથીયે પણ મોટાજી,
આપણા ઘડવૈયા બાંધવ! આપણે.

કોઈ તો રચે છે વેળુ છીપથી, કોઈ તો જળને હિલ્લોળ જી;
મરજીવો ઊતરે મ્હેરામણે, માથા સાટે મોતી-મોલ જી.

નજરું ખૂંપી છે જેની ભોંયમાં, સામે પૂર એ શું ધાય જી!
અધીરા ઘટડાનો ઘોડો થનગને, અણદીઠ ઓરું એને પાય જી.

બેઠેલાનું બેઠું રહે વિમાસણે, વેળા જુએ નહીં વાટ જી;
ઝાઝેરો ઝૂક્યો છે આંબો સાખથી, વેડે તેને આવે હાથ જી.

પંડની પેટીમાં પારસ છે પડ્યો, ફૂટલાં ફૂટે છે કરંમ જી.
વાવરી જાણે તે બડભાગિયો, ઝળહળ એના રે ભવંન જી.

— **રાજેન્દ્ર શાહ**

પારિજાત પૅલેસ

શ્રાવણ મહિનો આવે ને પારિજાતની મોતી મઢેલી ઓઢણી જેવી સફેદ કળીઓ દેખા દેવા માંડે... પછી છે...ક આસો મહિના સુધી એ માર્વેલસ મૂડમાં હોય

એક ભીની સાંજે બગીચામાં મૈત્રેયીદેવીની 'ગુરુદેવ મારા આંગણે' વાંચી રહી હતી. હિમાલયની તળેટીમાં આવેલા હિલસ્ટેશન મંગપૂના તેમના ઘરે રવીન્દ્રનાથ ટાગોરને રહેવાનું થયું હતું (1938-1941) એ વખતે ધન્યતા અનુભવતા મૈત્રેયીદેવીએ 'મંગપૂતે રવીન્દ્રનાથ'માં એ મીઠા અહેસાસને ઢાળ્યો. હું વાંચવામાં તન્મય હતી ત્યાં જ સામે પારિજાતમાં બે-ત્રણ ખિસકોલી ચડ-ઊતર કરી રમવા લાગી. એને જોતાં મારા વિચારો પણ પુસ્તક સમાંતર યાત્રા કરવા લાગ્યા. મને થયું કે આ પારિજાતને મારા આંગણામાં પામીને હું પણ ધન્ય છું અને મૈત્રેયીદેવી જેવી જ પ્રસન્ન. પારિજાત સાથેની મારી દોસ્તી બહુ જૂની અને જાનદાર. મા કહેતી કે, નાની હતી ત્યારે ફૂલોના ચિત્ર તને બતાવીએ તો તું ટગર ટગર જોયા કરતી ને ખુશીથી ઊછળતી. પારિજાતના વૃક્ષ પાસે આપોઆપ જ પગમાં બ્રેક લાગતી. પારિજાત વીણું ત્યારે જ હાથનું હોવાપણું સિદ્ધ થતું લાગતું. ફૂલો સાથે સુગંધને પણ વીણી શકાતી હોત તો? મારામાં તોટક તાલમાં કલાપીનો કેકારવ થવા લાગતો.

ફૂલ વીણ સખે! ફૂલ વીણ સખે!
હજુ તો ફૂટતું જ પ્રભાત સખે!

કદાચ પારિજાત સાથે ગયા જનમનું લેણું હશે અને આવતા જનમનું દેણું હશે. મારે પારિજાતના ઋણમાંથી મુક્ત નથી થવું. મારે આ સુગંધી સરનામે ધરાર ધામા નાખવા છે. સુગંધનો સાફો પહેરીને જુઓને, હું આજે પણ ઊભી છું પારિજાતપ્લાવિત!

ઊઘડતી સવાર કંઈ કેટલાંય રૂપે મનને મોહ્યા કરે. ક્યારેક કોયલના ટહુકા રૂપે તો ક્યારેક બુલબુલના સંગીત રૂપે, ક્યારેક જૂઈ-ચમેલીની

મધુરી સુગંધ રૂપે તો ક્યારેક પૂજાઘરમાંથી આવતા ઘંટડીના મંજુલ રણકાર રૂપે ધીમેથી આવી આપણા કાન-નાકને ભરી દે અને જાગૃતિની આછી ઠેસ આપે. ખુલ્લી બારીમાંથી હળવે પગલે સરીને આવતો શીળો પવન આપણને અડે ને થાય કે આજે તો દુનિયા ઊંધી પાડી દઉં. આવી સવાર મને કોઈ જુદા જ આત્મવિશ્વાસ અને હકારથી ભરી દે છે.

આવી જ એક પોષ મહિનાની સવારે ઠંડી હવા પર બેસી 'ઠક ઠક' અવાજ મારા ઘરમાં પ્રવેશ્યો. હું એકકાન થઈ અવાજનો પીછો કરતી ઘરની બહાર નીકળી. જોયું તો મારા પારિજાત પૅલેસમાં એક નવા મહેમાનનું આગમન થયું હતું. કંસારો પારિજાતના થડને કોતરીને માળા માટે બખોલ કરી રહ્યો હતો. ઘરનું ઘર શોધતા આ પંખીએ 'મારા' પારિજાત પર પસંદગીનો કળશ ઢોળતાં મારા બત્રીસે કોઠે દીવા થયા. ક્યા બાત હૈ! આતમરામ ખુશીથી ઊછળી પડ્યો. સૌ પ્રથમ તો હું બિલ્લીપગે ઘરમાં તરત પાછી આવી અને સૌને આ શુભ સમાચાર આપ્યા. ચૂલે કંસાર પણ ચડાવી દીધો. પછી તો રોજિંદા કામમાં એક ગમતીલા કામનો વધારો થયો. દિવસભરમાં જ્યારે સમય મળે ત્યારે હું છાની છાની બખોલ કરતા કંસારાને જોયા કરતી. એક ડર પણ સતાવતો કે જરાક પણ સંચળ થતાં એ ડરી જશે કે એને ખલેલ પહોંચશે અને એ માળો નહીં બનાવે તો? પણ પછી એની ધરપત અને મારા પરનો વિશ્વાસ જોઈ હું નિરાંતે એની મથામણ અને કારીગીરી જોવા લાગી. આ નિત્યક્રમ પછી તો એનાં બચ્ચાં ઉઝરીને મોટાં થયાં ત્યાં સુધી ચાલ્યો. ભલું થજો આ મારા પારિજાતનું કે એ મારા આંગણામાં ફાલ્યું.

પારિજાત એક એવું વૃક્ષ કે જેનું મુખ્ય થડ જાડું ને થોડું પહોળું પણ હોય. બાકીની ડાળીઓ એવી નહીં કે જેમાં બખોલ કરી શકાય. એટલે ચાર-પાંચ વર્ષ કંસારાએ એ થડમાં જુદું જુદું લોકેશન શોધી માળો કર્યો, પણ પછી એણે સરનામું બદલ્યું. કદાચ એવું હશે કે એને 4BHKની ઝંખના જાગી હશે. મોટું ઘર કોને ન ગમે? ને ઘર એ તો અદ્ભુત જગ્યા! એ ઝૂંપડું હોય કે આલીશાન બંગલો પણ પૃથ્વીના છેડાનો પરિતોષ ત્યાં જ મળે છે. એની જે વિભાવના છે એમાં હજુ

સુધી કોઈએ સુધારા નથી કરવા પડ્યા. કોઈએ સરસ વાત કહી છે કે ઘરની બહાર આપણા પગ જાય છે, પણ હૃદય નહીં. નાની પણ કેવી ચોંટડુક વાત છે આ! ગમે ત્યાં જઈએ, પણ આપણો જીવ ઘરે જ હોય! East or west, home is the best. ઘરમાં આપણે કોઈ ખચકાટ વિના વારંવાર જઈએ છીએ. એટલે જ ઘરમાં જે સુખ મળે છે એ હોમમેઇડ છે અને તેથી ટકાઉ પણ. મોંઘીદાટ હોટેલ તો ઠીક, પણ બીજાના ઘરની હાઈ-ફાઈ સુવિધા પણ માણસને પોતાના ઘર જેવું સુખ આપતી નથી. જેમ ઘરનું ખાવાનું હોય એમ ઘરનું જેવું સુખ પણ હોતું હશે જે ક્યાંય બીજે નહીં મળે. સંસ્કૃતમાં નીડ, ઉર્દૂમાં આશિયાના અને ગુજરાતીમાં માળો. પક્ષીઓનું ઘર ભલે ટેમ્પરરી હોતું હશે, પણ એમને ત્યાં પોતીકા ઘરની જ ફીલિંગ આવતી હશે.

મારા દીવાનખંડની બારીથી પાંચ-છ ફૂટ દૂર જ આ મારો પારિજાત પૅલેસ. શ્રાવણ મહિનો આવે ને પારિજાતની મોતી મઢેલી ઓઢણી જેવી સફેદ કળીઓ દેખા દેવા માંડે... પછી છે...ક આસો મહિના સુધી એ માર્વેલસ મૂડમાં હોય... અમારા પર પ્રસન્ન! સવારે ઊઠીએ ત્યાં એની નીચે કેસરી દાંડીવાળા ફૂલોની શુભ્ર બિછાત હોય જે પરમકૃપાળુ ઈશ્વર માટે કૃતજ્ઞતાથી ભરી દે અને આપણને પરમ ધન્ય હોવાનો અહેસાસ આપે. એવી પળોએ ભોળું મન એવું નક્કી કરવા પ્રેરાય કે હવે કોઈ સાથે મનમાં કડવાશ રાખી જીવવું જ નથી. ઈશ્વરે કેટલું બધું આપ્યું છે! પણ પછી એ આળવીતરું મન ઘડીકમાં ફરી જાય અને બોલેલું ફોક કરી કૂડકપટ કરવા માંડે. પોતાના જ મનને છેતરીને હયાતીનો એક-એક ટુકડો માણસ આમ ખેરવ્યા કરે છે. પારિજાતની પરિભાષા સમજે એ કદી દુર્ગુણ કે દુર્ગંધ માટે દ્વાર ખુલ્લાં ન રાખે. પારિજાતથી તદ્દન વિરુદ્ધ દિશાનું એ ખરવું માણસને દેખાતું નથી ને એ અંદરથી ખોખલો થતો જાય છે.

અમદાવાદમાં ગાંધી આશ્રમમાં ગાંધીજી-કસ્તૂરબા વગેરે રહેતાં હતાં તેનું નામ 'હૃદયકુંજ' હતું. કાલેલકરે આ નામ પાડ્યું હતું. એકદમ એપ્રોપ્રિયેટ... એક સર્જક જ આવું નામ પાડી શકે. જો કે કેટલાક

ઘરનું નામ 'ઉપવન' હોય, પણ ઘરમાં તુલસીનો છોડ પણ નથી હોતો. સાહિત્યકાર કંદર્પ ર. દેસાઈએ પોતાના ઘરનું નામ 'પારિજાત' રાખ્યું છે. પારિજાતને 'a sad tree' અથવા 'a tree of sorrow' પણ કહેવાય છે, કારણ કે મધરાતે ખીલીને વહેલી સવારે એના બધાં ફૂલો ઝરી જાય છે. આ વાત પાછળ એક દંતકથા પણ છે. પારિજાતક નામની એક રાજકુંવરી સૂર્ય સાથે પ્રેમમાં હતી. સૂર્યનું દિલ જીતવા તેણે ખૂબ પ્રયત્ન કર્યા, પણ એ નિષ્ફળ ગઈ. આથી તેણે આત્મહત્યા કરી. એની રાખમાંથી આ પારિજાત જન્મ્યું. પ્રેમીઓની નજર એ જીરવી શકતી નહોતી એટલે રાત્રે જ ખીલીને સવાર સુધીમાં પોતાનાં બધાં ફૂલો એ આંસુની પેઠે ખેરવી નાખતી. આપણા આંસુઓમાં તો ખારાશ સાથે દંભ અને છેતરપિંડી પણ હોય છે. કૈકયીનાં આંસુ પાછળ શું હતું? યુદ્ધનું નોતરવું અને વિનાશ જ ને? રાધાનાં આંસુનો ઝુરાપો અને શબરીના આંસુની પાવસ ધન્યતા શોધવા આ જમાનામાં દીવો લઈને નીકળવું પડે. ખેર, મારામાં તો પારિજાતના દીવાએ અમાપ અજવાળું પાથર્યું છે.

રાત પડતાં પારિજાતની મીઠી મહેક આપણા સમગ્રને મહેકાવી દે છે. એ વખતે બગીચાનાં વૃક્ષો 'જીયો જીયો' પોકારતા પારિજાત તરફી થઈ એને વધાવતા હોય એવું લાગે. ક્યારેક એનાં પાન બારીમાંથી સીધા મારા રૂમમાં આવી ઠસ્સાથી સોફા પર બેસી જાય છે. જાણે કહેતા હોય કે, 'હાશ, આ ઝૂકી ને ઝૂલીને જરા થાક્યું તે વળી અહીં પો'રો ખાવા આવ્યું પણ સાંભળો ને, હુંય અમારી સુગંધ જેટલું તમને વહાલુંડું છું કે નહીં, એ તો કહો.' એમ કહેતું વાતુડી વાડ બાંધે. જરાક હવા આવતા એ સોફા પર આમતેમ કેટવોગ કરી, વધુ વહાલું થતું થોડી અદાઓ અને નખરાં પણ બતાવે.

સામાન્ય રીતે જમીન પર પડેલાં ફૂલો દેવોને ચઢાવાતાં નથી. પરંતુ પારિજાતનાં ફૂલો એમાંથી બાકાત છે. પારિજાત એક જ એવાં ફૂલ છે જે જમીન પરથી લઈને પણ દેવોને ચઢાવાય છે. ધૂળમાંથી જન્મેલાં ફૂલો જમીન પર પડતાં મલિન કેવી રીતે ગણાય એ મને સમજાતું નથી. આપણે મલિનતાના એટલા વિરોધી હોઈએ તો આ ધરતી પર જ્યાં ત્યાં

કેમ કચરો ફેંકીએ છીએ? ઈશ્વરનો સઘળે વાસ છે એવું રટણ કરતા આપણા કહેવાતા આસ્તિકો ધર્મસ્થાનોમાં ગંદકીના ઢગ કેમ ખડકે છે? એને લીધે જ આપણું મન એ સ્થાન માટે અશ્રદ્ધાથી ભરાઈ જાય છે. આવી પળે મારું મન મંદિરના ગર્ભગૃહમાં દેવમૂર્તિ સાથે જોડાતું નથી. Cleanliness is Godliness – સ્વચ્છતામાં જ પ્રભુતા છે એવું રટણ કરી આપણે ક્યાં સુધી વાણીવિલાસ કરીશું? સૌને નુકસાન પહોંચાડતી જાહેર આરોગ્યની આ ગંભીર વાત સમજાવવા સ્વચ્છતા અભિયાન ચલાવવાં પડે? દેખાડા અને દેકારા બહુ કર્યા. નક્કર પગલાં ક્યાં, ક્યારે? ખેર, આ તો થઈ બહારની સ્વચ્છતાની વાત, પણ મનની અંદર પડેલી મલિનતાનું શું? પારિજાતની ભીતર-બહારની શુભ્રતા, પવિત્રતા અને સુવાસમાંથી આપણે માંહ્યલાની મલિનતા દૂર કરી રળિયાત થઈએ તોય ભયો ભયો!

હરિવંશ પુરાણ પ્રમાણે તો સ્વર્ગનું ઇચ્છાપૂર્તિ કરનાર કલ્પવૃક્ષ એટલે આ પારિજાત. મારા પાડોશીએ એના બગીચામાં ઝૂકેલી મારા પારિજાતની ડાળીઓ મને કાપી નાખવા કહ્યું, કારણ કે એમાંથી ખરતાં ફૂલો એને કચરો લાગતાં હતાં. સારું થયું કે મારા કૃષ્ણ આ સાંભળી નહોતા ગયા. સમુદ્રમંથન વખતે લક્ષ્મી, ઐરાવત, ગંગા વગેરેની સાથે આ પારિજાત પણ નિષ્પન્ન થયું હતું. રુક્મિણી અને સત્યભામા બંને એને પોતાના બગીચામાં ઇચ્છતાં હતાં. પછીથી કૃષ્ણે એને સત્યભામાના બગીચામાં એવી રીતે વાવ્યું કે એનાં ફૂલો રુક્મિણીના બગીચામાં ખરે. અહીં મને ગમતું એવું કૃષ્ણનું એ મુત્સદ્દીપણુ હાજર છે ખરું, પણ એ સાવ નિર્દોષ અને નિરુપદ્રવી હો! એવું પણ કહેવાય છે કે, અર્જુન માતા કુંતી માટે આ વૃક્ષ ઇન્દ્ર પાસેથી લઈ આવેલા અને માતા કુન્તી રોજ પારિજાતનાં ફૂલોથી શિવજીની પૂજા કરતાં.

વૃક્ષોના ઘોડિયાઘર જેવી નર્સરીમાંથી લઈ આવેલ બેબી પારિજાત મારી ભીતર મૂળ નાખીને આમ અડિંગો જમાવશે એ મને નહોતી ખબર. પછી તો કંઈ કેટલાંય પંખીઓએ આ પારિજાત પૅલેસમાં પેઇંગ ગેસ્ટ તરીકે નોંધણી કરાવી. કોઈએ ઘર બનાવવા તો કોઈએ પ્લેગ્રાઉન્ડમાં

પક્કડદાવ રમવા, કોઈએ મંડળી જમાવી ગપ્પા-ગોષ્ઠિ કરવા તો કોઈએ નાહી-ધોઈ તડકાના ટુવાલથી ડીલ લૂછવા. કાગડાભાઈ ઘણીવાર આવીને દાદાગીરી કરે, પણ સૌ ઉદારતાથી ચલાવી લે. ખિસકોલીઓને તો વળી પગ વાળી બેસવું જ ન ગમે પણ કોઈની દેન છે કે એને પક્કડદાવ રમતાં રોકી શકે! કાળોકોશી આવે ને નાનકાં પંખીઓ રાજીના રેડ. એ કોઈ શિકારી પક્ષીને બગીચામાં ટકવા જ ન દે. એને દુમ દબાવી ભાગે જ છૂટકો. એટલે સ્તો એને કોટવાલ કહ્યો છે. બીજા પક્ષીઓ બપોરે વામકુક્ષી કરતાં હોય ત્યારે કોયલબેનનાં મ્યુઝિકના ક્લાસ શરૂ થાય. એના ટહુકામાં તીવ્ર સ્વર ભળે, થોડો રોફ કે ખીજ ભળે ત્યારે સમજી લેવાનું કે કોઈ ઠોઠ વિદ્યાર્થીનું આવી બન્યું. પારિજાત પૅલેસમાં આવતાં કાબર, બ્રાહ્મણીમેના, પોપટ, ચકલી, હોલો, વનલેલા, ટુનટુની, દરજીડા, સક્કરખોરા, બુલબુલ અને મોહુકા જેવાં અનેક પક્ષીઓએ મારી એકલતાને શણગારી છે અને વાચા આપી છે.

પારિજાત પૅલેસની નામના વધતાં મારા બગીચામાં ચબૂતરો અને પરબડી પણ આવ્યાં. પૅલેસના મહેમાનો માટે ભોજન-પાણીની વ્યવસ્થા તો કરવી જ રહી. રખેને મહેમાનગતિ ઓછી પડે ને તેઓ મને યજમાનપદેથી રદબાતલ કરે તો ક્યાં જવું! એવા ખોટના ધંધા આપણારામને ન પોસાય. એક તો પારિજાત આટલો વહાલો, ત્યાં એનો એક વધુ તાંતણો મારા ભણી લંબાયો અને હું એના વધુ પ્રેમમાં પડી. આની જાણ મને ઓચિંતી જ થઈ. પારિજાત પૅલેસમાં અને આજુબાજુનાં વૃક્ષો પર એક રમણીય સાંજે પાંચ-છ દરજીડા આવ્યા. રોજ આવતાં જ. પણ તે દિવસે તેઓની હરકતો અને ફૂદકવું મને થોડાં જુદાં લાગ્યાં. આમતેમ ફૂદતાં તેઓ બેજીજક બકબક કરતાં હતાં. હું તરત બહાર દોડી ગઈ. કોઈ બિલ્લી કે સાપ તો નથી ને એ જોવા. આ નાનકડાં પંખીઓ બિલાડી કે સાપને જુએ એટલે એકજૂટ થઈને જમાદાર થઈ જાય અને પછી દુશ્મન પર એવો રોફ જમાવે કે એણે ભાગવું જ પડે. પંખીઓ જાણતાં હોય કે આવો ઘોંઘાટ કરીએ એટલે કોઈ ને કોઈ માણસ તો ઘરની બહાર આવે જ અને સાપ કે બિલ્લીને ભગાડે જ, પણ મેં બહાર જઈને

જોયું તો એવું કંઈ જ નહોતું. બસ, એ સૌ તો મોજમાં આવી એના હરખુડાવેડામાં બકબક કરતાં હોય તેમ લાગ્યું. તો પણ મેં કુતૂહલવશ થોડીવાર જોયા કર્યું, પણ પછી મેં જે જોયું એ કલ્પનાતીત હતું. અંધકાર ધીમે ધીમે ધરતી પર ઊતરીને દિવસને ગ્રસી લેતો હતો પછી જેવો સંધિકાળ થયો કે તરત જ બધા દરજીડા કોઈ ને કોઈ વૃક્ષની ડાળી પર ગોઠવાઈ ગયાં અને પછી એકદમ ચૂપ! જાણે પથ્થરમાંથી કોતરેલા હોય તેવા સ્થિર! અંધારું સાવ છવાઈ ગયું છતાં ન હલ્યાં કે ન ચલ્યાં. ને મારા મગજમાં એકદમ સૂર્યોદય થયો કે, 'ઓ... આ મારા વહાલીડા આજે અહીં રાતવાસો કરવા પધાર્યા છે!' મારી સાથે તેઓને આટલો ઘરોબો હશે એ હું નહોતી જાણતી. વળી, કમાલ તો ત્યાં થઈ કે બે દરજીડાએ તો પસંદગીનો કળશ પારિજાત પૅલેસ પર ઢોળ્યો. હું અવાક બની બધી ગતિવિધિ જોતી રહી. મને મારી અજ્ઞાનતા પર દયા આવી કે, 'આ પંખીડા તો રોજ આમ સૂવા આવતાં જ હશે, પણ હું જ આ વૃક્ષો અને પંખીઓ તરફ ઉદાસીન હતી એટલે મારા જ આંગણે ઘટતી આવી રમણીય ઘટનાની મેં કદી નોંધ લીધી નહોતી.' થોડો ઠપકો પણ જાતને આપ્યો. પછી તો રોજ આ ટીનકુડા દરજીડાઓની પ્રતીક્ષા આંખમાં આંજીને હું હીંચકે બેસતી. ક્યારેક મનમાં કવિ દાદના ઓલા ભજનને થોડી જુદી રીતે મનમાં ગણગણી લેતી કે, 'હેજી, તારા આંગણિયાં પૂછીને કોઈ જોને આવે રે, આવકારો મીઠો આપજે હો જી...' એમની તરફના પક્ષપાતને લીધે હું ફળિયામાં મહેમાનો માટે ખાટલો પણ દરજીડા સૂતા હોય એ ડાળીઓથી દૂર ઢાળતી. વળી, સૂચના પણ આપ્યા કરતી કે, 'જો હો. ત્યાં ફલાં ફલાં ડાળી પર મારા દરજીડા સૂતા છે, સાચવજો.' મહેમાનો પણ હસીને મને ચીડવતા કે, 'તને તો અમારા કરતાંય તારા દરજીડા વધુ વહાલા!' હું મનમાં બોલી ઊઠતી, 'હા, એવું જ છે.' મેં એ પણ નોંધ્યું કે જો પક્ષીઓની સૂવાની જગ્યાને ખલેલ ન પહોંચાડીએ તો તેઓ ત્યાં એક જ જગા પર મહિનાઓ સુધી આરામથી સૂવા આવે છે. ક્યારેક તેઓ ન દેખાય તો હું મને જ આરોપીના પાંજરામાં ઊભી કરતી કે મેં જ કામમાં ને કામમાં ધ્યાન ન આપ્યું ને તેમને એટેન્ડ ન

કર્યા એટલે જ તેઓ સૂવા નથી આવતાં.

પારિજાત સાથેની આત્મીયતાએ મારામાં ઈશ્વર તરફની લોકોની શ્રદ્ધાના કારણનો એક નવો, નમણો અને નરવો ખૂણો મારી સામે ઉઘાડી આપ્યો. કેટલાક શ્રદ્ધાળુ લોકો પારિજાતના ઝાડની નીચે, થડની આસપાસ રાત્રે સ્વચ્છ કપડું પાથરી દે છે જેથી વહેલી પરોઢે બધાં ફૂલો ખરીને એમાં જ પડે અને ધૂળથી મલિન ન થાય, પણ મને તો એવું લાગે છે કે નીચે ખર્યા પછી માટીની સોડમ એમાં ભળતી હશે એટલે જ પારિજાત આટલાં મઘમઘતાં હશે. માટીનો મહિમા કરતાં, મૂળ માટીના જ માણસ એવા એક કવિએ સરસ લખ્યું છે કે...

'બારિસોંમેં કભી મહેકતા નહીં,
મુઝે પક્કા આંગન નહીં ચાહીએ.'

વાહ, આવી નિસ્બત જો આપણા સૌની પણ માટી સાથે હોય તો માટી એ સન્માનનો મલાજો જાળવે જ. છમ્મલીલી ધરતી આવી નિસ્બતની દેણગી હોય છે. પારિજાત પૅલેસના પ્રાંગણમાં પારાવાર પ્રેમાલાપ કર્યો છે. એ સમયનો સરવાળો કરું તો આયખું પણ ઓછું પડે.... પારિજાત સાથે વિતાવેલો સમય મારા મનમાં મોંઘી મિરાત બનીને ધબક્યા કરે છે.

ચંદનને ઓરસિયા પર ઘસતી વખતે જો એમાં પારિજાતનાં ફૂલોની બે-ચાર કેસરી દાંડી ઉમેરવામાં આવે તો એની સુગંધમાં એક જુદી જ લહેજત ઉમેરાય છે. પારિજાતની આ કેસરી દાંડીનો ઉપયોગ સિલ્ક કે કોટન કપડાની ડાયમાં પણ થાય છે. આ રીતે ડાય કરેલાં ભગવાં વસ્ત્રો બૌદ્ધ સાધુઓ પહેરે છે એવું પણ સાંભળ્યું છે. પારિજાતનાં ફૂલો એની સુગંધને લઈને જેમ અગરબત્તી કે અત્તરની બનાવટમાં વપરાય છે તેમ એના ફૂલ-પાનનું એક આગવું ઔષધીય મૂલ્ય પણ છે. એ એપિટાઇઝર પણ છે. વળી, પેટ, કબજિયાત કે ચામડીના રોગોમાં એ ખૂબ ઉપયોગી છે. કોઈ જાણકાર વૈદ્ય આ બાબતમાં સારો પ્રકાશ પાડી શકે. એટલે જ નૉર્થ-ઈસ્ટ ઇન્ડિયામાં તો પારિજાત વેજ-માર્કેટમાં પણ વેચાય છે. પારિજાતનું એક, નમણું નામ મંદાર પણ છે. એનું બંગાળી નામ શેફાલી કેવું ગમી જાય તેવું છે, કા? બારાબંકી પાસેનાં કીન્તુર ગામમાં આવેલા પારિજાતના

વિશાળ વૃક્ષ સાથે તો અનેક લોકોની આસ્થા પણ જોડાયેલી છે.

રાત્રે ફૂલોથી ભરચક થયેલાં પારિજાતને જોતાં લાગે કે જાણે અસંખ્ય સુવાસિત તારલા ટમટમી રહ્યા છે. મધરાતે ખીલતાં આ ફૂલો સાથે આપણું આખું અસ્તિત્વ, ઘર, આંગણું બધું જ મઘમઘ થવા લાગે છે. પારિજાતની માદક-મીઠી ગંધ પ્રેમીઓને એના પ્રિય પાત્રની યાદ આવે છે. કવિવર રવીન્દ્રનાથ ટાગોરે એમની કવિતામાં પારિજાતને સુંદર રીતે આલેખ્યો છે. શ્રી કુમારાદિત્ય સરકારે એનો અંગ્રેજીમાં આ પ્રમાણે અનુવાદ કર્યો છે...

How you sprinkle moon on earth,
The stamens of divine Parijat.
O which celestial belle has lit,
Her nuptial candle there.

સ્મરણોની સેઇફ ડિપૉઝિટમાં પડેલા પારિજાતે મને એટલી સમૃદ્ધ બનાવી છે કે હું ગર્વથી કહી શકું કે, 'મેરે પાસ પારિજાત હૈ.'

ઇદ

Anyone who has never made a mistake
has never tried anything new.
– આલ્બર્ટ આઇન્સ્ટાઈન

હરિ, તમે તો પારિજાતનું ઝાડ!
રહું છાંયડે ઊભો ને હું ઝીલું તમારાં લાડ.

શ્રાવણમાં આકાશ ઝરે ને તમેય ટપટપ વરસો,
સુગંધભીની બાથ ભરી મુને ચાંપો છાતીસરસો.
તમે ઊજળું હસો, મુને તો વહાલપનો વળગાડ.
હરિ, તમે તો પારિજાતનું ઝાડ!

ઓરસિયા પર બની સુખદ હું ઘસું કેસરી દાંડી,
ચંદન તિલક કરું તમને, મેં હોડ હોંશથી માંડી.
તમે મહેંક થઈ કર્યો ટકોરો! ઊડ્યા હૃદય-કમાડ.
હરિ, તમે તો પારિજાતનું ઝાડ!

— ભગવતીકુમાર શર્મા

તમે વાતો કરો તો થોડું સારું લાગે;
આ દૂરનું આકાશ મને મારું લાગે.

વૃક્ષો ને પંખી બે વાતો કરે છે
ત્યારે ખીલે છે લીલેરો રંગ;
ભમરાના ગુંજનથી જાગી ઊઠે છે
ફૂલોની સૂતી સુગંધ .

તમે મૂંગા તો ઝરણું પણ ખારું લાગે;

રોમાંચે રોમાંચે દીવા બળે
અને આયખું તો તુલસીનો ક્યારો;
તારી તે વાણીમાં વ્હેતી મૂકું છું હું
કાંઠે બાંધેલો જનમારો.

એક અમથું આ ફૂલ પણ ન્યારું લાગે.

—સુરેશ દલાલ

એક પંખીને પારિજાત વ્હાલું લાગે.
સ્હેજ ફૂલને અડે, નર્યું કેસર દડે.
જાણે માટીમાં મઘમઘ મોલાતું જાગે.

'કોમળ, હું કોમળ' કહી ઊઘડતું ફૂલ, ભલા, પંખી યે સંતાડે ટેરવાં,
ખજવાળી માથું એ કોયલને કહેતું કે 'ટહુકાઓ ધીરેથી વેરવા',
ટપ્, ટપ્, ટપ્ ખરતા આ ફૂલોને ફાંટ દઈ ફળિયું પણ તાલ દે કહેરવા,
પંખી તો પાંખોને ડાળી પર મૂકવીને, પારિજાત માંડ્યું છે પ્હેરવા.

પછી જાતે સંતાય અને જાતે જડે,
એક પંખી તો આભ અડે એક છલાંગે.
એક પંખીને પારિજાત વ્હાલું લાગે.

પંખીની આંખોમાં પારિજાત હમણાથી રાષ્ટ્રીય વૃક્ષ જેમ ગાતું,
કેસરિયો, શ્વેત અને લીલો પ્હેરેલું એ તિરંગા જેમ લહેરાતું.
એથી તો 'જન-ગણ-મન' ગાતા પંખીઓ ત્યાં એક પગે ઊભું રહી જાતું.
અચરજથી ઝાડવાને જોતું એ પંખી પક્કડદામાં પહેલું પકડાતું.

ઘડી ડાળે ચડે. ઘડી વળગે થડે,
એક પંખીડું લીલીછમ્મ પ્રીત્યું માગે.
એક પંખીને પારિજાત વ્હાલું લાગે.

— રક્ષા શુક્લ

www.ingramcontent.com/pod-product-compliance
Lightning Source LLC
LaVergne TN
LVHW100242051026
849517LV00006B/1961
9789395339742